गवाक्ष

'दिलीपराज प्रकाशन प्रा. लि. 'च्या नवीन पुस्तकांची यादी व माहिती हवी असल्यास आपला पत्ता, दूरध्वनी क्रमांक किंवा Email आमच्या *diliprajprakashan@yahoo.in* या Email address वर पाठवावा किंवा आमच्याशी दूरध्वनी क्रमांक फॅक्ससहित : ०२०-२४४८३९९५/२४४९५३१४ /२४४७१७२३ यावर संपर्क साधावा. आमच्या वेबसाईटला एकदा अवश्य भेट द्या.

Website: *www.diliprajprakashan.com*

गवाक्ष

(ललित लेख)

ग. वा. बेहेरे

दिलीपराज प्रकाशन प्रा. लि.
२५१ क, शनिवार पेठ, पुणे - ४११ ०३०.

गवाक्ष / Gavaksha

प्रकाशक
राजीव दत्तात्रय बर्वे,
मॅनेजिंग डायरेक्टर,
दिलीपराज प्रकाशन प्रा. लि.,
२५१ क, शनिवार पेठ, पुणे - ४११ ०३०

© श्री. रवि बेहेरे

४०/२१, भोंडे कॉलनी,
पुणे ४११ ००४
Email : ravirajprakashan@gmail.com

प्रकाशन दिनांक : १५ सप्टेंबर २०१३

प्रकाशन क्रमांक : २०३४

ISBN : 978 - 93 - 82988 - 15 - 1

मुद्रक
Repro India Ltd,mumbai.

टाइपसेटिंग
मधुराज प्रिंटर्स ॲण्ड पब्लिकेशन्स प्रा. लि.
स. नं. २९/८-९, पारी कंपनीजवळ,
धायरी, पुणे - ४११ ०४१

मुखपृष्ठ - अनिल उपळेकर

मुखपृष्ठ - रेषविश्व ॲड, सागर नेने

माझ्या घरात वावरू लागलेल्या नव्या छोट्या पावलांना
पद्मिनीला– नव्हे, छोटीला.
आजोबांचे नाव ती ठसक्यात सांगते– ग. वा. बेहेरे

- आजोबा

अनुक्रमणिका

- ९ -

एक दिवस मी पावसाची सर झाली

घाटाच्या तोंडाला गाडी पंक्चर झाली. एक बरे झाले, घाटात मधेच कोठे तरी गाडी पंक्चर झाली नाही. कारण येथून मैलावर तरी डोंगरी गाव दिसते आहे. वास्तविक, गाडीचे पंक्चर माझे मला काढता येत नाही असे नाही; पण शक्य झाले तर कोणा ट्रक ड्रायव्हरची मदत घ्यावी, असे मी ठरविले होते. कधी नव्हे ते ड्रायव्हरशिवाय मी या लांबच्या प्रवासाला निघालो आहे. अर्थात ड्रायव्हर आलाच नाही, म्हणून बरोबर येण्याचे कबूल केलेले मित्रही ऐन वेळेस येऊ शकले नाहीत. एकट्याने हा प्रवास करणे भाग पडले. तेही माझ्या एका दूरस्थ दोस्ताला येण्याचे कबूल केले होते, म्हणून.

पूर्वी असा मी एकटा गाडी घेऊन मन मानेल तसा खूप हिंडलो आहे. कधी कधी लहर आली तर मी घरात कुणाला न कळवता नगर, सातारा इथपर्यंत एकटाच जाऊन येत असे. या एकटेपणातही काही मौज असे. भन्नाट वारं अंगावर कोसळे आणि वेगाची नशा येत असे. गतीचे तेव्हा आकर्षण होतं. हिरव्या रंगाचं तर फारच आकर्षण होतं. वाहणारं पाणी, कोसळणारं पाणी, थबकलेलं पाणी– ही पाण्याची अनेक रूपं सदोदित निमंत्रणं द्यायची. बदाबदा पाऊस कोसळत असला म्हणजे तर गाडी चालवताना अधिक मजा येई– एखाद्या समुद्रातून नाव चालली आहे असं तेव्हा वाटायचं– ढगावरून विमान चालवीत आहोत, असंसुद्धा कधी कधी वाटायचं; पण या केवळ उपमा. जमिनीचा आधार मनुष्याला किती मोलाचा वाटतो, हे त्या वेळी

कळत असे.

ते दिवसच मस्तीचे होते. मारामारी झाली की तेथे डोकावण्याची इच्छा व्हायची. नदीला पूर आला की ते रक्ताळलेलं पाणी तेथे खेचून न्यायचं. रात्र-रात्र गाणी ऐकावीत आणि तसंच कामावर जावे. शनिवारी पत्त्यांचा डाव मांडला की, सोमवारी सकाळी नाइलाजाने तो मोडावा. एक दिवसात तीनतीनदा गड- सिंहगडाची यात्रा करावी. खरे तर अंगात मस्ती होती, ती पुरी करण्याची प्रत्येक संधी आपणहून गाठण्याचा यत्न व्हायचा.

आता त्या गोष्टींना बरेच दिवस होऊन गेले आहेत. साहसाचे निमंत्रण येते, परंतु ते आमंत्रण टाळण्याकडे कल असतो. एखादे गोड निमंत्रण रस्त्यावर अधेमधे भेटते, कटाक्षाने विव्हळ करते; पण आता त्यातील धोके माहीत झाले आहेत. त्या घाऱ्या-निळ्या डोळ्यांच्या तीराने जखमी होण्यापेक्षा नजर वळवून आकाशाकडे पाहणे, हा सुरक्षिततेचा रस्ता वाटतो. रात्री कधी कधी गात्रे अनावर होतात आणि चांदण्यांत विरघळण्यासाठी हट्ट करतात. पण बंद सुरक्षित खोलीतील उबदार पांघरुणातून बाहेर पडण्याची कृती होत नाही. उन्मत्त आव्हानापेक्षा समजूतदारपणा आवडू लागला आहे. खरे म्हणजे, तो समजूतदारपणा नाही; ती टाळाटाळ आहे. होते आहे त्याबद्दल तक्रार नाही. कारण षड्रिपूंशी युद्ध खेळून झालेले आहे, गात्रांनाही तृप्त करून झालेलं आहे. कधी कधी सणक येते– नाही असे नाही, पण कधी कधीच.

समंजसपणा, समजूतदारपणा व हिशेब हे सारे आज परवलीचे शब्द झाले आहेत. लोकांच्या दृष्टीने मी आता निवळलोही आहे. थोडा शहाणाही झालो आहे. पण हे काही खरे नाही. असले नाकर्ते प्रौढ शहाणपण अविवेकी कर्तृत्वाची बरोबरी कशी करणार? अजूनही वाटते, एक दिवस पुन्हा एकदा कोमट झालेल्या रक्ताला उकळी यावी; पण ते आता आपल्या हातात राहिलेले नाही. आपल्या पायांखालून वाळू घसरत चालली आहे. भोवतालचे तरुण जग आपल्याला पराजित मानतेय, ही खंत मनात आहे. तारुण्याचा देखावा तरी किती करणार? केस रंगवले, रंगीबेरंगी कपडे घातले, प्रचलित तरुणांच्या शब्द-प्रयोगांची नक्कल केली, आव्हाने– प्रति आव्हाने यांचे उसने अवसान आणले; तरी दुसरे कोणी तर फसत नाहीतच, पण आपणही स्वतःला फसवू शकत नाही. फार तर एवढा आनंद मिळतो की, आपल्या बरोबरीच्या माणसांची झाडे अगदीच वठलेली आहेत, वसंत आला तरी त्यावर एखादेही पान उगवत नाही, मोर तर राहोच पण कोकिळासुद्धा त्या झाडांचा आश्रय घेत नाहीत; त्या मानाने आपले

बरे आहे. येते, अजूनही एखादी कोकिळा येते आणि पंचम लावू लागते. नारंगी, कोवळ्या पर्णगुच्छांचा संभव होतो, पावसाचे थेंब तेथे रेंगाळतात. मग उरलेला सारा काळ पुन्हा कोकिळा केव्हा येते याची वाट पाहण्यात घालविता येतो.

आज एकटेपण माझ्यावर कोसळले होते. पावसाळी हवा अंग रोमांचित करीत होती. सारे डोंगर, उतार, झाडे, झुडपे पावसाची प्रतीक्षा करीत होती. वारे काळ्याकभिन्न मेघांना वाहून आणीत होते. पाऊस केव्हाही सुरू होईल, अशी चिन्हे दिसत होती. पावसाच्या आगमनाची वर्दी देणारे वारे चोपदारांसारख्या ललकाऱ्या देत होते. घाटाच्या माथ्यावर मी येऊन पोचलो होतो आणि अशा वेळेला गाडी बंद पडली होती.

आता लवकरात लवकर गाडी दुरुस्त करून घाट पार करायला हवा; नाही तर येथेच अडकून पडायची वेळ येईल, असे वाटू लागले. तसा घाट निर्जन आहे. थोडा भयानकही. काळेकभिन्न कडे अक्राळविक्राळपणे भिवविण्यासाठी जबडे पसरून बसले आहेत. घाटाचा उतार भीती-भावना निर्माण करीत आहे. एकटेपणाचे सुख आता थोडे काळवंडत चालले आहे. अजून दिवस खूप बाकी आहे, म्हणून ठीक आहे. नचपेक्षा लवकरात लवकर समोर दिसणारे डोंगरी गाव मी जवळ केले असते. मला वाटते– मदतीचा संभव नाही, हे लक्षात घेऊन मैल-दीड मैलाची पायवाट तुडविण्यापेक्षा पंक्चर झालेले चाक बदलणे सोपे, असे समजून मी चाक बदलण्याच्या उद्योगालाही लागलो.

शरीरकष्टाची सवय आता मोडलेली आहे. अंगाला धूळ लागेल, यात उगीचच अवघडल्यासारखे वाटले; पण एक तर आता पाहायला कोणी नाही आणि कदाचित येथील मातीचा-माझा केव्हा तरी संकेत ठरला असेल. मग मी डिकी उघडली, हत्यारे बाहेर काढली; चाकही बाहेर काढले. चाकाचा तोल न सांभाळता आल्यामुळे ते माझ्या हातातून निसटले आणि घरंगळत जाऊ लागले. मी जिवाच्या कराराने ते पकडण्यासाठी धावू लागलो. नशीब माझे, पंचवीस पावलांवरच ते चाक आडवे झाले आणि त्याबरोबर त्याची गती रोखली; नाही तर त्या चाकाबरोबर माझा प्रवास कोठपर्यंत झाला असता, हे सांगता येत नाही. चंद्रावरून पृथ्वीकडे पाहणाऱ्या माणसालासुद्धा गरागरा फिरणाऱ्या पृथ्वीबरोबर माणसे फिरताना दिसत असतील का? आणि त्या शर्यतीत त्या माणसांच्या कवेत पृथ्वी कधी येत असेल का?

चाक हातात घेऊन घामाघूम झालेला मी कसा तरी मोटारीपाशी येऊन पोचलो. चाक बदलण्याचा उत्साह एवढ्याशा धावपळीने कमी झाला होता. मग

जरा वेळ मी त्या चाकावरच बैठक मारली. खिशातून सिगारेटचे पाकीट काढले. दहा-पाच काड्या फुकट घालवून टाकल्या. अखेर सिगारेट पेटली आणि घरात निवांतपणे बसावे, अशा थाटात झुरके घेत बसून राहिलो. कोणी जर मला असे निवांत बसलेले पाहिले असते, तर नक्कीच वेड्यात काढले असते. ही काय जागा होती, की वेळ? खरं तर निसर्गाच्या या तांडवातून मी लवकरात लवकर आधार शोधणं आवश्यक होतं; पण का कोणास ठाऊक, आधार शोधण्याची मला आवश्यकता वाटत नव्हती.

सिगारेटचे दोन झुरके घेऊन झाले असतील तो हवा एकदम थंड झाली आणि ओल्या हवेचा सपकारा चेहऱ्यावर बसला. अंग एकदम शहारले. लहानपणी कोणी तरी मागच्या बाजूने सदऱ्यात बर्फाचा तुकडा टाकायचे म्हणजे जसे होई, तसेच काहीसे आता झाले. आतासुद्धा चेष्टा करणारा एक मुलगाच होता– आकाश व्यापणारा, ढगासारखा सावळा, वाऱ्यासारखा चपळ. त्याचे डोंगरमाथ्यावरचे कुरळे केस लवलवत होते आणि अचानक त्या वात्रट कारट्याने थंडगार पाण्याचा माझ्यावर एकदम वर्षाव केला. तिरसट मास्तरांनी अंगावर सपासप छड्या ओढाव्यात, अशा सरी अंगावर कोसळू लागल्या. लहानपणी मास्तरांकडून मार खाताना अंग चुकविता येत असे; कारण मास्तरांचे हात मानवी होते आणि छडीही एकच होती. या मास्तरांजवळ अनेक छड्या होत्या. अंग चुकविता-चुकविता खरे तर मी त्यांच्या पुढे सर्वांग उघडे करीत होतो. सिगारेट केव्हाच विझून गेली. कपडे केव्हाच भिजून गेले. भिजू नयेत अशा वस्तू मी गंजीफ्रॉकच्या आत घातल्या, परंतु तो केविलवाणा प्रयत्न या प्रवाही छडीमाराने केव्हाच मोडून काढला.

क्षणभर अंग चुकवून झाले. मग त्या सरींच्या वेगाशी जमवून घेण्याचा प्रयत्न केला. मी त्या सरींत मिसळूनच गेलो. जमिनीने अडवून ठेवले होते म्हणून, एरवी माझीही एक सर झाली होती. माझे आता वेगळे अस्तित्वच राहिले नव्हते. आकाशातून सरी कोसळत होत्या, माझ्यावरून पुढे सरकत होत्या, जमिनीवर आदळत होत्या, त्यांचे ओहोळ बनत होते. ओहोळांचे प्रवाह– प्रवाहांचे नाले– नाल्यांचे ओढे– ओढ्यांचे प्रपात आणि प्रपातांचा लोंढा ही गती चालू झाली. प्रथम रंगहीन असणारे हे पाणी मातीचा रंग घेऊन लालबुंद झाले आणि सरकता-सरकता, कोसळता-कोसळता पांढरेशुभ्र होऊन अंग झोकून देत होते.

क्षणभरापूर्वी स्थिर असणारी ही धरणी एकदम अस्थिर झाल्यासारखी वाटली. सर्व काही हलते आहे, असे वाटले. मलासुद्धा वाटले, मीही हलतो आहे. या सरींबरोबर माझ्या देहाची झालेली सर अशीच आता ओहोळांतून,

प्रवाहांतून, प्रपातांतून वाहून गेली, तर किती मजा येईल! एखाद्या उंच कड्यावरून अंग झोकून देताना किती मजा वाटेल! ती गती, तो खळखळता आवाज, जमिनीला भेटण्याची ती उत्कंठा माझा देह पिऊन टाकील. जमिनीशी टक्कर दिल्यानंतर परत अस्मानाकडे जाण्याचा प्रयत्न फुकट जाईल. मग जमिनीचा आधार सोडता येणार नाही. झाडे, झुडपे, दगडगोटे यांना एखाद्या मस्तवाल मुलाप्रमाणे उगाचच धक्के मारीत, अक्राळविक्राळपणे उन्माद प्रकट करीत मला पुढेच जावे लागेल. पुलाखालून किंवा पुलावरून रस्ता काढीत-काढीत, ठिकठिकाणच्या प्रवाहांशी मिसळत एखाद्या मोठ्या ओघात मला मिसळून जाता येईल– आणखीन एका मोठ्या ओघात. आणखीन एका गडगडाटात सामील होत-होत, वेडीवाकडी वळणे घेत, अडथळे नाकारत असेच पुढे जाता-जाता एकदम सारा आवाज एकदम शांत होईल. लग्न झाल्यावर अवखळ मुलीची बडबड थांबावी, असेच माझ्या ओहोळाचा नदीत प्रवेश झाला म्हणजे होणार नाही काय? मग फक्त वेग, ओढ– आणि तीसुद्धा अनेक हातांनी गिळंकृत करणाऱ्या समुद्रापर्यंत. असे एक झाड आहे म्हणतात– मनुष्य जवळ गेला की, सर्व फांद्या त्याच्या बाजूला झुकवून ते माणसाला गिळंकृत करते. माणसाची नावनिशाणीसुद्धा राहत नाही. हा समुद्रसुद्धा असाच आहे. साऱ्या नद्या-नाले तो असाच गिळंकृत करतो. त्यांचे वेगळेपण ठेवीतच नाही. मग मी आता या समुद्रात कोठे असेन? माझा मी तरी मला सापडेल काय?

एखाद्या गर्दीत जसे आपले व्हावे, तसेच आता माझे झालेले असेल. इथेच तर मला कायमचे अडकून राहावे लागणार नाही ना? पण मला कोणी तरी हाक मारतेय, वर आकाशातून छद्मी मेघ मला खुणावताहेत, वाकुल्या दाखवताहेत– मग जरा हालचाल केली आणि समुद्राच्या पृष्ठभागावर मी आलो. समुद्राच्या लाटांनी मला खाली दाबण्याचा प्रयत्न केला. पण त्यातूनही माझे डोके मी वर काढलेच. आणि... समोर एक धूसर असा झुलता पूल मला दिसला. त्या पुलाचा एक कठडा मी पकडला आणि मेघांच्या दिशेने मी सरसर वर गेलो. माझ्यासारखे अनेक जण धावत-पळत वर निघाले होते. एखादी पळण्याची शर्यत असावी, असे आम्ही सारे जणू शर्यतीत पळत होतो. आम्ही त्या मेघांच्या टप्प्यात आल्यावर ढगांमधल्या त्या सुरकुतलेल्या म्हातारीने आम्हा सर्वांना कवेत ओढून घेतले आणि समुद्रापासून ती धूम पळत सुटली. समुद्राला घाबरविण्यासाठी तिनेही खूप आरडाओरडा केला.

मग एकमेकांचा हात धरून आम्ही जे धूम पळत सुटलो ते चक्क

डोंगरमाथ्यावर आलो. भिजलेले हात तोपर्यंत थकले होते आणि त्या म्हातारीचा आधार सोडण्यावाचून आम्हाला गत्यंतर नव्हते. मग माझ्यासारख्याच बावरलेल्या दुसऱ्या कोणाचे तरी हात मी हातात घेतले आणि ढगावरून खाली निसटलो. मघाशी जेव्हा त्या झुलत्या पुलावरून मी वर आलो; तेव्हा मला आकारही नव्हता, रूपही नव्हते. मी तरंगत-तरंगत वर गेलो; पण आता खाली येताना मी तरंगायचा प्रयत्न केला. पण नाही... खोल-खोल– खाली-खाली मी सुसाट वेगाने निघालो होतो. प्रथम त्या तरल स्वरूपाचे थेंब झाले, थेंबांची धार झाली आणि बघता-बघता त्याची सर झाली. पृथ्वी दिसायला लागली. घाटमाथ्यावर पावसाचा मारा झेलत असलेली माझी गाडीही दिसायला लागली. पावसात कुडकुडणाऱ्या अन् अंग चोरणाऱ्या पाखराप्रमाणे असलेला माझा मी दिसायला लागलो. मग मात्र मला राहवले नाही. इतका वेळ मी कोठे तरी हरवलो होतो. माझा मी मला सापडलो होतो. मघाशी एका सरीत विरघळून वाहत मी कुठे तरी गेलो होतो, हे मला माहीत नव्हते. पण तोच मी आता ढगांवर पोहत-पोहत माझ्यापाशी आलो होतो. सर तीच होती, फक्त मधे ती एक आवर्तन करून आली होती. फक्त ते आवर्तन कधी वेगाचे होते, कधी खळखळाटाचे होते, कधी झुलण्याचे होते, कधी वाकण्याचे होते– एवढेच– ती सर माझ्यावर कोसळली आणि पुन्हा एकदा मी त्या सरीशी एकरूप झालो.

आकाश निवळून गेले. धरतीवर तर सगळीकडे पाणीच पाणी झाले होते. जणू काही आपला याच्याशी काही संबंधच नाही, अशा तऱ्हेने पांढरे शुभ्र ढग माथ्यावरून चालले होते. एका नव्या इसाळ्याने मी गाडीचे चाक बदलले. गाडीत बसलो आणि पहिल्यांदा बटण दाबताच गाडी चालू झाली, मग ती उतारावरून घरंगळत घाट उतरू लागली. कपडे अजून ओलेच होते. पाण्याचे थेंब निथळत होते. पण का कुणास ठाऊक; ते निथळणारे थेंब निपटून टाकावेत, कपडे बदलून अंगावरचा ओलावा दूर करावा, असे वाटतच नव्हते! कसे वाटणार? आपला आत्मा आपल्याला कोठे बाहेर काढून ठेवता येतो काय?

-०-०-०-

- २ -

दोन डोळे शेजारी-भेट नाही...

एका घरात माणसे तीस-तीस वर्षे एकत्र राहतात.

तारुण्याची नव्हाळी संपून जून, निबरट होतात.

सुख-दु:खांचे सुस्कारे-रोमांचांचे आयुष्य एकत्र जगतात.

एकमेकांचे शरीर, सवयी, उणिवा आणि अहंकार यांचा एकमेकांना एवढा अंदाज येतो की, उद्याचा क्षण आज टिपता येतो.

निदान तसे वाटते.

पुष्कळ बाबतींत ते खरेही असते, पण काही बाबतींत हे खरे ठरू शकत नाही. माणूस समजण्यासाठी वर्षांनुवर्षांची वाटचाल पुरी पडतेच, असे नाही.

कित्येकदा असे होते की, जवळिकीमुळेसुद्धा माणसे जवळ येऊ शकत नाहीत. फार जवळ असणाऱ्या माणसांना आपण पूर्णपणे पाहू शकत नाही. कित्येकदा माणसांना आपण गृहीत धरतो. त्या माणसात घडत गेलेले बदल आपल्या ध्यानात येत नाहीत आणि मग संपूर्ण गवसला आहे असा एके काळचा माणूस आपल्याला ओळखेनासा होतो.

माझा स्वत:चा एक अनुभव सांगतो. ज्या पुण्यात मी राहतो, त्या पुण्यात कर्तृत्वाने पहाडासारखी आणि ऋषींसारखी विद्वान माणसे किती तरी आहेत. त्यांना मी रोज पाहतो. त्यांच्यातील एक बावळा सामान्य माणूस माझ्या डोळ्यांतून आत शिरतो. कधी कधी त्याची क्षुद्रता, लोभ आणि मत्सर प्रत्यक्ष अनुभवलेला असतो. हा माणूस जर नांदेड, धारवाड, नागपूर अशा दूरच्या गावाचा असता, तर त्याच्याबद्दलचा माझा आदर वाढला असता.

कारण त्यामुळे आदर कमी होणाऱ्या बऱ्याचशा गोष्टी मला कळल्याच नसत्या. माझ्यापर्यंत पोचली असती ती फक्त विद्वत्ता आणि त्याच्या कर्तृत्वाची पावती.

अनेक प्रतिभासंपन्न लेखक माझ्या नित्य बैठकीतील आहेत. लोकांना त्यांची जी कलाकृती चित्तथरारक आणि अद्भुतरम्य वाटते तशी ती मला वाटत नाही. कारण त्या कलाकृती, निर्मितीच्या अनगड अवस्था मी पाहिलेल्या असतात. कित्येकदा तर मी कल्पना सुचविलेल्याही असतात किंवा त्याच्या कल्पनांची मोडतोड केलेली असते.

रंगभूमीवर आपण राजकन्या, यक्षिणी, धीरोदात्त नायक पाहतो. पण रंगपटात जाऊन जर आपण त्यांना पाहिलं, तर काय होईल? क्षणभरापूर्वी ज्या आनंदकल्लोळात आपण बुडालो होतो, तो सारा नाट्यभ्रम एकदम हवेत उडून जाईल. कारण त्या-त्या क्षणाची 'अद्भुतरम्यता' किंवा भ्रम टिकवावाच लागतो.

माझ्या एका बालमित्राचा सज्जनपणा– किंबहुना भोळेपणा– हा आमच्या मित्र-परिवारात चेष्टेचा विषय होता. तो निवृत्त झाला आणि कोकणातील आपल्या गावी राहायला परत गेला. तेथे गेल्यावर त्याचे घर आणि घरातील सुविधा पाहून माझ्या ध्यानात आले, या माणसाचे भोळेपण हा बुरखा होता. याने आपल्या सरकारी नोकरीत चांगली कमाई केली होती. स्वतःचा संसारसुद्धा धड करू न शकणारा हा माणूस एक बाई बाळगून होता. भोळेपणाचे नाटक त्याने आपल्या अंगात इतके मुरवून घेतले होते की, चोवीस तास त्याच्या संगतीत राहूनसुद्धा त्याच्या बायकोला त्याच्या या अंतरीच्या कळा माहीत नव्हत्या; मग आमच्यासारख्या त्याच्या मित्रांची तर गोष्ट सोडूनच द्या.

'मी तुझ्यावर संपूर्ण आयुष्य ओवाळून टाकले आहे' किंवा 'तुझ्याशिवाय मला आयुष्य जगता येणार नाही', असे कथा-कादंबरीत आपण वाचतोच; पण प्रत्यक्षातही हे शब्द बोललेले ऐकतो. प्रेमविवाह झालेला आहे, सुखी संसार भोगलेला आहे, असा माणूस आपली प्रिय पत्नी मृत्यू पावताच कधी लोकाग्रहास्तव, कधी कुणी गळ घातली म्हणून, कधी जेवायचे हाल होतात म्हणून, तर कधी मुले उघडी पडतात म्हणून दुसऱ्या लग्नाला तयार होतो, आणि गंमत अशी की, पहिल्या प्रेमसंसारापेक्षा हा दुसरा गरजवंताचा संसार अधिक सुखदायी दिसतो– निदान भासतो.

यात कदाचित नाटक असेल– कदाचित पहिला संसार हेच नाटक असेल. पहिल्या पत्नीच्या मृत्यूने विव्हळ झालेला माणूस आपल्या दयेस पात्र असतो. मग त्याला दिलासा देणारे आपणच चेष्टेचा विषय होतो.

माणूस आपल्याला समजतो, असा आपला भ्रम आहे. माणूस जन्म

पावताच दुहेरी आयुष्य जगत असतो– एक आयुष्य जगासाठी व एक आयुष्य स्वत:साठी. अगदी निष्कपटी, निर्व्याज वाटणाऱ्या माणसालासुद्धा जीवनाचे दोन पदर असतातच. कधी माणसाला हौतात्म्याची ऊर्मी येते, तर कधी लहान-लहान गोष्टींसाठी तो विकून घ्यायला तयार असतो. जन्मभर कृपणपणाने किंवा प्रत्येक दुबळ्या माणसाचा फायदा घेऊन मिळवलेली पै-पै एखाद्या क्षणी औदार्याच्या झटक्यात उधळून टाकणारी माणसे आपण पाहतो. शेजारच्या स्त्रीकडे वाकडा डोळा वर करून न पाहणारा माणूस सुरक्षित संधी मिळताच पशू होतो. कित्येक सीता-सावित्रीसारख्या वाटणाऱ्या स्त्रिया आवडत्या पुरुषाच्या दर्शनाने व्याकुळ होतात आणि सतीत्व धोक्यात येत नसेल, तर कामोत्सवाचे निमंत्रण देतात. दुसऱ्याला माणूस कळत नाही तोपर्यंत ठीक आहे, पण आपणसुद्धा आपल्याला कळतोच असे नाही. आपल्या रक्तात किती कापूर आहे, किती तेजाब आहे किंवा किती अमृत आहे, हेसुद्धा माणसाला कळत नाही. आपले म्हणून असणारे शरीर आणि त्यावर ताबा ठेवणारे आपले मन यांच्यात तरी सुसंवाद कुठे असतो?

पुष्कळ वेळा सामाजिक भीती, कायद्याचे दडपण आणि त्याहीपेक्षा आजचा सुरक्षित दिवस हा उद्याही सुरक्षित ठेवण्याची धडपड, यामुळेच शरीर आणि मन एकमेकांशी जमवून घेतात. सुंदर स्त्रीची अभिलाषा वाटत नाही, किंवा मनाने तिचा उपभोग घेतला नाही– असा पुरुष दुर्मिळच.

माणसाच्या दोन डोळ्यांत अंतर असते फक्त एका इंचाचे. म्हणून हे दोन डोळे एकत्र येत नाहीत, आणि त्यांनी येऊही नये. एकाच वेळी दोन गोष्टी पाहता याव्यात, म्हणूनच माणसाला दोन डोळे दिले आहेत काय? त्यातली एक विशेष चांगली गोष्ट नीट चांगली पाहायची असेल; तर एक डोळा लपवावा लागतो, मान लववावी लागते आणि भोवतालचा विचार करून चालत नाही. शिवाय जो-तो आपल्याला हव्या असलेल्या गोष्टींकडे पाहत असतो, ते निराळेच. दोन्ही डोळ्यांनी एकत्र पाहिले की, त्या वस्तूचा आकार जाणवतो, घनता जाणवते, कित्येकदा ती वस्तू प्रत्यक्षापेक्षा जवळ येते. तिला गंध असलाच, तर तो जाणवतो. सौष्ठव असले, तर ते आपल्याशी एकरूप होते. पण सहसा असे घडत नाही. कारण पाहण्यासारख्या गोष्टी जगात पुष्कळ असतात आणि माणसाला डोळे तर दोनच. एकाच गोष्टीसाठी दोन्ही डोळे वापरण्याची श्रीमंती माणसाला परवडत नाही.

आपल्या घरी आपला एक डोळा असतो आणि शेजारच्या घरात दुसरा डोळा असतो. पण शेजारच्या घरात नको असणाऱ्या डोळ्यांची भेट झाली

म्हणजे मग दोन घरांमधील भिंत तडकते. हवा असणारा डोळा भेटला की, त्या घरात न जातानासुद्धा त्या घरातील सगळ्या गोष्टी आपल्या होतात. गरिबीचे रूपांतर साधेपणात आणि कंजूषपणाचे काटकसरीत होते. देह सुंदर नसला तरी मन सुंदर आहे, असे स्पष्टीकरण आपोआप सुचते. एक तर ते घर आपले नसते, त्याची जबाबदारी घ्यायची नसते; म्हणून ते सुंदर वाटते. शिवाय ही डोळाभेट म्हणजे एक खेळ असतो– भिकाऱ्याला श्रीमंत करणारा, सामान्याला असामान्य करणारा, वासनेला प्रेमाचे अधिष्ठान देणारा. रोज-रोज तेच ते पाहताना एक दिवस एक अद्भुत तारा आपल्या खिडकीच्या कठड्यावर येऊन बसावा, असे त्या क्षणाचे झालेले असते.

अनेक वर्षे संसार केल्यानंतरही पती-पत्नीला एकमेकांबद्दल काहीही कळलेले नसते. दोघेही एकमेकांच्या मालकीच्या वस्तू झालेले असतात. अनुनयाचे पर्व संपलेले असते. निमंत्रणाचे दिवस मागे पडलेले असतात. खानावळ चालवणाऱ्याला ज्याप्रमाणे जेवणाचे अप्रूप नसते, तसेच संसाराच्या खानावळीचेही होते. आपली स्त्री किंवा पुरुष एखाद्या अंधाऱ्या रात्री, एखाद्या वळणावर अवचित भेटला; तर तोंडात शीळ यायला हवी आणि ती येतेही. पण समोरचेही माणूस कोण आहे, हे लक्षात आल्याबरोबर ती शीळ गळ्यातच अडकून बसते. कारण आपला गळा त्या व्यक्तीच्या मालकीचा असतो आणि शीळ घालण्याची बंदी केव्हाच लादलेली असते. शीळ घालायला परवानगी दिली तर मग कुणास ठाऊक, ती कुठेही मारण्याचा मोह होईल. त्या शीळेला प्रतिसादही मिळेल. त्यापेक्षा गळ्यातील शीळ गळ्यातच मारून टाकलेली बरी.

संसारात अशी कोणतीही गोष्ट उरलेली नसते, जी दोघांनाही अज्ञात असते; म्हणून संसाराची वाटचाल कंटाळवाणी होते. सगळ्याच गोष्टी एकमेकांना सांगण्यात प्रामाणिकपणा आहे, असा एक मूर्ख समज आहे. त्यामुळे आयुष्यात कसले रहस्य म्हणून शिल्लक राहत नाही. 'कुणी तरी लाथाडलं म्हणून तुम्ही माझ्याशी लग्न केलंत, किंवा मी म्हणून तुम्हाला स्वीकारलं' याचा सरळ अर्थ असा असतो– 'आता झाले ते झाले; घराचे दरवाजे घट्ट लावून घ्या. बाहेरचे जग तुमच्या लायकीचे नाही.' आपल्या आयुष्यात कुणीही पुरुष आला नाही, हे सांगताना स्त्रीला धन्यता वाटते. मग पुरुषाला वाटते, आपल्या गळ्यात हे ध्यान पडून आपण उगीचच अडकलो. त्यापेक्षा 'खूप मुले माझ्यापाठी लागली, पण कुणाची डाळ मी शिजू दिली नाही. तुम्ही मला आवडलात, म्हणून मी तुम्हाला पत्करले' असे जी स्त्री सांगते, ती पुरुषाचा मत्सर कायम जागा ठेवते आणि

त्याला सदैव सावध राहायला भाग पाडते. जगात अनेक सुंदर स्त्रिया आणि पुरुष आहेत; ते सारे सोडून आपण एकमेकांना भेटलो, यात खरी प्रेमाची निष्ठा आहे. भ्रमचित्त करणारे क्षण आयुष्यात आले नाहीत, तर भुलण्याचा प्रश्नच नाही. चारित्र्य जाण्याची संधी यावी आणि चारित्र्य राखावे, यात पुरुषार्थ आहे. हेमामालिनीला मी टाकून दिले याचे कारण अगदी सोपे आहे, तिच्यापासून शंभर मैलांच्या आत जाण्याची मला संधीच मिळाली नाही. माझे चारित्र्य शुद्ध राहायला तिचा शहाणपणा कारणीभूत आहे.

एकत्र राहूनसुद्धा, देहातली सारी व्यंगे माहीत असूनसुद्धा, लहान-मोठ्या सवयी व गरजा याची जाण असूनसुद्धा, आपल्या जोडीदाराचे मन आपण समजून घेऊ शकत नाही. एखादा हौशी गायक हळूहळू मान्यवर असा गवय्या होतो, पण बायकोच्या लेखी प्रथम तो नवरा असतो. फार तर स्वागतगीत म्हणण्याच्या योग्यतेचा गायक असतो. त्याचे गाणे वाढते याचा अर्थ त्याचे मन रुंदावते, अज्ञात अशी निसर्गाची रहस्ये त्याला प्राप्त होतात. तो वाऱ्याशी भांडू शकतो, आकाशाचा वेध घेऊ शकतो आणि चंद्र-सूर्याच्या दिवट्या करून टाकतो. त्याच्या मनात एक उलझन चालू असते, कारण तो पेटलेला असतो.

जेव्हा तो काही स्वरांचा आकृतिबंध करतो, तेव्हा स्वर त्याचे दास होतात. तो एक सम्राट होतो आणि त्याच्या त्या स्थानाजवळ त्याची बायकोच काय, प्रत्यक्ष परमेश्वरही जाऊ शकत नाही. तो ते सूर केवळ गळ्यातून काढीत नाही, तर ते सूर दुसऱ्या जगातून आलेले असतात. ते जग त्या बायकोला माहीत नसते. ती त्याची प्रेयसी उरलेली नसते, तर मालकीण झालेली असते. कसलीच अपेक्षा नाही, अशी प्रेमिकाच केवळ त्या जगात जाऊ शकते. कारण त्या जगाच्या पायऱ्या पार फसव्या असतात. किंबहुना, ते सारे जगच ढगासारखे धूसर असते; तिथे हातात काहीच सापडत नाही. एकच आधार असतो– स्वरांनी चिंब झाल्यामुळे आलेला ओलावा. या ओलाव्याच्या आधाराने कोणतीही गोष्ट आपलीशी करता येते. व्यवहार, अपकीर्ती, अशाश्वता या साऱ्यांवर मात करण्यासाठी एक क्षण पुरतो– दिव्य कौतुकाचा, निखळ कौतुकाचा. जमलेल्या अन् न जमलेल्या साऱ्याच स्वरांचे तेथे स्वागत असते. न जमलेले ते प्रयोग असतात आणि जमलेले ते सिद्ध गाणे असते. हजारो माणसांना एकाच वेळी रोमांचित करताना कलावंताला काहीच द्यावे लागत नसेल का? आपल्या आयुष्याचा एक दिवस, कदाचित एक वर्षसुद्धा त्याने मैफलीसाठी जाळून टाकलेले असते. ती जाळपोळ फक्त प्रेयसीला समजू शकते, कारण ती स्वत: जळत असते. तिचा

अनिर्बंध ओलावा कलावंताचे गेलेले आयुष्य त्याला परत देतो. मालकिणीला फक्त बिदागी दिसते, हार दिसतात; जळणे दिसत नाही.

म्हणून गवई असो, नट असो, साहित्यिक असो; जेथे कोठे निर्मितीची प्रक्रिया चालू असते, तेथे रोज वणवे पेटतच असतात. जेवढी जाळपोळ अधिक तेवढी निर्मितीही अभूतपूर्व. ऐकणाऱ्याला ते कळत नाही, कारण तो फक्त गाणे ऐकतो. थोडा वेळ सुरांशी झोंबी खेळतो आणि ते सूर मैफलीत सोडून परत घरी जातो. मालकिणीची सेज सजवितो. नट एक वेगळेच आयुष्य काही काळ जगतो, जे आयुष्य त्याचे कधीच नसते. तेथे तो प्रेमाच्या गोड गोष्टी बोलत असतो. सुखी संसाराची चित्रे रंगवत असतो आणि घरी परतताना उदास होऊन खचलेला असतो. मग त्याला मद्य बरे वाटते. कायमचे किळसवाणे वास्तव त्याला विसरायचे असते.

पुरुष वाढतात त्याप्रमाणे बायका का बरे वाढत नाहीत? बाकी कुणी नाही, तरी कलावंतांच्या बायकांनी तरी वाढायला नको काय? त्या कदाचित कलावंतांच्या कलाप्रक्रियेत सामील होऊ शकणार नाहीत, पण त्यांची अनामिक प्रेयसी तरी होऊ शकतील. संभाजीचे काम करणाऱ्या नटाला रंगभूमीच्या बाहेर एखादी तुळशी भेटली, तर काय हरकत आहे; आणि ती भेटायला नको असेल, तर बायकोनेच तुळशी व्हायला काय हरकत आहे? आपल्या घराच्या श्रीमंतीबरोबर घरातल्या खोल्या वाढतात, भांडीकुंडी वाढतात आणि मुलांची संख्यासुद्धा वाढते. वाढत नाही एकच– जोडीदाराचे नाते.

कलावंताला केवळ मादी नको असते, हवी असते प्रेयसी. पण नव्या नवरीचे ते चार दिवस संपल्यावर हळदीबरोबर प्रेमही पुसून जाते. ती सारे काही जतन करते, पण एकच गोष्ट जतन करत नाही– ती म्हणजे, एके काळचा आपला प्रियकर-जोडीदार– नवरा. ती फक्त घरधनीण म्हणून त्याची चिंता वाहते. पण कलावंताचे घर दगड-मातीचे नसते. एखादे दिवशी तरल पायांनी हलके होऊन हवेत उडायला शिकल्याशिवाय कलावंतांच्या घरात जाता येत नाही. कारण त्यांची घरे अधांतरी बांधलेली असतात. कीर्तीचा आणि कलेचा कैफ ही घरे जमिनीवर ठरूच देत नाहीत. पण जाऊ दे! 'दोन डोळे शेजारी, भेट नाही संसारी', हे कदाचित कलावंताचे प्राक्तनच असते. त्या प्राक्तनाला पर्याय नाही. हे शापित यक्ष असेच प्रेयसीच्या शोधात राहणार, कारण त्यांचा शाप या जन्मात संपणार नाही.

-०-०-०-

- ३ -
पारमार्थिकांनी केलेली देवाची हत्या

'नेमेचि येतो मग पावसाळा! हे सृष्टीचं कौतुक जाण बाळा' अशा अर्थाची एक कविता माझ्या लहानपणी पुस्तकात होती. या सृष्टीत एक नियमबद्ध अशी चाकोरी आहे. दिवस-रात्र, ऋतुमान, हवेतील बदल, जलतत्त्वाची गोलाकार भ्रमंती, नक्षत्रांचे भ्रमण या सगळ्या गोष्टींच्या मागे एक शिस्त आहे आणि ही शिस्त वर्षानुवर्षे नव्हे, शतकानुशतके अखंड चालत आली आहे. निसर्गाचे हे रहाटगाडगे न कुरकुरता, न विश्रांती घेता, योजनाबद्ध रीतीने चालू राहते, याबद्दल सर्वसामान्य माणसाला आश्चर्य वाटते. वैज्ञानिकांनी या योजनांची कारणमीमांसा शोधण्याचा प्रयत्न केला. निसर्गाच्या या चक्राकार योजनाबद्धतेवर आपण एवढा विश्वास ठेवतो की, भिन्न-भिन्न गतींच्या ग्रहांच्या भ्रमणावरून पुढे होणाऱ्या ग्रहणकालाची आपण निश्चिती करू शकतो. या सृष्टीत सर्वत्र योजना जाणवते म्हणून कोणी तरी सूत्रचालक हे सर्व घडवीत असला पाहिजे, यावर बहुसंख्य मानवांचा विश्वास आहे. तो सूत्रचालक कसा आहे, तो हे सारे उपद्व्याप कशासाठी करतो आणि त्याच्या या योजनेला आव्हान देता येईल किंवा काय, याबद्दल मतमतांतरे आहेत.

या मतमतांतरांतूनच सूत्रचालकाच्या, म्हणजेच नियंत्याच्या, म्हणजेच परमेश्वराच्या किंवा निर्मिकाच्या स्वरूपाचे भेद उत्पन्न होतात. जड आणि चैतन्य असे दोन ठळक फरक करूनसुद्धा त्यांचा परस्परसंबंध हे एक अजून गूढच आहे. परमेश्वरच नाही, असे म्हणणाऱ्यांची संख्या फारच थोडी आहे. पण परमेश्वराचा

राग किंवा कोप या दोन्ही गोष्टी निरर्थक आहेत, असा त्यांच्या म्हणण्याचा भावार्थ आहे. त्यामुळे परमेश्वराची खुशामत किंवा तुच्छता या दोन्ही गोष्टी खोट्या ठरतात. मनुष्यप्राण्याच्या अस्तित्वाला परमेश्वरी आधार मानण्याची गरज नाही. जगणे आणि मरणे या जीवशास्त्रानुसार घडणाऱ्या गोष्टी आहेत. ईश्वराच्या अस्तित्वाचा विचार त्यांना मानवी कर्तृत्वाचा संकोच करणारा वाटतो.

परंतु, या नास्तिकतेलाही स्वयंसिद्ध मर्यादा आहेत. आज विद्यमान असणारे सूत्रचालकाचे स्वरूप विवाद्य आहे; परंतु या सूत्रचालनात असणारी शिस्त, नियमबद्धता आणि काटेकोरपणा याचा अन्वयार्थ त्यांनाही लावता येत नाही. नियमबद्धतेचे कौतुक करणाऱ्यांना त्यांचा सवाल असा असतो की, माणसा-माणसांमधली विषमता, कुरूपता, अस्वच्छता, पंगुत्व, रोगराई याचा विचार केला तर सूत्रचालकाच्या व्यवस्थेपेक्षा अव्यवस्थाच जास्त जाणवते. दुष्टपणा, क्रौर्य, नरसंहार, कामुकता या गोष्टींची निर्मिती जाणीवपूर्वक कोणीही सूत्रचालक करणार नाही. एखाद्या रचनेला जाणीवपूर्वक इतकी खिंडारे कोण ठेवील? किंबहुना, जे-जे शिस्तबद्ध आणि नियमबद्ध आहे असे आपण मानतो, ते-ते तरी कुठे नियमबद्ध आहे? मग अवर्षण का पडते? महापूर का येतात? हवामानात अनपेक्षित बदल का होतात? कसलेही कारण नसताना अज्ञात रोगांच्या साथी अचानक का उद्‌भवतात? हिमवादळे किंवा ज्वालामुखीचे उद्रेक तरी का घडतात? जो कोणी सूत्रचालक असेल, तो कोणाचेही पारिपत्य करीत नाही किंवा कोणाला शाबासकीही देत नाही. सूत्रचालकाचे अस्तित्व नाकारणे किंवा स्वीकारणे यावरही सूत्रचालकाचे नियंत्रण नाही. अशा वेळेला या जगात काही योजना आहे, या म्हणण्यात काय अर्थ आहे?

अशा तऱ्हेने मानव जन्माला आला तेव्हापासून सूत्रचालकाला नाकारण्याची प्रक्रिया असली पाहिजे. परंतु सूत्रचालकाला नाकारणाऱ्यांची संख्या नेहमीच सीमित राहिली आहे, कारण नास्तिकता ही पुष्कळ ठिकाणी तर्कशास्त्राला सोडून सिद्ध करावी लागते. परमेश्वराचे अस्तित्व मानले किंवा न मानले तरी मानवी व्यवहार अडत नाहीत, ही गोष्ट खरी. तरीसुद्धा परमेश्वरी अस्तित्वाने जीवनव्यवहारावर काही नियंत्रण राहते व ते सुखद बनते, असेच मानवाला वाटत आले आहे. आपल्यापेक्षा अधिक शक्तिवान कुणी नियंत्रक आहे, या कल्पनेने माणसाच्या उद्दाम अहंकाराला लगाम बसतो. मानवाने मानवाच्या सोईसाठी जी समाजयंत्रणा उभी केली आहे, तिला नैतिकता येते. मनुष्य हा सर्वश्रेष्ठ प्राणी आहे, या अहंकारी जाणिवेतून आपल्या तात्कालिक सुखासाठी माणसाने निसर्गचक्रावर

फार निर्घृण हल्ले केले आहेत. जीवजंतू, कीटक, फुलपाखरे, पक्षी, प्राणी आणि वृक्षवल्लरी या साऱ्यांचा एक तोल निसर्गाने राखला होता. सर्वभूती परमेश्वर या शरणजाणिवेतून निसर्गसंहाराला मर्यादा पडली होती. आता तशी कोणीतीही मर्यादा माणूस मानताना दिसत नाही. त्यामुळे मनुष्यजातीलाच धोका उत्पन्न होण्याची शक्यता निर्माण झाली आहे.

मनुष्यप्राणी हा या निसर्गचक्रातला एक दुवा आहे. माणसाचा मेंदू अधिक प्रगल्भ आहे. त्याच्या सर्व काही लक्षात राहते आणि त्याला दूरदृष्टीही आहे. त्यामुळे तो भविष्याचाही विचार करू शकतो. त्याला समूहाचे सामर्थ्य समजले असल्यामुळे त्याने समाजाची स्थापना केली. समाजनियंत्रणासाठी कायदे निर्माण केले. स्वत:च्या सुखासाठी निसर्गाच्या अनुकरणाने त्याने आपल्या इंद्रियांची क्षमता वाढवली. सुखनिर्मितीची साधने निर्माण करण्याच्या प्रेरणेतून विज्ञानाचा उगम झाला. उष्णता निर्माण करणारी साधने निर्माण झाली. चाकाचा शोध लागला, वेगाचा शोध लागला. रंग, सूर, स्पर्श, गंध आणि चव यांच्या ज्ञानामुळे त्याने सौंदर्य, आस्वाद अशा नाना गोष्टी निर्माण केल्या; पण हे करताना माणूस हासुद्धा निसर्गचक्रातला एक अविभाज्य घटक आहे, याचेच त्याला विस्मरण झालेले आहे, आणि आज ना उद्या तो स्वत: त्याच्या विनाशाचा रस्ता शोधून काढेल याची वैज्ञानिकांना खात्री पटली आहे.

सूत्रचालनाचा अभाव आहे; म्हणून येथे न्यायाऐवजी अन्याय, समतेऐवजी विषमता, आरोग्याऐवजी रोगराई अशा नियोजनशून्य गोष्टी घडतात, असे म्हणणाऱ्यांच्या लक्षात येत नाही की, ही सारे दु:खे आणि अव्यवस्था माणसानेच निर्माण केलेली आहे. येथे परमेश्वराचा काहीही संबंध नाही. जे-जे अनियमित, अव्यवस्थित, कुरूप किंवा क्रूर असे या जगात आहे; ते सारे काही मानवनिर्मित असल्यामुळे त्याबद्दल सूत्रचालकाला दोष देण्यात अर्थ नाही. निसर्गाने माणसाला कार्यक्षम असा देह दिला, संवेदनशील मन दिले आणि इतर सर्व जीवतत्त्वांपेक्षा कार्यशाली मेंदू दिला. या सर्व उत्तम साधनांच्या साह्याने निसर्गाने निर्माण केलेली योजना माणसाने अधिक चांगली राबवावी, हे न्याय्य झाले असते. वासना, क्षुधा, तृप्ती या गोष्टींवर निसर्गाचे नियंत्रण आहे. पशुपक्षी वाटेल तेव्हा खात नाहीत किंवा मैथुन करत नाहीत. वृक्ष-वेली आपल्या फळांचा आणि फुलांचा काळ बदलीत नाहीत. परंतु मनुष्यजातच अशी आहे की कृत्रिम उपायाने माणसाची भूक आणि वासना केव्हाही चाळवता येते. ज्याचा आपल्याला उपयोग नाही अशा गोष्टींचा संचय माणसावाचून जीवसृष्टीतला कोणताही जीव करत नाही.

मनुष्याने संचयाचेही शास्त्र बनविले. निसर्गाविरुद्ध निर्माण झालेल्या माणसाच्या गरजांतून सृष्टीतील विषमता आणि कुरूपता वाढीला लागली आहे. जे काही दु:ख आज मानव जातीच्या वाट्याला येत आहे, ते सारेच दु:ख आज माणसाने निर्माण केले आहे. परमेश्वराला त्याबाबत दोष देऊन उपयोगाचे नाही. पाप-पुण्य, नीती अनीती यासुद्धा मानवी कल्पना आहेत. निसर्गात जगण्यासाठी काहीही केले तरी क्षमा आहे, पण फक्त जगण्यासाठीच. गंमत म्हणून कुणी कुणाची हत्या करीत नाही. आपल्या गरजेपेक्षा कोणीही हव्यासाने अधिक काही मिळवायचा प्रयत्न करत नाही.

अक्कलबाज माणसांनी पाप-पुण्य, नीती-अनीती, पोलीस-लष्कर, कायदेकानून, न्यायालये इत्यादी गोष्टी निर्माण केल्या. यालाच संस्कृती असे नाव दिले. या संस्कृतीच्या रक्षणासाठी त्यांनी परमेश्वराला वेठीस धरले. जी काही मानवी रचना आहे ती परमेश्वरी सूत्रातूनच झाली आहे, हे सांगणारे परमेश्वराचे दूत निर्माण झाले. निराकार, निर्गुण, निरुपद्रवी अशा सूत्रचालकाच्या कल्पनेचा माणसाने आपल्या सोईसाठी सत्यानाश केला. परमेश्वराची कल्पना ज्या दिवशी माणसाच्या मनात प्रथम निर्माण झाली, त्या वेळेस त्याच्या मनात किती तरी अद्‌भुत आनंद उपजला असेल! आपल्याला एक चांगले खेळणे मिळाले, चांगला मित्र मिळाला, म्हणून त्याचा आनंद गगनात मावला नसेल! माणसानेच आपल्या मनातल्या सुंदर रूपात त्याची प्रतिष्ठापना केली. आपल्यापेक्षा सुंदर घर त्याला बांधून दिले. त्याला आभूषणे दिली. वस्त्रे नेसवली. नाना तऱ्हेच्या सुगंधी द्रव्यांनी त्याची पूजा केली. सुंदर सुरांनी त्याला अभिमंत्रित केले. मंत्र रचले, प्रार्थना रचल्या. माणसाला जे-जे आवडेल ते-ते त्याच्या या जिवलग मित्रासाठी जमा झाले. तो कुठूनही दिसावा म्हणून त्याच्या मंदिराचे कळस, घुमट, मनोरे आकाशापर्यंत नेऊन भिडवले गेले.

पण अखेरीस या आपल्या मित्राची याच माणसाने हत्या केली. आपल्या अन्यायात त्याला सामावून घेतले. दारिद्र्याचे व हीनत्वाचे समर्थन करण्यासाठी त्याच्या मुखातून अनेक आज्ञा वदवल्या आणि या सर्वशक्तिमान प्रभूला आपल्या संपत्तीचे रक्षण करणारा दास बनविले. बिचारा परमेश्वर बसल्या जागीच अवघडून गेला. दगडांच्या देवळांत आज तो कैदी झाला आहे. एके काळी सर्वांना सखा वाटणारा, दुबळ्यांना आधार वाटणारा, दुरितांचे तिमिर हटवणारा जो सूत्रचालक; तो आज फक्त जुलूम करणाऱ्या काही माणसांच्या घरचा श्वान होऊन मनुष्य जातीवरच भुंकताना दिसतो आहे. असा सूत्रचालक असला काय किंवा नसला काय!

-०-०-०-

गवाक्ष

- ४ -

बेफाट वाहणारा प्रवाह

आयुष्यातील एक-एक दिवस जसजसा हळूहळू कमी होत जातो, तसतसा आठवणींच्या पोतड्या भरत जातात आणि एक वेळ अशी येते की, नवे काही घडेनासे होते. मग माणूस आठवणींवर प्रेम करायला लागतो. त्याच त्या गोष्टी तो पुन:पुन्हा सांगतो. हरवून गेलेले सुंदर क्षण– किंबहुना, हरवल्यामुळेच सुंदर झालेले क्षण– त्याच्या मनात रोमांच उभे करतात. जणू काही तो पूर्वानुभव आता प्रत्यक्षात घेत असतो. मलूल वासना प्रज्वलित होतात. थकलेली गात्रे स्फुरण पावू लागतात. वर्तमानाच्या रखरखीत वाळवंटात एक हिरवे नव्हाळ स्वप्न निर्माण होते. अनाहूतपणे एक ताजा टवटवीत निर्झर भेटतो आणि त्या सलील दर्शनाने मन खुशावून जाते. एका बाजूने कळत असते की, हे सारे मृगजळ आहे, या पाण्याने तहान भागणर नाही; पण प्यास बुझवण्याची इच्छाच नसते, तर प्यास लागली आहे हेच विसरण्याची त्याला इच्छा असते. मनाचा हा गहिरा चाळा ज्याला खेळता येतो, त्याचा वर्तमान सुसह्य होतो.

निसर्गाने अशी एक गंमत करून ठेवली आहे की, गात्रांत त्राण असते, वासना क्षुब्ध असतात आणि झेप घालण्याची ऊर्मी अनावर असते; तेव्हा त्याला कोणतीच अनुकूलता नसते. द्रव्याचे साह्य नसते, रुळलेल्या वाटा दृष्टिपथात नसतात आणि त्याहूनही डोळ्यांत, कानांत, स्पर्शात सळसळणारे चैतन्य दुसऱ्याला समजण्याइतके बोलके झालेले नसते. हळूहळू शहाणपण येते. गाठीला पैकाही जमू लागतो. व्यवहारांचे डावपेच समजू लागतात.

सुख म्हणजे काय, हे जेव्हा समजायला लागते; तेव्हा सुख भोगण्याची शक्तीच संपून गेलेली असते. तारुण्य आणि प्रौढत्व यांच्या सीमारेषेवर काही सुखे निसटता स्पर्श करून जातात– तेवढीच माणसाची खरी कमाई. या कमाईने तृप्ती लाभलीच तर ठीक आहे, नाही तर सुखी माणसांना पाहून मत्सराने जळण्यावाचून दुसरे काही करता येत नाही.

काही गोष्टी या काळाच्या हिशेबातच समजून घ्यायच्या असतात. सुख भोगता येत असेल, तर भोगावे आणि भोगता येत नसेल, तर सुखी माणसाच्या आनंदात सहभागी व्हावे व अतृप्ती लपवावी. कारण तृप्तीची साधने आता आपल्या वयाला शोभत नाहीत आणि शोभतील असा देखावा केला तरी ती पेलवत नाहीत.

तारुण्यासारखा सुंदर आणि देखणा मित्र या जगात नाही. देहाची सारी गात्रे त्या वेळेस सुस्थितीत असतात. वेगाची भीती वाटत नाही. अज्ञात रस्ते किंवा अपरिचित साधने-साहसे यांचीच एक अनावर ओढ लागलेली असल्यामुळे दशदिशा सुंदर झालेल्या असतात. दाही दिशांनी निमंत्रण येते, तेव्हा आपणच एक निमंत्रण बनून गेलेलो असतो. आपल्याशिवाय या जगाला अर्थ नाही, अशा अहंतेने पावलांचे पंख होतात. आकाश ठेंगणे होते. आपल्यासाठीच नद्या वाहतात, वेलींना फुले येतात, डोळ्यांत विभ्रम येतात, भुवया कमानदार होतात, असे वाटते. या आत्मलक्षी दृष्टिकोनामुळे जगातील कुरूपता सुंदर होते किंवा सुंदरता रूपसंपन्न होते. ज्याप्रमाणे आकाशातील पाण्याचा थेंब मोती बनण्याच्या आकांक्षेने शिंपल्याकडे धाव घेतो, त्याप्रमाणे आपल्या आयुष्याचे थेंब-थेंब मोत्याच्या शिंपल्याकडे धाव घेतात. तारुण्य म्हणजे काय? ती असते स्वाती नक्षत्रातील बरसात.

मी, माझी बुद्धी, माझे रूप, माझी गुणवत्ता चोखंदळपणे स्वीकारणारा या जगात कुणी तरी निश्चित आहे, याबद्दल मनात खात्री असते. हळूहळू ती खात्री ओसरते. आपली फसगत झालेली आहे, हे लक्षात येते. वासनेचा महापूर काही काळ या फसगतीला सोनेरी मुलामा देतो. पण हा मुलामाही हळूहळू खरवडला जातो. एखादा बेवारस राजा फाटक्या राजवस्त्रांनिशी याचक होऊन रस्त्यावर हिंडू लागतो, तसाच प्रत्येकाच्या अंतःकरणातील राजा फाटकी स्वप्ने खांद्यावर घेऊन सैरावैरा हिंडत असतो. तशी बहुतेकांची फसगत झालेलीच असते. हिशेब चुकलेले असतात, पण शहाणी माणसे पराभव झाकून ठेवून उंच मानेने हिंडतात. 'हेच अपेक्षित होते, किंबहुना यासाठीच मी धडपडत होतो', असाही एक विजयी

मुखवटा चेहऱ्यावर आणला जातो. ही दुनिया अनेक हरवलेल्या स्वप्नांची, किंबहुना छिन्नविच्छिन्न झालेल्या स्वप्नांनी भरून गेलेली असते. काही माणसांना स्वप्नांची चिरगुटे बरोबर बाळगतानासुद्धा धन्यता वाटते. लोक हसतात याचे त्यांना दुःख नसते. कुठे तरी खरी-खोटी तृप्ती घेऊन ते वाटचाल करत असतात. अशा भाबड्या लोकांकडे पाहिले की, मनाला फार बरे वाटते. त्यांना विजय नकोच होते, म्हणून त्यांचे पराभव झाले नाहीत. ही माणसे कधी उंच मानेने चाललीच नाहीत, म्हणून यांना मोडून पडण्याचेही भय नव्हते.

मानवाच्या या अखंड प्रवासात माणूस अजून एक साधी गोष्ट शिकला नाही. ती म्हणजे, त्याला नेमके काय हवे असते ते कळण्याची. यश किंवा अपयश यांची व्याख्या आकांक्षांवर अवलंबून असते. जेथे आकांक्षाच उंचावलेल्या नसतात, तेथे अपयश पोचू शकत नाही. निसर्गाने माणसाला गात्रांचे स्फुरण दिले आहे. तो स्फुरणकाळ सीमित आहे. तेव्हा गात्रांना आपण तृप्त करण्याचे विसरलो आहोत काय, एवढाच खरा प्रश्न असतो, आणि येथेच सारे यश किंवा अपयश ठरायचे असते. जोपर्यंत टिपकागद कोरा असतो तोपर्यंत तो शाई शोषून घेतो. पुढे शोषून घेण्याची त्याची शक्तीच संपते. गात्रांचेही असेच होते. समोर सर्व तऱ्हेची सुखे पसरलेली असतानासुद्धा गात्रांना काहीच टिपून घेता येत नसते. दोष गात्रांचाही नसतो आणि सुखांचाही नसतो; सारे काही गणित चुकलेले असते ते आसक्तीच्या बाबतीत. भोगायचे तेव्हा भोगले नाही, म्हणून गात्रे भुकेली राहिली; त्यांची भूक उलट अधिक प्रज्वलित होत गेली. पण जेव्हा सारे पाणवठे आटून गेलेले असतात, तेव्हा तहान लागली तरी पाणी मिळणार कोठून? मग गात्रे बंड करून उठतात आणि ते अनावर बंड जीवनाचे सारे हिशेब नासवून टाकते.

आसक्ती हे सुख-दुःखांचे केंद्र आहे. गात्रांचे आणि या आसक्तीचे नाते आहे. ही आसक्ती नियंत्रित असली की सुंदर असते. एवढी सुंदर की, मग गात्रांचे ओझेही वाटत नाही; उलट अभिमानच वाटतो. पण हीच आसक्ती जेव्हा अनियंत्रित होते, तेव्हा मात्र गात्रांचे ओझे होते. आसक्ती आणि गात्रे यांचे नाते सांभाळता येणारे जगात सुखी होतात. सुखी आहोत, असे निदान दाखवू शकतात. संस्कार, धर्म, समाज, कायदा ही माणसांची आसक्ती नियंत्रित ठेवणारी बाह्य साधने आहेत. बेफाट वाहणारी नदी सुंदर असते, नाही असे नाही; पण ती इतकी बेफाट असली पाहिजे की, तिने किनाऱ्याला झोडपले पाहिजे, मधे येणारे अडथळे उडवून लावले पाहिजेत, आणि बघणाऱ्यांचे डोळे दिपवून टाकले

पाहिजेत. पण अशी अनावर आसक्तीची सरिता हा एक सृष्टीचा चमत्कार असतो. तो क्वचितच निर्माण होतो. एरवी वाहतात ते साधे गढूळ पाण्याचे ओहोळ. त्यांना किनारेही जपावे लागतात आणि बंधाऱ्यांनाही शरण जावे लागते. मग तेच गढूळ पाणी पाटाच्या मर्यादेत वाहून सृजनाचे कार्य करत असते. बीजाची धारणा करते. फळांचे तुरे निर्माण करते. फळांना गंध आणि रंग आणते. सगळे काही आसक्तीचेच खेळ आहेत. पण एखाद्या बेफाट आणि धुंद प्रवाहाचा दाखला घेऊन बाकीच्या ओहोळांचे चालत नाही.

वाटते– आपला उपयोग किती झाला, कुणास ठाऊक! किनाऱ्यांची आपण फारशी वास्तपुस्त केली नाहीच. पण बंधारेही उडवून लावता आले नाहीत. थोडा काळ जलतांडव करता आले, एवढीच काय ती आपली कमाई. असेही वाटते की, एखादा बंधारा जरी उद्ध्वस्त करता आला तरी मोठी मजा आली असती. पण खरोखरच आपल्या आयुष्याच्या जीवनसरितेच्या वाटेत एखादा बंधारा तरी आला होता काय?

- ०-०-०-

- ५ -
शब्द जर मुके झाले...

आपले सर्वांचे जीवन अनेक परंपरागत गोष्टींनी बांधलेले आहे. व्रत-वैकल्ये, पूजा-प्रार्थना, लग्न-मुंज आदी धार्मिक गोष्टी आपण क्षणभर सोडून देऊ; पण भारतात होऊन गेलेल्या अनेक थोर पुरुषांच्या जयंत्या किंवा मयंत्या, प्रत्येक प्रांताचे वेगवेगळे उत्सव, लहान-मोठ्या जत्रा, उरूस करण्यामध्ये आपण आपला किती तरी वेळ हकनाक घालवत असतो. कोणीही मोठा माणूस मरण पावला की, दुःखित व्हायच्या ऐवजी सर्व तऱ्हेचे कामधाम बंद ठेवून आपण मौजमजा करण्यासाठी सुटी घेतो. अधून-मधून संप करून शक्ती दाखविल्याशिवाय आपले पुढारीपण टिकणार नाही, एवढ्यासाठी अशक्यप्राय मागण्या करतो. या देशात संप घडवले जातात. त्यासाठी वर्षानुवर्षे मौल्यवान सामग्री गंजत पडते. त्यातून दहशत निर्माण होते. समाजाला भयभीत करण्याचे एक नवेच शास्त्र आता उदयाला आले आहे. केवळ कर्तव्य म्हणून आपल्या मुला-मुलींना आपण शाळेत घालतो. तंत्रविज्ञानाचे काही अभ्यासक्रम सोडले, तर बाकी सारे शिक्षण निरर्थक आहे, हे आपल्या लक्षात येईल. तरीही मुले-मुली शाळा-कॉलेजांत जातात. त्यांना पुरेसे कामच नसते. त्यांची चैतन्यशक्ती मग उपद्रवी चाळ्यांत रूपांतरित होते. अनेक विद्यापीठे मग बेमुदत बंद पडतात. एक बेजबाबदार आणि दिशाहीन जीवनक्रम जगणारी तरुण पिढी आपण निर्माण करीत आहोत.

या देशात सर्व प्रकारच्या निवडणुका सदोदित होत असतात. द्वेषाचे नवेनवे मार्ग निर्माण होतात. चारित्र्यहननाची फार मोठी

परंपरा या देशाने निर्माण केली आहे. सर्व नेत्यांवर, सर्व पक्षांवर किंवा सर्व प्रकारची सत्ता राबवणाऱ्यांवर जे-जे आरोप जाहीरपणे केले जातात; त्यांचा जर क्रमशः विचार करावयाचे ठरवले, तर या देशात फक्त नादान आणि हलकट लोक राहतात, असा निष्कर्ष काढावा लागेल. कर्तृत्वाचे प्रात्यक्षिक दाखवून या देशात मोठेपणा सिद्ध करायचा नसतो; तर सत्तेवर असणारा प्रत्येक मनुष्य किती कर्तृत्वशून्य आणि भ्रष्टाचारी आहे, हे सिद्ध केले की सर्वांचे काम भागते. एके काळी नेतृत्वासाठी, उपकारक अशा चळवळींत लोकांना वर्षानुवर्षे राबावे लागत असे. आज फक्त चावरे शब्द बोलता येण्याचे शास्त्र नेतृत्वाला पुरेसे आहे.

वेगवेगळ्या विषयांवर चर्चासत्रे, सेमिनार, व्याख्यानमाला सतत चालू असतात. शब्दांचे नवनवे बुडबुडे प्रतिदिनी हवेवर तरंगत असतात. कोण कसे चुकले याची चिकित्सा चालू असते. या ज्ञानसत्राच्या नावाखाली चालू असणाऱ्या शब्दभ्रमाला या देशात फार मोठी प्रतिष्ठा प्राप्त झाली आहे. सर्वसामान्यतः रूढ झालेला सिद्धान्त, आदर प्राप्त करून घेतलेली व्यक्ती, लोकांच्या अंतःकरणात वर्षानुवर्षे घोळत असणारे ग्रंथ हे सर्व काही निरर्थक आहे– अशा तऱ्हेचा सिद्धांत टिंगल-टवाळीच्या स्वरूपात करता आला की, माणसाला विद्वान म्हणून मान्यता मिळते. वंदनीय व्यक्तींमधला माणूस शोधणे, हा असाच एक उपक्रम सुरू झाला आहे. त्यांच्या श्रेष्ठत्वाची कारणे शोधण्यापेक्षा त्यांच्यातील हीनत्व आणि लघुत्व शोधणे, हेच आजच्या तथाकथित विद्वानांचे इतिकर्तव्य होऊन बसले आहे. ग्रामपंचायती, नगरपालिका, विधानसभा आणि लोकसभा येथे चालणारी चर्चा ही बहुधा निंदा-नालस्तीची आणि टिंगल-टवाळीची असते. काही भव्य-दिव्य कल्पना कुणालाही सुचू नयेत, याचे खरोखर आश्चर्य वाटते. खोटी आकडेवारी, प्रगतीचे टप्पे आणि आपल्या कारभारातील नेत्रदीपक यश याची जाहिरात शासकीय पक्षाने करावी आणि सरकारचा कारभार कसा अकार्यक्षम आहे व राज्य करण्यास हा पक्ष कसा नालायक आहे, हे विरोधी पक्षाने सिद्ध करण्याचा यत्न करावा– असा शब्दांचा एक प्रचंड धुरळा उडताना दिसतो आहे.

शब्द-शब्द-शब्द– फक्त शब्दच शब्द. अक्षरांना आणि शब्दांना आता लाज वाटू लागली असेल. माणसांना शब्दांचा शोध लागला, तेव्हा एकमेकांना समजून घेण्यासाठी एक अमोल साधन आपल्या हाती आले हे जाणून मनुष्यजात रोमांचित झाली असेल. सज्जनांच्या आणि चारित्र्यवंतांच्या तोंडातून जे शब्द बाहेर पडले, त्यांना मंत्राचे रूप केव्हा आले याची नोंद ठेवायला माणूस विसरला. एके काळी याच शब्दांनी माणसाला उदात्त केले, आनंदकल्लोळात

बुडवून टाकले. इतर प्राण्यांपेक्षा माणसाला शब्दांचे समर्थ शस्त्र मिळाल्यामुळे सुसंस्कृत जगाची निर्मिती झाली. अनेक शास्त्रज्ञांचा जन्म झाला. विज्ञानाला दिशा सापडली. शब्दांचे हे अभूतपूर्व शस्त्र माणसाला सापडले, तरीही मौनाचे गूढ रहस्य त्याला ज्ञात होते. आज पुन्हा एकदा या शब्दांना आवर घालावा, असे वाटू लागले आहे. अगदी खासगी संभाषण सोडून दिले, तर बाकी साऱ्या अनावश्यक शब्दांना गोठवून टाकावे आणि शब्दाशिवाय माणसे माणसांना समजू शकतात किंवा काय, याचा विचार करावा असे वाटू लागले आहे.

समजा– आपण एक वर्ष मौनाचे पाळले, तर काय काय होईल याचा विचार तर करून पाहू या. सभा, संमेलने, अधिवेशने झालीच नाहीत तरी मनुष्यजातीचे काही नुकसान होणार नाही. लोकसभा, विधानसभा एक वर्षभर बरखास्त केल्या, तर कदाचित मंत्र्यांच्या हातून कामाचा अधिक उरक होईल. बोलपटाऐवजी मूकपट आपण पाहू लागलो, तर अभिनयाचा दर्जा वाढेल. डोळे अधिक बोलके होतील. शाळा-कॉलेजे बंद करून साऱ्या विद्यार्थ्यांना एक वर्षभर शेता-शेतांत, दऱ्याखोऱ्यांत कामाला जुंपले, तर आपल्या देशावरची आणि या मातीवरची त्यांची भक्ती तर वाढेलच; पण त्यांच्याजवळ असणाऱ्या चैतन्यातून हा देश खऱ्याखुऱ्या अर्थाने सुजलाम्-सुफलाम् होईल. रेडिओवरची कंटाळवाणी बातमीपत्रे, पोरकट श्रुतिका ऐकाव्या न लागता कानांवर फक्त सुंदर सूर येतील.

खरेच, एका नि:शब्द समाजाचे चित्र मी पुन्हा नजरेसमोर आणतोय. स्त्री-पुरुषांचे प्रेम स्पर्शातून कळू लागेल. परमेश्वराला आळवण्यासाठी बेताल आणि बेसूर भजने गाण्याऐवजी नम्र माथा पुरेसा आहे. किळसवाण्या आणि असभ्य घोषणा देणाऱ्या मोर्चापेक्षा मूक मोर्चा अधिक परिणामकारक आहे. निरर्थक कोलाहल एकदा थांबला की द्वेषाची, विद्रोहाची किंवा वैराची अनेक कारणे नष्ट होतील. होय! शब्दामुळे काही गैरसोई होतील, काही आनंदही कमी होतील; पण तरीही अनेक नवे आनंद जन्माला येतील. माणूस माणसाला समजून घेऊ शकत नाही, कारण समजुतीसाठी शब्दांच्या रस्त्यावरूनच जाण्याची त्याला सवय लागली आहे. शब्द जसे गुलाबपाण्यासारखे उत्तेजक असतात तसेच जखमा होण्याइतके टोकदारही असतात. शब्द अलीकडे फार खुशामतखोर झाले आहेत, लाचारही झाले आहेत. मंत्राऐवजी ते शाप बनू पाहत आहेत. माणसाच्या पंचेंद्रियांपैकी स्वरेंद्रियांवर आणि श्रवणेंद्रियांवर आपण फार विश्वासून राहिलो आहोत.

एखाद्या घनदाट अरण्यात आपण गेलो की, तिथल्या गूढ शांततेत आपण भयकंपित होतो. कारण शब्दांच्या सान्निध्याशिवाय राहण्याची आपली

सवयच मोडून गेली आहे. हिमालयाच्या रांगा ओलांडून आपण जसजसे खोलवर आत जातो तसतशी आपली असहायता आपल्या लक्षात येते. कारण तिथेही शब्द आपल्या सोबतीला नसतात. एखाद्या होडक्यावर बसून आपण सागराच्या पाठीवर प्रवास करू लागलो की, नुसत्या लाटांचा ध्वनी ऐकू येतो. हा ध्वनी काय, हिमालयातील गूढ नीरवता काय किंवा गर्द वनातील सुन्न एकांत काय, या साऱ्या शब्दशून्य वातावरणात माणूस प्रथमच स्वत:शी बोलू लागतो. त्याच्या एकट्याच्या अंत:करणातला आजपर्यंत लपलेला ध्वनी उमटू लागतो. हा ध्वनी जगातल्या कोलाहलापेक्षा अगदी वेगळा असतो. खरे तर माणूस इतका बोलत असतो की, त्याच्या लक्षातही येत नाही की झाडांना, वेलींना, फळांना, फुलांना, पाखरांना आणि प्राण्यांना आपल्याशी खूप काही बोलायचे असते. त्यांचे एक राहो– पण आकाशाला, हवेला, पाण्याला एवढेच नव्हे, तर दगडांनासुद्धा बोलायचे असते. क्षणाक्षणाला सृजन चालू असणाऱ्या मातीला तर सांगण्यासारख्या पुष्कळ गोष्टी असतात. पण माणसाला ते काही ऐकण्यासाठी सवडच नाही. तो स्वत:च इतका बोलत असतो की निसर्गालाही काही बोलायचे आहे, हे तो विसरूनच जातो.

म्हणूनच कधी कधी वाटते की, अणुविज्ञानावर किंवा क्रोमोझोमच्या शोधनावर बंदी घातली आहे तशीच बंदी जर शब्दांच्या वापरावर घातली; तर शब्दांचं प्रदूषण थांबेल. जर बोलल्या जाणाऱ्या प्रत्येक शब्दावर कर आकारला, तर आपले सर्व आर्थिक प्रश्न सुटून जातील. मानवी कर्तृत्वाची गीता गाण्यासाठी, आयुष्याचा उदात्त अर्थ सांगण्यासाठी किंवा दुरितांचे तिमिर हटवण्यासाठी जेव्हा शब्द वापरले जातात, तेव्हा आपोआपच त्यांचे मंत्र होतात. अखेरीस शब्दांना स्वत:चे अर्थ थोडेच असतात? आपण देऊ ते अर्थ त्यांना स्वीकारावे लागतात. म्हणून कधी कधी वाटतं– हे शब्दांनो, तुम्ही माणसाला सुखी करण्यासाठी आणि उन्नत करण्यासाठी साह्यभूत झालात; पण आता तेच तुम्ही माणसामाणसांत वैर निर्माण करण्याचे कार्य करू लागलात. आता थोडे दिवस तुम्ही या वाचाळ माणसांचा त्याग करा आणि दूर कोठे तरी जाऊन लपून बसा. जेव्हा तुमच्यावाचून आमचे भागेनासे होईल, आमचा आत्मा तडफडू लागेल; तेव्हा आम्ही श्रुतींच्या पालख्या घेऊन तुमचा शोध करू. पण तोपर्यंत तरी काही काळ तुम्ही आम्हाला सोडून जा. होय, हे सारे कठीण आहे याची मला कल्पना आहे. ज्यांनी मंत्र रचले, त्या थोर मानवांची त्यामुळे प्रतारणा होईल. पण त्यांनाही तुम्ही मौनाचा अर्थ समजावून सांगितला नाहीत काय?

- ० - ० - ० -

- ६ -
सारे काही तुमच्यापासूनच

या जगाचा जन्म केव्हा झाला व केव्हा अंत होणार, यासंबंधी अनेक भाकिते रोज वर्तवली जातात; परंतु त्याला तसा काही अर्थ नाही. कारण माझ्या दृष्टीने माझ्या जगाचा जन्म माझ्या जन्माच्या दिवशी झाला आणि या जगाचा मृत्यू माझ्या मृत्यूबरोबर होणार आहे. माझ्यापुरते माझ्या जन्म-मृत्यूच्या मर्यादेतच जगाचे अस्तित्व आहे. ज्यात मी नाही, ते जग काय कामाचे? मीच जर नसेन, तर जगाचे असणे किंवा नसणे याचा मला उपयोग तरी काय?

हा जो मी, तोच हे जग व्यापून राहिलेला आहे. मी म्हणजेच ब्रह्मांड, 'अहं ब्रह्मास्मि' असे वेदान्त सांगतो. याचा अर्थ व्यापक नसला तरी 'अहं'ची व्याप्ती सांगणारा आहे. मी ज्या रक्तपेशींचा वाहक आहे किंवा माझ्यापासून वृद्धिंगत होणाऱ्या ज्या रंगसूत्रसाम्राज्याचा मी जन्मदाता आहे; तेवढ्यापुरती माझ्या जगाची व्याप्ती वाढविण्यास मी तयार आहे. अरे, या माझ्या तर्कशास्त्रात एक गफलत झाली. जर मानवाचा आदिपुरुष एकच असेल, तर मग मानवाचा हा सारा पसारा म्हणजे त्याच्याच रंगसूत्रांचा पसारा नव्हे काय? मग या जगात जे-जे चैतन्यदायी आहे किंवा जे-जे निर्मित होत आले आहे, त्या सर्वाला माझ्या रक्तातील रंगसूत्रे किंवा त्यांचा जनक हाच जबाबदार नाही का? माझ्यापुरते जग म्हणता-म्हणता जगातला मी एक, अशा भूमिकेपर्यंत माझा प्रवास झाला नाही काय? याचा अर्थ– या जगात सर्वत्र मीच भरून राहिलो आहे, असा होईल आणि तो खराही असेल;

कारण हे जग म्हणजे माझ्या मनातल्या सर्व आशा-आकांक्षांचा एक विस्तारच आहे. माणसाचे रंग किंवा आकार कोणतेही असोत; पण माणसातील चैतन्याचा आविष्कार जर एकाच रंगसूत्रान्वये चालत असेल, तर मीपणाला केवढे फाटे फुटतील! मग मला इतिहासाचाच मागोवा घ्यावा लागतो. भूगोल मला न्याहाळावा लागतो. एवढेच कशाला, या वसुधेबाहेर माझे काही अस्तित्व आहे किंवा काय, हे शोधण्याचा नाद मला लागला आहे. अगदी माझ्यापुरते म्हणता-म्हणता माझ्याही दृष्टीत मावत नाही एवढा मी आता होऊन बसलो आहे.

जगाकडे पाहण्याचा माझा दृष्टिकोनच त्यामुळे बदलला. जगावर येणारे प्रत्येक अरिष्ट आता माझ्यावरच येत आहे, असे मला वाटते. कोठे तरी सैतानाचे अस्तित्व निर्माण होऊन तो मानवावर अत्याचार करू लागला की, त्याच्या वेदना माझ्या अंगांगाला होऊ लागतात. कोठे कोणी भुकेने व्याकुळ झाले किंवा पाणी-पाणी म्हणत आक्रंदू लागले की, माझ्या पोटात भूक-तहान जागी होते. कधी कधी माणसाच्या या सृष्टीतील अस्तित्वाच्या कुतूहलापायी कोणी परमेश्वराशी वाद घालू लागला की, माझ्याही मनात कल्लोळ उमटतात. मग मी कधी आकाशाकडे झेपावणारे चर्च, मंदिर, स्तूप यांच्या कळसावर बसून परमेश्वराचा शोध घेऊ लागतो. माझ्या कल्पनेच्या क्षितिजाला मर्यादाच उरत नाही. जग माझ्या हातात येते, अवकाश माझ्या मिठीत येते आणि त्या पलीकडचे अज्ञात विश्व माझ्या मस्तकात येते. हा माझा टिचभर देह ब्रह्मांडाहून मोठा होतो, कारण या चैतन्याच्या रंगसूत्राचा स्वामी माझ्या डोळ्यांतील पापण्यांच्या आडोशाला उभा असतो.

या जगातील सर्व घटितांना जर मी जबाबदार असेन; तर मग या जगात असणारी विषमता, घडणारे अन्याय, गाळले जाणारे अश्रू आणि निघणारे नि:श्वास या साऱ्यांनाही मीच जबाबदार आहे. माझ्या छोट्याशा देहाला सारे जग कवेत घेताना अडचण होते. एवढी लांबलांबची अंतरे चालताना माझे पाय दमतात किंवा आसवांचे समुद्र पिताना मला माझी ताकद पुरणार नाही याची आठवण येते. अशा वेळेला मी माझे जग छोटे करतो. फक्त माझ्या देशाचाच किंवा प्रांताचाच विचार करतो. तेही जमले नाही, तर मी राहतो त्या गावाचा विचार करतो. माझ्याच रंगसूत्रांच्या पसाऱ्याचा संकोच कधी मी जाणिवेने करतो, तर कधी माझ्या हातून अजाणता होतो. कधी कधी त्यात संकुचितता येते. माझ्यासारख्याच अन्य कोणी करत असलेल्या प्रयत्नांशी माझा संघर्ष होतो. माझा मीपणा एवढा अनावर असतो की, दु:खहरण करण्याच्या माझ्या उद्योगाची

अखेर दु:ख देण्यातसुद्धा होते. समोरच्या माणसात मला सैतान दिसू लागतो, किंवा माझ्यातच दुसऱ्या कोणाला सैतान जाणवू लागतो. स्वत:ची हत्या जाणीवपूर्वक करण्याचे किंवा स्वत:ला दु:खी करण्याचे माझ्या मनात नसते, पण माझ्या कृतीला मात्र तसे स्वरूप येते. चांगले-वाईट, सत्य-असत्य, नीती-अनीती हा विवेक करण्याचे माझे सामर्थ्य लुळे पडते. माझ्यातील ईश्वराला सैतानाचे रूप येते. पण मला मात्र हा सैतान दिसत नाही; उलट माझ्यासमोर असणाऱ्या परमेश्वरालाच मी सैतान मानू लागतो. मग संघर्ष अटळ असतो. सर्व विश्वाला मी व्यापून टाकले आहे, असे मी मानत असतानाही माझ्याशीच माझे युद्ध सुरू होते. अवहेलनेच्या, उन्मत्तपणाच्या आणि अश्रूंच्या नद्या पुन्हा भरभरून वाहू लागतात. माझ्यातला एक मी हतबल होतो, आणि दुसरा मी सिकंदर होतो.

याचा अर्थ– ‘सुखहरता दु:खकरता, वार्ता विघ्नाची’ असा मी जन्म पावतो. माझे अस्तित्व कधी निमित्त असते, कधी साधन असते, तर कधी अखेर असते. हे असेच चालत आले आहे, कदाचित चालत राहणार आहे. अपमानाचा बदला घेणारा, हक्कांसाठी झगडणारा, असा शस्त्रसज्ज अर्जुन मीच असतो. नरसंहाराला घाबरणारा, आप्त-स्वकीयांची हत्या नाकारणारा असा गलितगात्र अर्जुनही मीच असतो. माझ्या हातून रक्ताच्या नद्याही वाहतात आणि धर्माचे राज्यही निर्माण होते. लक्षात येते की, निर्मिती आणि विनाश हातांत हात घालूनच चालतात.

हे झाले माझे जगड्व्याळ रूप. पण माझे एक आणखी लहान, क्षुद्रसे रूप आहे. माझ्यात थोडा राक्षस आहे आणि थोडा देव आहे. अहंकारी राक्षसाला मला ठेचावे लागते आणि सदाचारी देवत्वाला फुलवावे लागते. जेव्हा या प्रचंड रंगसूत्रांच्या समूहातला मी एक असतो; तेव्हा त्या समूहाचा विचार माझ्या मनात सतत असतो. माझ्या इंद्रियांना मला तुष्ट करायचे असते, कारण ती हट्टी असतात. त्यामुळे मला पुष्कळांची फसवणूक करावी लागते. एवढ्यासाठी मला दुबळ्यांच्या हातातून सुखे ओरबाडून घ्यावी लागतात. समुदायाचे कायदे मोडावे लागतात. वेगळेपणाचा अहंकार फुलवावा लागतो. पण एवढे करूनही माझ्या इंद्रियांची तृप्ती होतेच, असे नाही. ती भूक वाढतच राहते. या भुकेला आवरावे कसे, या चिंतेने मी व्यथित होतो. मग मला अशी एक हाक ऐकू येते की, तिने मी थरारून जातो. ती आर्त हाक– ‘अहं ब्रह्मास्मि’ असे आश्वासन देणाऱ्या ब्रह्मांडातून येते. ती हाक हृदयस्पर्शी असते. तिच्यात मदतीची याचना असते. जिव्हारी जखम झालेल्या पाखराचा तो एक केविलवाणा आक्रोश असतो. तो

आवाज मला ओळखीचा वाटतो. मग मला आठवते की– अरे, हा तर माझाच आवाज! मला त्या आवाजाच्या मदतीला गेलेच पाहिजे! माझ्या वखवखलेल्या इंद्रियांना चपराक देऊन मी ताबडतोब गप्प बसवतो आणि मग मी त्या दु:खाचा शोध घ्यायला निघतो. त्या दु:खाचे हरण करण्याची माझी इच्छा एवढी प्रबल होते की, माझा मीच बदलून जातो. हे सारे मलाच केले पाहिजे, सारे काही माझ्यापासूनच सुरू झाले पाहिजे, या विचाराबरोबरच माझे रंगरूप पालटते. सारे धर्मग्रंथ माझ्यापुढे ओणवे होतात. या विश्वात माझेच घडून गेलेले संतांचे अवतार मला दिसू लागतात. इंद्रियांचे चोचले पुरविण्यात होणारा जो आनंद होतो त्यापेक्षा, कोणाचे दु:खहरण करताना किंवा अश्रू पुसताना जो काही अलौकिक आनंद होतो; ती आत्मपूजाच आहे, हे जाणवायला लागते. सगळ्यांचे रक्त जसे सारखे तसे अश्रूसुद्धा सारखेच आहेत. वेळच्या वेळी अश्रू न पुसले गेल्यामुळे तर जगातले समुद्र खारट झाले नसतील ना, अशी शंका चाटून जाते आणि मग स्वत: अगस्ती व्हावेसे वाटू लागते. हे असे वाटू लागणे, हेच माझ्या आजपर्यंत वाहून आणलेल्या रंगसूत्रांचे इतिकर्तव्य आहे, असे माझ्या अंतर्यामाला समजते, आणि मग दोन्ही बाहू उभारून मी दु:खांच्या शोधात फिरतो. हा शोध माझ्यापासूनच सुरू होतो, पण माझ्यापाशी थांबत मात्र नाही.

-०-०-०-

- ७ -
सूर्याचा चंद्र झालेला होता

आज पहाटे जाग आली, तेव्हा बाहेर नेहमीसारखा काळाकुट्ट अंधार नव्हता किंवा नेहमीप्रमाणे पक्ष्यांचा किलबिलाटही नव्हता. मी उठण्याची वाट पाहणारी माझी खोलीतील चिमणी मला जाग येत नाही असे पाहून, कंटाळून केव्हाच बाहेर उडून गेली होती. याचा अर्थ, मला उठायला खूपच उशीर झाला होता. हे काही ठीक झालं नाही, असं म्हणत मी उठलो आणि वाजले आहेत किती, ते पाहिले. तसे काही फार वाजले नव्हते. साडेपाचसुद्धा नव्हते. मग वातावरणात धगधगीतपणा का बरे यावा? मी त्रासिक मुद्रेने बाहेर पडलो आणि मग लक्षात आलं की, आता दिवस मोठे झाले आहेत. म्हणून तर रात्र खूप लवकर संपते. प्रकाशाच्या तालावर चालणारे निसर्गाचे चक्र म्हणून तर बदलल्यासारखे वाटते. माणसाने मात्र सूर्याऐवजी घड्याळाला आपला गुरू केलाय आणि घड्याळाच्या दृष्टीने दिवस आणि रात्र ही नेहमीच बारा-बारा तासांची असते. ऋतुमानात झालेला बदल माणसाच्या ध्यानात यायला जरा वेळ लागतो. नेहमी खूप लवकर उठण्याची सवय असूनसुद्धा मोठा झालेला दिवस लक्षात यायला मलासुद्धा खूपच अवधी लागला.

मी जागा झालो, तेव्हा बाहेरच्या जगात चांगला बराच अंधार होता. मग वातावरणात हळूहळू बदल होत गेला. काळा रंग कबरा झाला, मग तो धुरकट झाला आणि हळूहळू प्रकाशाच्या तिरिपा मेघांतून डोकावू लागल्या. पण ही सारी क्रिया व्हायला खूप-खूप वेळ लागतो. काहीच उद्योग नसेल तर हा बदल बघत

बसणं, हासुद्धा एक सुखद उद्योग होऊ शकतो, आणि मी तसा उद्योग पुष्कळदा केला आहे. ग्रंथाचं पान जसं उलगडत जावं तशा रंगाच्या एकेक छटा उलगडत जातात आणि ज्याप्रमाणे पुस्तकाला एक अखंड अर्थ असतो तसाच एक अर्थ त्या बदलणाऱ्या रंगमालिकेलाही येतो.

हिवाळ्यात सूर्य जेव्हा वर येतो तेव्हा, तो खेळ किती तरी वेळ चालत असतो. प्रकाश हळूहळू येतो आणि ऊनही फार हळूहळू जाणवते. गर्भवती स्त्रीच्या चालीसारखी ती सुजाण परंतु मंद चाल असते. त्या चालीला योग्य कारण असते. सृजनाची चाहूल येते, पण त्याचबरोबर निसर्गाचा तोल समजतो. भविष्याची एक चाहूल साद घालीत असते. पावसाळ्यात उगवणारा सूर्य हा प्रेयसीप्रमाणे फसवा असतो. अनेक संकेत तो चुकवतो. आल्यासारखे दाखवून लपून राहून कधी कधी तो रुसून वा फुरंगटूनही बसतो. प्रियकराने आर्जव करावे किंवा लगालगा क्षमायाचना करावी म्हणजे लबाड प्रेयसी खुद्कन हसते, तसा तो हसतो; पण पुन्हा नव्या मागणीसाठी रुसून बसतो. पण वैशाखातला सूर्य मात्र प्रियकराच्या बेइमानीपणामुळे चिडलेल्या मानिनीसारखा असतो. येता-येताच तो जाळून टाकायला निघतो. किंबहुना, त्या क्रोधाग्नीमुळेच या वैशाखरवीचं अस्तित्व जाणवू लागतं. तशा अर्थानं आज पहाट असूनही, सूर्याच्या उग्रतेची उठल्या-उठल्याच जाणीव व्हायला लागली.

निसर्गाचे हे चक्र अंगावर झेलत-झेलत माणूस जगत असतो. गुलाबी पालवीचा रंग हिरवा केव्हा होतो, हिरव्या रंगाचा पिवळा रंग केव्हा होतो आणि हे पिवळेपण हळूहळू कृष्णवर्णात रूपांतरित होत पुन्हा मातीत एकरूप होऊन जाते. क्षणाक्षणाला सृष्टीत सृजन होते आणि नाशही होत असतो. निर्मिती आणि विनाशाच्या या अखंड प्रक्रियेलाच सृष्टिक्रम असे म्हणतात. सृजन जितके अपरिहार्य तितकाच विनाशही अपरिहार्य. सृजनाने सृष्टी आनंदित झाल्यासारखी वाटते. ताजे जलतत्त्व खळखळू लागतं. आकाशमंडपात होरी रंगू लागते. पण माणूस जसा विनाशाने खचतो तसा निसर्ग मात्र कोठेही खचताना दिसत नाही. माणूस मृत्यूला भितो, पण निसर्ग मात्र मृत्यूही सहज स्वीकारतो. कदाचित असे असेल की सृजनाला मृत्यूची आवश्यकता आहे, याची यथार्थ जाणीव निसर्गाला आहे. जमीन भाजल्याशिवाय हिरवी मखमल उगवत नाही. मातीचा घसा पाण्यासाठी आक्रोश करत राहिल्याशिवाय तिला धुमारे फुटत नाहीत. म्हणून तर जळताना किंवा मरताना निसर्गाला खंत वाटत नाही. जिथे मृत्यू प्रत्यक्ष वावरत असतो, तिथेच सृजनाची चाहूल लागलेली असते; म्हणून सृष्टीला जन्म-मृत्यूची खंत

नाही. जन्म आणि मृत्यू यांना मुळी निसर्ग वेगळे मानतच नाही.

जर निसर्गात मृत्यू नसेलच, तर निसर्गात वृद्धत्वही नाही. सूर्य म्हातारा झालेला नाही. चंद्राचे केस पिकलेले नाहीत. धरतीच्या गालांवर सुरकुत्या पडलेल्या नाहीत. वृक्षवल्लरींचे हिरवेकच्चपण हरवलेले नाही. आकाशाचे निर्मळ हास्य संपलेले नाही. या विश्वात वार्धक्याला प्रवेश नाही. कळकटपणाला जागा नाही. जुने टिकवण्याचा दुराग्रह नाही. अनुभवाचा अहंकार नाही. परिस्थितीशी वितंडवाद नाही. जे-जे नवं उगवतं, त्याच्यासाठी जागा आपोआप खाली होते. एखाद्या डोहात काळं-निळं पाणी हट्टानं आपली जागा धरून ठेवत नाही. नदीचं पाणी उगमाकडे जात नाही. खरं तर निसर्गात कालची कुणी आठवणच ठेवत नाही आणि उद्याचीही चिंता करीत नाही. आज उगवायचं, वाऱ्यावर डोलायचं; कालच्यासाठी हळवं व्हायचं नाही, की उद्याचा हव्यास धरायचा नाही.

पण या निसर्गचक्रातला माणूस नावाचा एक क्षुद्र प्राणी मात्र कालच्यासाठी फार हळवा झालेला असतो. आजच्यावर तो समाधानी नसतो आणि उद्यासाठी सदैव व्याकुळलेला असतो. काल-आज-उद्या अशा कुंपणांनी तो काळाला वेगवेगळं करू पाहतो. इथेच तर दुःखाचा जन्म होत नसेल? कालच्या दिवसापेक्षा आजचा दिवस त्याला वेगळा वाटतो आणि आजच्यापेक्षा उद्याचा दिवस त्याला आणखीनच वेगळा वाटतो. खरे म्हणजे तेच वारे अखंड वाहत राहणार असतात. चंद्र आणि सूर्य यांचेही अनाघ्रात स्पर्श चैतन्याला होत असतात. पाणी शिळे होत नाही. हिरवा रंग म्हातारा होत नाही. खरे तर ही सृष्टी म्हणजे एक अखंड कुमारिका आहे. ती सदैव भोग घेते आणि भोग देते, तरीही ती क्षतयोनी होत नाही. वर्षानुवर्षे झाली तरी तिच्या कौमार्याचा सुगंध तसाच दरवळतो आहे. भोग देताना आणि भोग घेताना ती क्षीणही होत नाही किंवा माजतही नाही. तिच्यापाशी एक अखंड उन्माद आहे. एक अखंड जिव्हाळा आहे आणि एक अखंड अभोगी भोग आहे.

पण माणसाचे ताजेपण घडी-घडीला का संपते? मनुष्य म्हातारा होतो, म्हणजे तरी काय होते? मनुष्याने पांघरलेली वस्त्रे चिरतात आणि कधी कधी फाटतात; पण त्याच्यातला अविनाशी आत्मा व जगण्याचे निमंत्रण म्हातारे होण्याचे काय कारण? मनुष्याला पांढऱ्या केसांची लाज वाटते. सुरकुत्यांची किळस वाटते. कशासाठी? आपल्यापेक्षा अधिक रसरशीत, टवटवीत माणसे आपल्यापेक्षा चांगली दिसतात अन् हसतात; म्हणून की काय? माणसाच्या म्हातारपणाचे कारण मत्सर तर नसेल? क्षणाक्षणाला नवे रूप धारण करणारी

सृष्टी, सृजनाने व्यापलेली चैतन्यता आणि त्या सर्वांशी एकरूप झालेली तरुण माणसे पाहून वृद्धाला पश्चात्ताप तर होत नाही? भोगणे शक्य होते तेव्हा मी सृष्टी भोगलीच नाही, ही खंत तर त्याच्या मनात नसेल? रंग, गंध, स्पर्श मला हाका मारत होते; तेव्हा मी त्या निमंत्रणाचा अव्हेर केला म्हणून तर मला आज रंग जाणवत नसतील? म्हणून तर गंधाचा दरवळ मला खुलवत नाही आणि स्पर्शाने शहारा येत नाही? चैतन्याची वेगवेगळी रूपे ज्यांनी नाकारलेली असतात, त्यांनाच म्हातारपण येऊन भिडलेले असते. सुख असो किंवा दुःख असो– त्यांना सर्व गात्रांच्या शक्तिनिशी सामोरी गेलेली माणसे सहसा म्हातारी होत नाहीत आणि झाली तरी तारुण्याला शाप देत नाहीत.

मनुष्याला मुळी म्हातारे होण्याचा हक्कच नाही, कारण निसर्गानेच तो नामंजूर केला आहे. रोग, आजार, व्याधी या बहुतेक मानवनिर्मित असून निसर्गाशी शत्रुत्व केल्याच्या खुणा आहेत. एखाद्या टिपकागदाचा शाई शोषून घेण्याचा गुणधर्म हळूहळू कमी होतो, कारण त्याने शक्य तेवढी शाई शोषून घेतलेलीच असते; तसेच माणसांच्या गात्रांचे झाले असेल, तर हळहळण्याचं कारण नाही. कारण असमर्थ गात्रे ही काही वार्धक्याची खूण नव्हे; ही आहे तृप्तीची खूण आणि म्हणूनच मुक्तीची पायवाट. भरपूर रसास्वादयुक्त असं अन्न वर्षानुवर्षे खाल्ले, आता ते पचत नाही याचे कारण आपला बटवा आता भरून झाला आहे. डोळ्यांना दिसत असणारी आणि रसना चाळवणारी सुंदर पक्वान्नं आपण म्हणून नाकारली पाहिजेत. स्त्रीचे विभ्रम, तारुण्य आणि निमंत्रण नाकारताना कुठेही हताश वाटण्याचे कारण नाही. कारण हा हताशपणा ही इंद्रियांची असमर्थता नाही किंवा हे वार्धक्याचे लक्षणही नाही. जेव्हा मोहोर यायचा, तेव्हा तो आलेला आहे. फळं-फुलं येऊन झालेली आहेत. तरीही इच्छा बाकी राहत असतील, तर त्या इच्छा म्हणजे हव्यास आहे आणि हव्यास म्हणजेच कळकट्ट म्हातारपण असलं पाहिजे.

माणूस म्हातारा होतो, उदासीन होतो, शारीरिक असमर्थतेबद्दल उद्विग्न होतो, निवृत्तीची भाषा बोलतो; पण खरं म्हणजे ही माणसं तशा अर्थाने कधीच तरुण नव्हती. तरुण म्हणवून घेत होती, तेव्हाही तरुण नव्हती. म्हातारपण ही निसर्गातली अवस्थाच नाही; तर माणसाची एक विकृती आहे आणि म्हणूनच ती किळसवाणी वाटते.

म्हणूनच म्हातारपण फार कुरूप होते व ते असह्य होते. योग्य त्या वेळेस पसारा आवरून घ्यावा व हव्यासांना आवर घालावा, अशी शिकवणूक देणारी

परंपरा या देशात असूनही इथला म्हातारा माणूस अधिकाधिक विकृत होत चालला आहे. पाण्याने थांबायचे नसते. अडवल्याशिवाय प्रकाशानेही अडखळायचे नसते. वाऱ्यानेही थांबायचे नसते. कारण ही कालातीत मूलतत्त्वे आहेत. चैतन्याने आपली रूपे पालटलीच पाहिजेत. कुठे थांबायचे, हे न समजणारी माणसं कळकट्ट म्हातारी होतात. मनुष्यत्व हे कालातीत आहे, पण माणूस कालातीत नाही. त्याचा जन्म जितका नैसर्गिक तितकाच मृत्यूही नैसर्गिक हवा.

कधी कधी आपण म्हातारे झाल्याचे मला जाणवते. याचे कारण माझ्या मनातली ऊर्मी आणि गात्रांतली शक्ती यांचा मेळ बसत नाही, इतकेच. अनेक बाबतींत माझ्या हव्यासावर मी नियंत्रण घालू शकतो. पण अहंकारावर नियंत्रण घालणे मला हवे तितके जमले नाही. ते जमले असते, तर म्हातारपण जाणवले नसते; निवृत्तीची भाषा तोंडी आली नसती. फूल जसे झाडावरून हलकेच गळून पडते; तसाच मीही कुठलीही कुरकुर न करता, कुणाच्याही लक्षात न येता, एक दिवस असाच गळून गेलो असतो. स्त्री-पुरुषाच्या अनावर आकर्षणातून मूल जन्माला येते; मूल जन्माला यावे म्हणून काही स्त्री-पुरुष एकत्र येत नाहीत. सुखाच्या उन्मत्त मोहातून एक नवा अंकुर जन्माला येतो. जन्म घालणाऱ्यांच्या किंवा जन्माला येणाऱ्यांच्या प्रेरणेतून हे घडत नाही. सृष्टीने जन्माला जे स्वरूप दिले आहे, तसेच मृत्यूलाही दिले असले पाहिजे. ते काही आम्हाला उमगलेले नाही, पण म्हणूनच तारुण्याविषयीचा मत्सर आणि स्वतःच्या अस्तित्वाची अपरिहार्यता जवळ बाळगून म्हातारी माणसे जगत राहिली आहेत. त्यांना मृत्यूची भीती वाटते, कारण त्यांना स्वतःचीच भीती वाटू लागलेली असते. आरसा त्यांचा शत्रू झालेला असतो. परिवारालाही त्यांचा भार झालेला असतो. हक्क संपलेला असतानासुद्धा निसर्गाच्या अत्यंत न्याय्य अशा शिस्तीत ती व्यत्यय आणीत असतात.

या असल्या वास्तवाबद्दल म्हणूनच आपल्या मनात भीती असते. हत्तीसारखा शक्तिशाली प्राणीसुद्धा मृत्यूची चाहूल लागली की कळपातून उठून घनदाट अशा जंगलात एकटा जातो आणि स्वतःसाठी खड्डा खणतो. मृत्यूला सामोरा जाताना तो मृत्यूही सुंदर मानतो. आपलेच अवशेष या सृष्टीत जन्म पावले आहेत व त्यांना चारापाणी जसे पुरले पाहिजे तसेच त्यांना खेळण्या-बागडण्यासाठी आकाशाच्या पोकळीखालची ही वसुंधराही मोकळी राहिली पाहिजे, असे तो मानतो.

निर्मितीसाठी रान मोकळे राहायलाच हवे आणि आपल्या मृत्यूतूनच नवा जन्म, नवे सृजन होत राहणार आहे, यावरही श्रद्धा असली पाहिजे. या सृष्टीत

जे चैतन्य साठवले आहे, त्या चैतन्यसाखळीतील आपण फक्त एक दुवा आहोत. आपण या चैतन्याचे निमित्त नाही, हे न कळलेली माणसे म्हातारी, असुंदर आणि नकोशी होतात.

आज उठल्या-उठल्याच सकाळी दाहक वाटणाऱ्या सूर्याचे मी स्वागत केले. त्याचा दाह अलीकडे मला जास्त जाणवू लागलेला आहे, हे मला जाणवले. म्हणून त्याला वंदन करताना मी म्हणालो, "मित्रा, अखेरीस तू आणि मी एकच आहोत. तुझ्यापासून वेगळा होऊन मी या सृष्टीत जन्म घेतला. तुझ्या उबेवर आणि धरित्रीच्या ओलाव्यावर मी वाढत आलो. तुझे-माझे नाते मी विसरलेलो नाही. मला तुझ्याकडे परतण्याची घाई आहे असे नाही; पण येच म्हणत असशील, तर माझी आजही तयारी आहे."

माझ्या बोलण्यावर सूर्य हसतो आहे, असे वाटले. मी डोळे मिटून घेतले आणि क्षणभराने उघडून पाहिले, तेव्हा सूर्याचा चंद्र झालेला होता!

-०-०-०-

- ८ -

स्तुतिप्रयोग

आयुष्याचा जमाखर्च मांडण्याची वेळ येते, तेव्हा पुष्कळदा घोटाळा होतो. जगणे सोपे असते, कारण जगण्यावाचून भागतच नाही. पण आपल्या जगण्याचे हिशेब मांडणे मात्र पुष्कळदा अडचणीचे होते. वयाला साठ वर्षे किंवा पंचाहत्तर वर्षे पूर्ण झाली की, प्रकाशात असणाऱ्या माणसांची चरित्रे, मुलाखती, परिचय अशा स्वरूपात त्या माणसाच्या वाटचालीचा जमा-खर्च मांडला जातो. सामाजिक दृष्ट्या माणूस उपयोगाचा असो वा नसो– प्रत्येकाचे स्वत:बद्दलचे मापन अतिरंजित असते. आपण इतरांपेक्षा वेगळे कसे आहोत, याची सूक्ष्म अहंता प्रत्येकाला असतेच. प्राप्त परिस्थितीत आपण मिळवले ते यशही काही कमी नाही, असे त्याला वाटू लागते. स्तुतीने लहान माणसांची डोकी तर फिरतातच, पण शहाण्या समजल्या जाणाऱ्या माणसांचीही डोकी बिघडतात. त्यांना आपण खरोखरच कोणी मोठे आहोत, असे वाटू लागते. मग तो एखादा लहान संपादक असो, एखादा शिक्षक असो, एखादा व्यापारी असो किंवा सरकारी नोकर असो.

अशा वेळी जे काही समारंभ होतात किंवा गौरवलेख लिहिले जातात, त्यांत त्या माणसाच्या आयुष्याचा पंचनामा करायचा नसतो, तर थोडीशी अतिशयोक्ती झाली तरी चालेल, पण कौतुकच करायचे असते. प्रसंग आनंदाचा असतो आणि सोहळा म्हणून आयोजित केलेल्या या समारंभात कटुता उत्पन्न होऊ द्यायची नसते. हा पुष्कळसा उपचार असतो, परंतु अशा वेळी केलेली स्तुती खरीच मानून चालणारे लोकही दिसतात. एका संपादकाच्या

षष्ट्यब्दीपूर्ती समारंभात त्याने केलेल्या साहित्यसेवेचा व नवोदित साहित्यिकांना संधी प्राप्त करून दिल्याचा थोडाफार गौरव करण्यात आला. लेखक आणि संपादक म्हणून जरी त्याने वृत्तपत्रव्यवसायात पाच-पंचवीस वर्षे काढलेली असली, तरी त्याचा कोणताही ठसा उमटलेला नव्हता. शैलीसाठी, विचारांसाठी किंवा संयोजनासाठी त्याची प्रसिद्धी नव्हती. तो बिचारा साठ वर्षांपर्यंत जगला आणि त्याचे नियतकालिकही जगले, या एकाच पात्रतेवर कुणी तरी त्याची पत्रमहर्षी अशी वाहवा केली. कर्तृत्वाबद्दल काहीच बोलता येत नव्हते, म्हणून त्याच्या निर्व्यसनीपणाबद्दल आणि साधेपणाबद्दल बोलणे क्रमप्राप्त झाले.

त्या समारंभाला मी हजर नव्हतो म्हणून दुसरे दिवशी मी त्याला भेटायला गेलो, तेव्हा तो म्हणाला, ''मी स्वतःला उगीचच लहान समजून वागत गेलो; परंतु माझे मोठेपण आता माझ्या लक्षात आले आहे.'' त्याला काय उत्तर द्यावे हेच समजेना. त्याचा साधेपणा आणि निर्व्यसनीपणा हे त्याच्या सदाचाराचे लक्षण नव्हते, तर त्याच्या शारीरिक अपात्रतेचे लक्षण होते. कालच्या समारंभातील त्याचे कौतुक त्याच्या डोक्यात गेले होते. सभेत घडलेला उपचार खरा मानून त्याप्रमाणे आपले आचरण करायला लागणारा हा संपादक चेष्टेचा विषय व्हायला फार वेळ लागला नाही.

तीच गोष्ट एका शिक्षकाचीही झाली. या गृहस्थाने शिक्षकी पेशा स्वीकारला, तो नाइलाजाने. शिक्षक म्हणूनही ह्या गृहस्थाचा दर्जा सामान्य. प्राथमिक शाळेत बेरीज-वजाबाक्या किंवा भूशिरे-आखाते ह्या गोष्टी शिकणारा एखादा विद्यार्थी पुढे रँग्लर किंवा डेमोग्राफिस्ट झाला तरी त्या वाटचालीत त्या शिक्षकाचा काहीही संबंध नसतो. नम्रतेचा देखावा करण्यासाठी असा एखादा मोठा झालेला विद्यार्थी आपल्या ह्या सामान्य शिक्षकापुढे नम्रतेने लवतो, याचेही कारण या नम्रतेने त्याच्या विद्येला शोभा येते. पण जर हा असा शिक्षक 'मी जयंत नारळीकरला घडवला' अशा वल्गना करू लागला, तर हसावे का रडावे, हेच कळत नाही.

रंगभूमीवर पडद्याआड वावरणाऱ्या एका बॅकस्टेज आर्टिस्टचाही सत्कार करण्यात आला. एका माजोरी आणि व्यवहारकुशल निर्मात्याला आपला भलेपणा सिद्ध करायचा होता, म्हणून त्याने त्या समारंभाचा थाट केला. ''पडद्याआड राहणाऱ्या अशा निष्ठावंत सेवकांशिवाय नाटकधंदा उभाच राहू शकत नाही.'' हे त्याने अगदी डोळ्यांत पाणी आणून सांगितले. अध्यक्षपद दिल्यानंतर हवी तितकी स्तुती करण्याची आपल्यावर जबाबदारी आहे, असे मानणाऱ्या एका पुढाऱ्याने त्या बॅकस्टेज आर्टिस्टची एवढी अफाट प्रशंसा केली की, बोलून सोय

नाही. "गरिबांच्या घामावर जसे ताजमहालाचे सौंदर्य शोभून दिसते, तसेच या निराधार पडद्याआडील सेवकांमुळे रंगभूमीचे सौंदर्य लक्षात येते." या वाक्याला टाळ्याही पडल्या. मग त्या कलावंताला भेट-वस्तू देण्यात आली. एवढेच नव्हे, तर एक नटश्रेष्ठ त्याच्या पायासुद्धा पडले. समारंभाची गर्दी ओसरली, नाटक संपले आणि चौथा अंक सुरू झाला. बर्फाची तरतूद न केल्यामुळे या बॅकस्टेज आर्टिस्टचे आई-बाप उद्धारून निर्मात्याने त्याच्या अंगावर भरलेला दारूचा पेला फेकून मारला. रंगमंचाने मद्याच्या टाळ्या जशा अलिप्तपणे स्वीकारल्या, तसेच त्या कलावंताचे अश्रूही स्वीकारले.

अशा प्रसंगी केलेली भाषणे किंवा अवाजवी स्तुती हेच मुळी सुंदरसे नाटक असते. आपली खरी योग्यता काय आहे, हे माहीत नसणाऱ्यांच्या बाबतीत सत्काराचे नाटक शोकपर्यवसनी होते. फारच थोडी माणसे उपजत शहाणी असतात. आपण केवळ जगत आलो, हे कुणाच्या तरी उत्सवप्रियतेचे निमित्त आहे, ते त्यांना अवगत असते. म्हणून नेहमीच्याच अलिप्ततेने ते त्या समारंभाचा स्वीकार करतात. साठीच्या निमित्ताने लिहिलेले अनेक लेख हे दुसऱ्याच्या गौरवासाठी नसून लिहिणाऱ्याच्याच आत्मगौरवासाठी असतात, हे आपण नेहमीच पाहतो. अशा गौरवलेखांत संबंधित व्यक्तीला आपण काय सल्ला दिला किंवा संबंधित व्यक्तीला पुढे आणण्यासाठी आपण किती खटपट केली आणि त्याहीपेक्षा आपल्याला ती व्यक्ती किती मानत असे, हाच मजकूर जास्त असतो. असे काही लेखक अशा या गौरवलेखांच्या बाबतीत अगदी ठेकेदार बनले आहेत. भीमसेन जोश्यांच्याबद्दल लिहायचे असेल तर ते घराणेदार गायकीचे कौतुक करतात. वसंतराव देशपांड्यांच्याबद्दल लिहायचे असेल तर स्वच्छंद गायकीचे कौतुक करतात. आणि कुमारबद्दल लिहायचे असेल तर स्वतंत्र घराणे निर्माण केल्याचे कौतुक करतात. त्या-त्या माणसांचे मोठेपण सिद्ध करणे आवश्यक असल्याने दुसऱ्या व्यक्तींची कुचेष्टा थोडी अपरिहार्य होते. लेखनाचा बाज रसिकतेचा आणि गुणग्राहकतेचा ठेवला की, तो दिवस जिंकता येतो. जुन्या कालखंडातील आठवणी काढून उसासे टाकणे, गौरव होत असलेल्या व्यक्तीच्या पाठीवरून हात फिरवणे आणि अन्य लोकांना कोपरखळ्या मारणे यामुळे वाचक तेवढ्यापुरते खूश होतात. त्यांना मागचे काही आठवत नाही, पुढचे काही वाचत असतानाही मागचे काही आठवण्याची गरज वाटत नाही. या सर्वांची सोय होते, म्हणून ही अशी गौरवगाथा प्रतिदिनी गायली जाते.

तसे पाहिले, तर स्तुती कोणाला नकोशी असते? स्तुतीने परमेश्वर वश

होतो, इंदिरा गांधी प्रसन्न होतात, अंतुलेसुद्धा प्रसन्न होतात; तर मग तसे सामान्य जीवन जगलेला एखादा गायक, एखादा लेखक, एखादा शिक्षक या स्तुतीमुळे प्रसन्न झाला तर त्यात नवल काय? त्यांनाही वाटू लागते या अशा धंदेवाईक स्तुतिपाठकाचा आपणावर कायम लोभ राहावा म्हणून. तेही पदोपदी अशा माणसांचे मोठेपण किंवा वडीलधारेपण मोकळेपणाने कबूल करून टाकतात. अशा धंदेवाईक स्तुतिपाठकांचे नाव घेतानाच ते एकदम आपला कान पकडून 'मोठा माणूस', 'रसिक माणूस', 'केव्हाही जा- मार्गदर्शनाला तयार' असे त्याच्याबद्दल बोलत राहतात. असे सिद्धसाधकाचे राज्य समाजात सारखे चालू असते. ज्यांना व्यक्तिमत्त्व नाही आणि जे कुणाच्या आश्रयाला राहत नाहीत, असे खरे गुणवंत मात्र कोणाच्याही लक्षात न येता एक दिवस अचानक मृत्युमुखी पडतात. पण त्याचेही भांडवल करायला ही धंदेवाईकमंडळी कमी करत नाहीत. अगदी कळवळून "आपल्या हातून या थोर महात्म्याची उपेक्षा झाली. या प्रमादाबद्दल परमेश्वर आपल्याला कधीही क्षमा करणार नाही," असा टाहो फोडतात. चिं. वि. जोशी हे साहित्य संमेलनाचे अध्यक्ष व्हायला हवे होते, असे जेव्हा छाती पिटून ही माणसे सांगू लागतात; तेव्हा लोकांना वाटते, किती प्रामाणिक आणि सहृदयी माणसे आहेत! अशा माणसांच्या याही गोष्टीचे कौतुक होते. फारच थोड्यांना माहीत असते की चिं. वि. जोश्यांना पाडण्यास हेच धंदेवाईक पुढारी कारणीभूत होते.

समाजामध्ये एकट्याने राहून प्रशंसा मिळत नाही. फारच असामान्य कलावंत असेल, तर गोष्ट निराळी. पण एरवी अनेक माणसे गटाचा आश्रय न मिळाल्याने उपेक्षेत मृत्यू पावतात. आज साहित्यात, संगीतात, चित्रकलेत स्वतंत्र असे काही गट मौजूद आहेत आणि एकमेकांची प्रशंसा करून एकमेकांना मोठे करण्याचा त्यांचा उद्योग अव्याहत चालू आहे. केवळ अनुक्रमणिका पाहून आपल्या गटातील लेखकांचे कौतुक दिवाळी अंकाच्या परीक्षणात केले जाते किंवा एखाद्या सुप्रसिद्ध गायकाच्या सामान्य दर्जाच्या बैठकीबद्दलही 'काल बुवांनी तोडी जमून गायली' किंवा 'निराळेच प्रयोग कुमारांनी केले' असले प्रयोग ऐकू येतात. खरी गोष्ट अशी असते की, गाणाऱ्यालाही माहीत असते की आजचे गाणे चांगले झाले नाही व त्याबद्दल त्याला खंतही असते; पण स्तुतिपाठकांच्या या सांघिक स्तुतीमुळे त्या बिचाऱ्या गायकालाही अडचणीत पडल्यासारखे होते. त्याला स्तुती नको असते असे नाही, पण त्याच्यातल्या अस्सल कलावंताला असेही वाटते- 'आजचे गाणे जमले नाही, असे कुणीतरी सांगावे.' चांगले

आणि वाईट यातले अंतर समजण्याची क्षमता या असल्या स्तुतीमुळे कलावंत हळूहळू घालवू लागतात. अपयश मिळाले तरी चालेल, पण काही तरी नवनवे करीत राहावे, अशी कलावंताची उभारी हळूहळू नष्ट होते.

माणसाला स्तुतीची अत्यंत गरज असते, यात शंका नाही. गृहजीवनात आई-बापापासून मुलांना कौतुक हवे असते. स्त्री-पुरुषांनाही परस्परांचे कौतुक हवेच असते. जीवन जगत असताना सारखे जाणवत असते की, समोरचा प्रत्येक मनुष्य कौतुकाची मागणी करीत आहे. सर्वसामान्य मराठी माणसाला निखळ कौतुक करताना त्रास होतो. काही नियतकालिकांत कौतुकाचा एक नवा प्रकार निर्माण झालाय. एखाद्या पुस्तकावर परीक्षण लिहिताना पहिले एक-दोन परिच्छेद सामान्यत: पुस्तकाचा परिचय किंवा ग्रंथरचनेचा एक चांगला प्रयत्न असे थोडेसे माफक कौतुक करून आणि मग 'तथापि' या शब्दापासून उरलेल्या पाच-पंचवीस परिच्छेदांत त्या ग्रंथाची निर्दय कत्तल केली जाते. इतका जर वाईट ग्रंथ असेल, तर फारशी परीक्षणे न येणाऱ्या त्या नियतकालिकात हे परीक्षण यायला हवेच कशाला? परंतु ग्रंथपरीक्षण हे केवळ निमित्त असते. या निमित्ताने आपली विद्वत्ता आणि उपद्रवशक्ती दाखविता येते, हाच खरा या समीक्षणाचा हेतू असतो. शिवाय ग्रंथलेखकाचे काही जुने हिशेबही चुकते करायचे असतात. ग्रंथलेखकाने कुठल्या तरी निवडणुकीत या समीक्षकाविरुद्ध मत दिलेले असते किंवा या समीक्षकासाठी जमा होत असलेल्या गौरवनिधीला साह्य नाकारलेले असते. काही नवोदित हौशी उमेदवार देखण्या स्त्रिया वॉशिंग्टनच्या कुऱ्हाडीप्रमाणे हल्ली भल्याभल्यांच्या परिश्रमपूर्वक लिहिलेल्या ग्रंथांवर प्रहार करताना आढळतात.

राजकारणातली टीका आता वांझ झालेली आहे, तशीच राजकारणातील स्तुतीही निरर्थक झाली आहे. टीका काय किंवा स्तुती काय, कधी कधी आपले सत्त्व घालवून बसतात. इंदिरा गांधींची स्तुती समजू शकते, पण संजय गांधींची– त्याहूनही राजीव गांधींची– स्तुती अनाकलनीय आहे. विरोधी पक्षांनी इंदिराजींवर केलेली टीका आता इंदिरा गांधींना जखमा करण्याऐवजी विरोधी पक्षालाच जखमा करू लागली आहे. राजकारणात घाऊक आणि किरकोळ अशी स्तुती आणि निंदा मोठ्या प्रमाणावर विकत मिळू शकते. साहित्यक्षेत्रात आणि कलाक्षेत्रात आता तेच लोण येऊन पोचले आहे. राजकारणात मार्गदर्शनासाठी भुक्कड पुढारी बोलावले गेले तरी ते समजण्यासारखे आहे, कारण ते पुढारी जरी भुक्कड असले तरी पुढारीपणा भुक्कड नसतो. त्या पुढारीपणाला सत्तेचा आधार असतो; पण साहित्य आणि कलेच्या क्षेत्रात मार्गदर्शनासाठी कलावंत म्हणूनही सामान्य

असलेल्या आणि माणूस म्हणून लुब्रा असलेल्या माणसांना जेव्हा मार्गदर्शनासाठी बोलविले जाते, तेव्हा लक्षात येते की समाजाची प्रकृती आज ठीक नाही. ज्यांच्या बुद्धीचा वकूब बेताचा आणि व्यासंगही संशयास्पद अशी माणसे सरकार जेव्हा मोठमोठ्या कमिट्यांवर नेमते, तेव्हा लक्षात येते की निखळ स्तुतीचे प्रमाण आता फारच वाढलेले आहे. सरकार ही तशी एक निर्जीव संस्था आहे. या संस्थेत चैतन्य येते ते सहजासहजी विकल्या न जाणाऱ्या व पवित्रतेचे पालन करणाऱ्या विचारवंतांमुळे. गाढवे पुष्कळ असतात, पण त्यांच्याकडून उपयुक्त काम करून घेणारा कसबी कुंभार एखादाच असतो.

माणसाला स्तुतीचे पंख फुटतात, पण चिकित्सेने उड्डाणाची दिशा ठरते. जमिनीचे भान असले, तरच अवकाशभ्रमणाला अर्थ असतो. ढगाने भूमीशी नाते तोडले, तर या सृष्टीतले सारे सृजन संपून जाईल. वाफ मेघात रूपांतरित व्हावी, वाऱ्याने त्या मेघांना दिशा द्यावी, मेघांनी काळवंडून जावे व अवकाशात राहण्याचा त्यांना कंटाळा यावा; म्हणजे मग आकाश गळू लागते. पावसाची चाहूल येते. त्याच पाण्याचे वाफेत रूपांतर होऊन जलधारा कोसळाव्यात, हे सृष्टीचे रहस्य आहे.

-०-०-०-

– ९ –

'तुजसम श्रीहरि मित्र असावा'

एक दिवस अचानक एका गाण्याचे सूर माझ्या कानावर आले. दिवे लागल्यावर घर उजळून जावे तसे माझे मन त्या सुरांच्या प्रकाशात न्हाऊन गेले. माणूस अनेक कूटप्रश्नांची ओझी मनावर बाळगत असतो. काही कूटप्रश्न सुटता सुटत नाहीत. एक दिवस अचानक एक लहानशी घटना घडते आणि अचानक त्या प्रश्नांचा गुंता सुटतो. ते जुने गाणे ऐकले आणि माझ्याही मनातील एका प्रश्नाला सहजगत्या उत्तर मिळाले.

चित्रपट होता 'गोपालकृष्ण' आणि त्यामध्ये शांताराम आठवल्यांचे एक सुंदर गाणे येऊन गेलेले आहे. ते गाणे तेव्हा आवडले होते ते मास्तरांच्या चालीसाठी व गाण्याच्या टेकिंगसाठी; पण आता मात्र त्या गाण्यातला एक वेगळाच धुंद अर्थ जाणवला. राधा-कृष्णाच्या नात्याबद्दल बरे-वाईट असे पुष्कळसे लिहिले गेले आहे. पण त्या नात्याचे एक अनोखे सौंदर्य त्यात सहजगत्या व्यक्त होऊन गेलेले आहे. त्या गाण्यातील एक चरण मनात पिंगा घालतच होता. एका चांदण्या उत्तररात्री सुरांच्या साथीने त्या शब्दांना एक निराळाच अर्थ जाणवून गेला. तो चरण होता–

'तुजसम श्रीहरि मित्र असावा'

माझ्या व्याख्यानांतून परमेश्वराचे जे रूप मी श्रोत्यांना कधी कधी खुलवून सांगतो, ते माझ्या मनातून सुचलेले नव्हते तर! कुठे तरी, केव्हा तरी माझ्या मनाच्या भूमीवर एका कवीच्या प्रतिभेतून एक बीज अंकुरले गेले. त्या बीजाचे विस्मरण होऊन त्यातून निघालेले सुंदर कोवळे रोप ही माझीच निर्मिती आहे,

असे मला वाटू लागले होते. कळत-नकळत, आपण किती तरी प्रतिभासंपन्न कवींची आणि लेखकांची कर्जे घेत असतो, पण आपल्याला त्यांची आठवण नसते. श्रीहरीला मित्र मानणारी ती राधा माझ्या छोट्या कौलारू घरात किती तरी वर्षे तिष्ठत उभी होती, पण मला ती कधी दिसलीच नाही. मी मात्र असे समजून चाललो की, परमेश्वराला मित्र मानण्याची कल्पना माझीच आहे! मी खुशाल माझ्या श्रोत्यांकडून पसंतीच्या टाळ्या मिळविल्या व कौतुकाची निरांजने ओवाळून घेतली. चोरीचा माल गळ्यात घालून मी कीर्तनात रंग भरला. आपल्याच चोरीचा शोध आपल्याला अचानक लागावा, असे त्या चांदण्या रात्री घडून गेले. या शोधामुळे मी खजील झालो नाही. तशा तर चोऱ्या प्रत्यही कराव्या लागतात. ज्ञानदेवांच्या, तुकोबारायांच्या किंवा मुक्तेश्वरांच्या भक्तीच्या मळ्यात फुललेली फुले मी अनेकदा व्यवहाराच्या बाजारात चढ्या भावाने विकलेली आहेत. मीच काय, पण सारेच जण असेच करीत असतील. त्यातून कुणाची सुटका नसते. नाही तर आपल्या बापजाद्यांचीच ती मिळकत असते, असाही त्याचा अर्थ लावता येईल. आपल्या रक्तात दुसऱ्यांच्या किती तरी तरल कल्पना भिजून चिंब झालेल्या असतात. आपल्या रक्तखुणा त्या कल्पनापुष्पावर उमटल्या की, ती सारी कमलपुष्पे आपलीच होऊन जातात.

'तुजसम श्रीहरि मित्र असावा' असे म्हणणारी ती राधा कृष्णाला मित्र का बरे मानते? परमेश्वराला मित्र मानणारी ही राधा मोठी अजबच मानली पाहिजे; कारण मैत्रीत सर्वस्व द्यावे लागत असले, तरी सर्वस्व मिळवताही येते. देणाऱ्याने देऊन संपत नाही आणि घेता-घेता घेणाऱ्याचे हात थकून जातात. इथे कोणी सान नसतो, कुणी थोर नसतो. इथे कोणी ब्रह्मांडनायक नसतो किंवा चराचरास व्यापून टाकणारा प्रलयकारी परमेश्वरही नसतो. इथे फक्त आपुलकीच्या धाग्याने बांधलेले दोन मित्र असतात आणि एकदा मैत्री म्हटली की, मग हिशेबांनाही काही अर्थ नसतो. निरपेक्ष मैत्रीचे हे सोज्ज्वळ स्वरूप एका अनामिक, निर्गुण, निराकार शक्तीला आकार देते. तो परमेश्वर आपल्या शीणेचा, आकाराचा आणि वकुबाचा होऊन आपल्यासमोर उभा ठाकतो. तो अजानुबाहू नसतो– तर अगदी आपल्या मिठीत मावण्याइतका किंवा आपल्याला मिठीत घेण्याइतका साजिरा असा मित्र असतो. तो निळा-सावळा असतो. नटखट असतो. कधी कधी तो आपली चेष्टा करतो, कधी कधी चेष्टा करून घेतो. व्यवहाराच्या जोखडापासून मुक्त होऊन केवळ आपल्यासाठीच तो धावून येतो किंवा आपल्या पायांतील मणामणाच्या बेड्या काढून टाकून तो आपल्याला रानावनात सैर करण्याचे

आमंत्रण देतो.

जे-जे मैत्रीचे निमंत्रण असते, त्या निमंत्रणाला कस्तुरीला गंध असतो. जीवघेण्या बासरीचे सूर असतात आणि कोवळ्या-कोवळ्या तृणांकुरांचा स्पर्श असतो. ते निमंत्रण फक्त तुमच्यासाठी असते. येथे जगाचा कोलाहल विसरून जायचा असतो. नाती-गोती, देणे-घेणे, सारे काही फेकून देऊन एकच एक नाते डोळ्यांत साठवायचे असते– मैत्रीचे.

असा हा मित्र भेटायला अवघड असतो. भेटायला अवघड असतो म्हणूनच त्या मित्राची सोबतही हवीशी वाटते. किती तरी लहान-सहान गोष्टी त्यालाच सांगायच्या, म्हणून आपण राखून ठेवलेल्या असतात. झालेल्या जखमा त्याच्याकडून कुरवाळून घ्यायच्या असतात. शाबासकीचाही हात त्यानेच आपल्या पाठीवरून फिरवायचा असतो. त्याला पाहिले की, मनातला सगळा गोंधळ संपून जातो. तसे आपल्या जीवनात ताप, भय नसतात की काय? आपल्याला हव्या असणाऱ्या सगळ्याच गोष्टी मिळत नसतात– काही मिळतात. पण सहजगत्या मिळणाऱ्या गोष्टींचे महत्त्वच तेव्हा आपल्याला कळत नाही. मित्रस्पर्शाने आपल्या नकळत लाभलेल्या श्रीमंतीचा आपल्याला बोध होतो. कित्येकदा अनेक गोष्टी प्रयत्नाने मिळवाव्या लागतात आणि मग त्या मिळालेल्या गोष्टींचे कौतुक करणारे कोण? दूरवर उभा राहिलेल्या त्या मित्राच्या अस्पष्टशा सावलीच्या दर्शनाने आपल्या प्रयत्नांची फुले होतात. कर्तृत्वाचा सुगंध घेऊन मित्राला सामोरे जाताना आपली पावले गतिमान होतात. तटस्थता संपून जाते आणि उचंबळून गेलेले मन एका हातात आकाश अन् एका हातात पृथ्वी नाचवीत संकेतस्थळाकडे धाव घेते. हा काही भेटीचा संकेत नसतो; हा संकेत असतो कृतार्थतेचा. त्या दूरवरून न्याहाळणाऱ्या दुर्बिणीसारख्या डोळ्यांनी एकदा आपल्याकडे पाहिले की, मग रोमांचांनी अंग थरारते. पुढची वाटचाल तरंगत होते. पावलांचे पंख होतात– पंखांना पिसारा येतो आणि पिसाऱ्याला हजारो डोळे फुटतात. सूर्य खाली उतरतो आणि त्या पिसाऱ्याला तेज देतो. चंद्र क्षितिजावरून रांगत येतो आणि त्या पिसाऱ्याला उभारी देतो. एकदा मित्र भेटला म्हणजे कायमचे भागत नाही. उशीर झाला म्हणून तक्रारीत सगळी वेळ संपून जाते. पुन्हा भेटण्यावाचून गत्यंतरच उरत नाही. मग ती भेट, तिचे संकेत ठरवण्यात वेळ जातो. या वेळेस काहीच बोलून होत नाही. रात्री अशाच संपून जातात. बोलायचे पुष्कळ राहून जाते. पुन्हा केव्हा तरी, कोठे तरी, कधी तरी भेटायचे– एवढेच काय ते या भेटीत ठरते. मग घरी परत यायचे. राग-लोभ, माया-ममता, श्रम-सायास ह्यांत स्वत:ला भिरकावून

द्यायचे आणि त्या संकेताच्या क्षणाची मनातल्या मनात वाट पाहत राहायचे!

तसे कुणीच कुणाला काही देऊ शकत नाही आणि दिलेलेही फार काळ पुरत नाही. आई-बाप, भाऊ-बहीण, सगे-सोयरे हे आपापल्या परीने काही देत असतात, तर काही घेतही असतात; पण त्यांची बेरीज अखेरी शून्यातच होते. किंबहुना, जे-जे दिले जाते, ते सारे काही घेण्याच्या हिशेबात दिले जाते. आपल्या कंजूस हातांतून जे-जे सुटते, त्याची कीर्द लिहिल्यावाचून राहवत नाही. ज्याच्या व्यवहाराला कीर्दवही नाही, असे कुणीच या जगात नसते. म्हणून तर असा मित्र हवा असतो की, ज्याला हिशेबच लिहिता येत नाहीत, किंवा त्याला कधी गणितच मांडता आले नाही. एक अधिक एक यांची बेरीज त्याच्या लेखी एकच असते. एक उणे एक असली वजाबाकी त्याच्या हिशेबातच नसते. शाळेत बेरीज आणि वजाबाकी शिकवितात. व्यवहाराच्या महाविद्यालयात गुणाकार आणि भागाकारही शिकवतात. म्हणून तर मित्रांच्या पाखरांच्या शाळेत जायचे असते. त्या शाळेत गणित हा विषयच नसतो. जेथे सुरांत सूर मिसळला, तर वेगळा सूर निर्माणच होत नाही.

यमुनेच्या तीरावर असलेल्या या मित्राच्या शोधासाठी कदाचित राधेने संसाराच्या शाळेतून एखाद्या उनाड मुलाप्रमाणे पळ काढला असेल; पण म्हणून काही फारसे चुकले नाही. शाळा शिकून माणसे यशस्वी होतात, धनधान्य जोडतात, यशाचे तुरे डोक्यावर मिरवितात– असे म्हणतात. पण या तुऱ्यांनी शोभा येते, का आपण कुरूप दिसतो– हे पाहण्यासाठी त्यांच्याजवळ खरेखुरे आरसेच नसतात. त्यांच्याजवळ असणाऱ्या आरशांत त्यांना हवी असणारी रूपे आधीच येऊन स्थायिक झालेली असतात. त्यांना तीच खरी वाटू लागतात. मित्राचा शोध म्हणजे खऱ्याखुऱ्या आरशाचा शोध.

प्रत्येक गावात एक यमुना नदी असते आणि तिच्या तीरावर एक कदंबवृक्ष असतो. प्रत्येकाच्या मनात एक राधा असते आणि डोळ्यांत एक कृष्ण असतो. 'गोकुळ' कुठे तरी हाकेच्या अंतरावरच असते. मित्राची हाक ऐकू आली की, हातातली कामे टाकून आपले पाय आपोआपच तिकडे वळू लागतात. यमुना असलीच तर उत्तम, कदंब वृक्ष नसला म्हणूनही काही बिघडत नाही; कारण मनच जेव्हा 'गोकुळ' होते, तेव्हा कसला कृष्ण आणि कसली राधा!

मला आणखी एका गाण्याने असेच झपाटले आहे आणि ते गाणे आहे, रुक्मिणी नावाच्या राजकन्येच्या तोंडचे. तिला कृष्णाचा हव्यास निर्माण झाला. खरे तर त्या कृष्णाला तिने नीटसे पाहिलेलेही नव्हते. पण असे कसे म्हणता

येईल? माणसाला पाहण्यासाठी परमेश्वराने डोळे दिले आहेत, ही गोष्ट खरी. पण अन्य अवयवांनी त्याने पाहूच नये, असे काही नाही. हवे तर त्याने सर्वांगाने पाहावे. प्रत्येक अवयवाला डोळे फुटू शकतात. फक्त त्या अवयवांच्या पापण्या उघडाव्या लागतात. मोराला जसे हजार डोळे असतात तसे माणसालाही हजार डोळे असतात, पण माणसाच्या ते कधी लक्षातही येत नाही. विदर्भ देशाच्या या राजकन्येने एका गवळ्याचा पोर हजार डोळ्यांनी पाहिला होता. त्याच्या वेणूचे स्वर हजार कानांनी ऐकले होते. नाही तरी कृष्ण एका डोळ्याने पाहण्यात काय अर्थ आहे? आणि तो एका डोळ्यात मावणार तरी कसा? नाही– तसा तो एका डोळ्यातच काय, पण डोळे नसलेल्या जन्मांधाच्याही डोळ्यांत मावू शकतो. पण कृष्ण जेव्हा खऱ्या रूपात बघायचा असतो, तेव्हा डोळ्यांचा फारसा उपयोग नसतो. म्हणून तर ही विव्हळ झालेली रुक्मिणी 'मम मनी कृष्ण सखा रमला' असे म्हणते. खरे म्हणजे, जगातील साऱ्या राधा आणि रुक्मिणी 'मम मनी कृष्ण सखा रमला' असेच म्हणत असतील; त्यासाठी विदर्भ देशाची राजकन्या व्हायचे कारण नाही. तशा प्रत्येकीच्या प्रेमाच्या राज्यात सगळ्याच राजकन्या असतात. सगळ्याच जणींना वाटत असते की, तो कृष्ण माझ्यावर भुललेला आहे, माझे मन त्याच्या अस्तित्वाने भरून गेलेले आहे आणि तोही तेथे रमला आहे. मग ही रुक्मिणी अशी वेगळीच का वाटते? कदाचित असेही असेल, ती म्हणते–

'करीन यदुमनी सदना'! म्हणजे कृष्णाचे चित्त हेच माझे कायमचे निवासस्थान आहे. ही खातरजमा ती कशाच्या बळावर करते? बाई, तुझे ठीक आहे. तुझ्या मनात कृष्ण रमलाय, असा भ्रम तुला बाळगायला हरकत नाही. पण कृष्णाच्या अंत:करणामध्ये तुझा महाल तू बांधावास, असा कृष्ण तुझा आहे तरी कोण? विचार केला की, मग रुक्मिणीचे ते बोल खरे वाटायला लागतात. ही भाषा काही प्रियकर-प्रेयसीची नव्हे. कारण प्रियकर-प्रेयसीचे प्रेम कितीही उदात्त झाले तरी त्याला शरीराचे माध्यम लागतेच. म्हणून कृष्णाच्या मनात मी माझ्या प्रेमाचे घर बांधीन, ही भाषा काही प्रेयसीची नाही; ही भाषा आहे उदात्त मैत्रीची. मित्राला वेगळे घर नसतेच. खरे म्हणजे मैत्रीला घरच नसते. मैत्री आकाशाच्या मंडपात होत असते. त्या घराला दरवाजे नसतात, खिडक्या नसतात. चोरून करण्यासारखे काही नसल्यामुळे भिंती तरी हव्यात कशाला? क्षितिजाने वेढलेल्या या घुमटाकार आकाशाखाली मित्राची गाठभेट घेतली म्हणून ती काही कुणी पाहणार नसते, आणि पाहिले म्हणूनही काही बिघडत नाही. तो जो अनामिक मित्र साद घालतो आहे, ती भाषाच मुळी निराळी आहे. ती भाषाच मुळी जगात कोणाला कळत

नाही. मित्राशिवाय आपण कुणाला दिसणार नाही किंवा आपल्याशिवाय आपला मित्र कुणाला दिसणार नाही. कारण ज्याला आकार किंवा रंग-रूपच नाही, असा आपला मित्र कुणाला दिसेलच कसा? त्याला रंग-रूप नसतेच, असे नाही. ते असतेच. पण ते पाहू शकणारे डोळे मात्र एकाच कुडीत असतात. दुसऱ्यांच्या लेखी काही घडतच नसते. नसते यमुना, नसतो कदंब, नसते व्याकुळ राधा, नसतो अधिरा हरी! जे काही घडते त्याचे साक्षी फक्त दोनच असतात. ही फक्त त्यांचीच दुनिया असते, म्हणूनच त्यात चोरटेपणा नसतो.

'तुजसम श्रीहरि मित्र असावा' हे गाणे कित्येक वर्षे मनात घर करून आहे, पण त्या निरपेक्ष मैत्रीची महती कळण्यासाठी खूप वाटचाल करावी लागली. आता कुठे माझा अहंकार थोडा-थोडा गळू लागला आहे. आता कुठे माझे गणिताचे पुस्तक थोडे-थोडे फाटू लागले आहे. आता कुठे माझे हिशेब थोडे-थोडे चुकू लागले आहेत. माझ्या भोवतालच्या व्यवहाराचा कांच थोडा थोडा सैल होतो आहे. ज्याच्यापासून काहीही मागायचे नाही किंवा जो आपल्यापासून काही मागत नाही, असा राधेचा मित्र शोधण्याचा मी अलीकडे प्रयत्न करू लागलो आहे. मला तो मित्र माझ्या उर्वरित आयुष्यात सापडेलच, असा भरवसा नाही. कदाचित तो भेटणार नाही. पण असा मित्र असू शकतो, हे मला समजले आहे, हेसुद्धा काही कमी नाही. मीसुद्धा असे म्हणायला काही हरकत नाही–
'तुजसम श्रीहरि मित्र असावा.'

-०-०-०-

- १० -

मीठ हवे–चवीसाठी

या विश्वाच्या प्रचंड पसाऱ्यात एकेका व्यक्तीपुरतेच तिचे स्वत:चे खास विश्व असते. व्यक्ती आणि फार तर तिचा परिवार याचा विचार माणूस प्रथम करतो; मग जात, धर्म, गाव, प्रांत, राष्ट्र या साऱ्या संकल्पनांची वर्तुळे त्याच्याभोवती निर्माण होतात. सर्वांचं सुख, ते आपलं सुख हे म्हणायला सोपं आहे; पण अखेरीस आपलं सुख तेच अंतिम सुख, असं मानणाऱ्यांची संख्या जगात जास्त असते. माणूस संचय करायला शिकला, त्याचबरोबर माणसाच्या दुष्ट शक्ती वाढल्या. कारण त्या संचयाबरोबरच त्याचे सामर्थ्यही वाढले. समजा– माणसाला कसलाही संचय करण्याची शक्तीच उरली नाही, तर काय होईल?

कदाचित आपण अदिमानवाच्या काळात जाऊ. म्हणजेच, रोजच्या रोज आणि रोजच्या पुरतेच कमवावे आणि निर्वाह करावा. तेवढ्यासाठीच नेहमी सबल राहावे. जी आपली सामूहिक शक्ती असेल, तिचे रक्षण करण्यासाठी जिवावर उदार व्हावे. असेल ती स्त्री कामतृप्तीसाठी चालवून घ्यावी. त्यामुळे बंधने नाहीत, विरह नाही, व्याकुळता नाही, फारसे द्वेष नाहीत, संहाराचे कारण नाही. माणसाचे आयुष्य तशा अर्थाने साधेसुधे होते. आज आपण संस्कृतीच्या नावाखाली मोठमोठी शहरे निर्माण केली; त्याचबरोबर अनेक आरोग्यविषयक समस्या निर्माण केल्या, विवाह संस्था निर्माण केली आणि नको ती बंधने स्वीकारली. कायदेकानून केले आणि नानाविध बंधनांनी स्वत:ला जखडून घेतले. घड्याळाच्या काट्यांनी, कृत्रिम प्रकाशाने, वेगवान वाहनांनी, जलसंचयांनी

चंद्र, सूर्य, वरुण या सर्वांना हतप्रभ केले आहे. त्याने एवढेच घडले आहे की, मनुष्याचा सामूहिक अहंकार वाढला; पण माणूस म्हणून तो यंत्राचा एक भाग होत गेला. नको त्या गोष्टी अधिक वेगाने पाहाव्या लागल्यामुळे दृष्टी अधू झाली. गोंगाटामुळे श्रवण दुबळे झाले. गतीमुळे मन दुबळे झाले. खरे तर माणसाला जगण्यासाठी आवश्यक अशी सर्व साधने जन्माबरोबरच त्याच्या हाती आल्यामुळे आणि ती वापरण्याची बुद्धीही त्याला आलेली असल्यामुळे, एके काळी निसर्ग हा माणसाचा मित्र होता; आता तो शत्रू झाला आहे. एकेकाळी माणसाला माणूस सहचर वाटत होता; तो आज दुश्मन झाला आहे. माणसाच्या प्रत्येक सुसंस्कृत हालचालीत द्वेषाची नवनवी कारणे निर्माण होत गेली आणि तरीही आजचे आपले जीवन सुसंस्कृत झाले आहे असे आपण म्हणतो. प्रथम गरजा वाढवायच्या आणि या गरजा पुऱ्या होत नाहीत म्हणून अस्वस्थ होत राहायचे, यालाच आपण जीवनकलह म्हणू लागलो. एका समाजाने दुसऱ्या समाजाचा सामूहिक द्वेष केला, म्हणजे त्याचे रूपांतर राष्ट्रभक्तीत होते. मन:शांतीसाठी उपासना करणाऱ्या दोन गटांत जेव्हा जो संघर्ष होतो, तेव्हा आपण त्याला धर्मसंग्राम म्हणतो. एखाद्या व्यक्तीपेक्षा आपण श्रेष्ठ झालो की, आपण कर्तबगार ठरतो. एखाद्या जातीपेक्षा आपली जात श्रेष्ठ वाटू लागली की, दुसऱ्याला आपण नीचवर्णीय म्हणतो. प्रत्येकाला आपला विचार नेहमीच प्रामाणिक वाटतो, म्हणून नानाविध राजकीय पक्ष निर्माण होतात आणि दुसऱ्याच्या प्रामाणिक मतांचा उच्छेद केल्याशिवाय आपला प्रामाणिकपणा सिद्ध करता येत नाही.

हे सारे करण्यामागे माणसाचा 'मी' कारणीभूत असतो. माणसाचे जेवढे प्रेम स्वत:वर असते, तेवढे जगातल्या कोणत्याही गोष्टीवर नसते. 'मी' म्हणजे माझा परिवार, माझी जात, माझा धर्म, माझा गाव अशा अनेक स्तरांवर 'मी'चे रूप व्यापक होत जाते. अशा अनेक 'मी'पणातूनच माणसाचा सामुदायिक अहंकार निर्माण होतो. माणसे एकत्र आली की प्रेम, जिव्हाळा, सहानुभूती या गोष्टी सामुदायिक होत नाहीत; तर सामुदायिक होतात ते फक्त द्वेष, अहंकार, असूया. असे का व्हावे, हे खरोखरच कळत नाही. प्रेमाची शक्तीच अपुरी आहे का– की द्वेषाची शक्ती मोठी असते? खरोखरच माणसाच्या मनाचा आपल्याला पुरेसा थांग लागलेला नाही. व्यक्तीपासून समुदायापर्यंत प्रवास केल्याची आपण अहंता मिरवतो, परंतु हा प्रवास आपण चुकीच्या मार्गाने करीत आहोत. या प्रवासात हातात येतो आहे तो अविश्वास, द्वेष आणि सामूहिक संहार.

या साऱ्या प्रवासात काही गोष्टी ओॲसिससारख्या वावरतात. महात्मा

गांधी जेव्हा मृत्यू पावतात; तेव्हा ज्यांनी त्यांना पाहिलेलेही नाही, त्यांचे डोळे का पाणावतात? स्वार्थ व सुखभोग विसरून अज्ञात अशा स्वातंत्र्यलालसेमुळे भगतसिंगांसारखे जे क्रांतिकारक समर्पण करते झाले, त्यांची अधूनमधून आपल्याला आठवण का येते? राम-कृष्णांनी तसे आपल्यासाठी काही केलेले नाही, असे असताना घराघरांतून त्यांची पूजा का केली जाते? न पाहिलेल्या माणसांसाठी हळहळताना माणसे दिसतात, अशा वेळेस माणसातील क्षुद्र मीपणा जातो तरी कुठे? कुठे तरी काही तरी संकट येते, तेव्हा तोंडात घातलेला घास माणसे दुसऱ्यांसाठी का काढून देतात? असले काही पाहिले की मग शंका येऊ लागते की, माणसातील मीपणावरही स्वार होणाऱ्या काही शक्ती असल्या पाहिजेत. नोकरी म्हणून काही माणसे सैन्यात जातात, ही गोष्ट खरी आणि काही कामचुकारपणा केला तर त्यांना लष्करी कोर्टात खेचले जाते, हीही भीती खरी; पण एवढ्याने भागत नाही. मृत्यू समोर दिसतो आहे, तुकडीच्या तुकडी गारद होणार आहे; अशा वेळेला विजयोन्माद करीत सैनिक जेव्हा शत्रूवर तुटून पडतो, तेव्हा त्याला पोटाची आठवण नसते किंवा शिक्षेचीही नसते. तो कसल्या तरी कैफात मृत्यूला सामोरा जातो. शेकडो संशोधक काळाच्या उदरात विस्मृतीत गेले. ज्यांचे संशोधन पुरे झाले, त्यांची नावे आपल्याला माहीत आहेत. काहींना धनसंपत्ती व कीर्ती मिळाली. पण जे लोक अज्ञातात हरवून गेले, ते कशासाठी? नवे भूप्रदेश शोधणारे, दुर्गम जंगलांचा माग घेणारे, गिरिशिखरे पादाक्रांत करू इच्छिणारे किंवा कृमी, कीटक, वन्य प्राणी यांचा अभ्यास करणारे असे संशोधक सोन्यासारखे आयुष्य फेकून का देतात?

असेल– ह्यातही अहंकार असेल; पण ह्यातील अहंकाराचे रूप निराळेच आहे. काटेरी निवडुंगाला जसे गुलाबी फूल येते आणि मग मधुर फळ लागते, तसेच माणसाच्या अहंकारालाही असेच एखादे सुवर्णकमल लाभते काय? अहंकारच नसता, तर कशाला कोणी इतरांना निरर्थक वाटणारा ज्ञानाचा शोध घेतला असता? नक्षत्रांच्या आणि ताऱ्यांच्या जगात कोणी आपले आयुष्य झोकून दिले असते? उसळणाऱ्या लाटांत कोणी कशाला झेप घेतली असती? थंडगार बर्फाळ प्रदेशात आपली जीवनज्योत हळूहळू कोणी विझू दिली असती? ही सारी माणसाच्या मीपणावर उगवलेली सुवर्णफुले आहेत. अहंकार उदात्त होतो, तेव्हा त्याची अस्मिता होते आणि अहंकार नीच होतो, तेव्हा त्याची लालसा होते. मग तो संहार करू शकतो.

या अहंकारालाच कधी कधी वात्सल्याचे रूप लाभू शकते. सूर्यप्रकाशच

नाही का रात्री चंद्रप्रकाश होत? आई जीवघेण्या वेदना सहन करते आणि एका कोवळ्या अंकुराच्या हास्याचा जन्म होतो. लहान-सहान सुखांचा त्याग करीतच आई-बापाला मुले वाढवावी लागतात. अहंकार असतो, म्हणूनच हे सारे घडते. 'मी'पणाचा पसारा वाढविण्यासाठीच हा सारा खटाटोप होतो. पण हा पसारा वाढता-वाढता तो ब्रह्मांडापर्यंत पोचतो. 'अहं ब्रह्मास्मि' हे खरोखरच जाणवायला लागते. मीच म्हणजे सर्वस्व येथपासून मी कोणीच नाही येथपर्यंत माणसाची वाटचाल होऊ शकते.

माणसाचा हा असा प्रवास हेच माणसाचे सामर्थ्यही आहे आणि दुबळेपणही आहे. माणसाच्या स्वत:वरच्या प्रेमामुळे त्याचे रक्षण झाले, पण तसेच या जगात नाना तऱ्हेचे संहार झाले. स्वत:च्या मताविरुद्ध असणारी माणसे माणसाला शत्रुस्थानी वाटतात. त्यांचा नाश करण्याचा आपल्याला हक्क आहे, असेही वाटू लागते. याचमुळे हिटलर, स्टॅलिन, इंदिरा गांधी यांसारखी रूपे निर्माण होतात आणि ती उर्वरित जगाचा चेंदामेंदा करून टाकतात. पण त्याचबरोबर येशूही निर्माण होतो, बुद्धही निर्माण होतो आणि ते दीनदुबळ्यांना आश्रय देतात. म्हणजेच अहंकाराचे रौद्र रूप जसे जगात दिसते, तसेच आत्मक्लेशाचे आणि समर्पित जीवनाचे सौम्य रूपही जगाला दिसते; पण त्या समर्पणालाही एक अहंकार लागतोच.

आपल्या देशात– तसे कशाला, सगळ्या जगात– नाना तऱ्हेची बेंगरूळ, अस्ताव्यस्त पसरलेली कुरूप गावे दिसतात. पण त्या प्रत्येक गावात जन्मलेल्याला त्या गावाचे प्रेम वाटतेच की नाही? आपली आई कुरूप आहे किंवा आपले अपत्य बटबटीत आहे, म्हणून माणसे काय त्यावर प्रेम करत नाहीत? नाल्यासारख्या वाटणाऱ्या आपल्या गावातल्या नद्या आपल्याला गंगाच वाटतात. पण या सर्वांचे कारण म्हणजे या सर्वांच्या ठायी असलेला आपलेपणाच असते. आपलेपणा कुरूपतेला सौंदर्य देतो, क्षुद्रतेला उदात्त बनवतो; म्हणून तर जगणं शक्य होतं. या आपलेपणाची झालर नसती, तर जगातल्या या कुरूप गोष्टींचं काय झालं असतं? जगात मूलभूत सौंदर्य फार थोडं असतं– की जे सर्वांना सुंदर वाटतं आणि उरलेल्या जगाला सुंदर करणं हे फक्त मानवी अहंकारालाच शक्य आहे. रजपूतांना आपली मरुभूमीसुद्धा सस्यश्यामला वाटते. मराठ्यांना आपला दगडा-धोंड्यांचा देशसुद्धा कोमल वाटतो. महाराष्ट्राला गिड्डा शिवाजीसुद्धा फार उंच वाटतो. कारण आपापल्या अहंकाराच्या वलयात जे-जे सापडेल ते-ते सारं सुंदर होऊनच बाहेर पडतं. संत सांगतात– अहंकार सोडावा, पण अहंकार सोडून

माणसानं काय करावं? 'विठ्ठलाशिवाय जगात काही नाही', हे म्हणणंसुद्धा एक प्रकारचा अहंकार आहे. अहंकार नसता तर माणसे शेळ्या झाली असती आणि मग हे जग कसे चालले असते? 'सारे काही माझ्यावर सोपव' हे म्हणण्यावाचून भगवंतांचे सुद्धा भागत नाही; मग आपण लहान-मोठी माणसे तर कोण्या झाडाचा पाला! कधी कधी आपण लीनतेचा देखावा करतो व मोजूनमापून शरणागत झाल्यासारखे दाखवतो. मी काही विद्वान नाही, असे जेव्हा आपण म्हणतो, तेव्हा एक तर आपण विद्वत्तेची चेष्टा करतो किंवा आपण विद्वानच आहोत, असेच सुचवितो. 'आम्ही काय बत्थड चेहऱ्याचे' असे म्हणण्याऱ्या माणसाला सुचवायचे असते की, रूपापेक्षा आपल्याजवळ काही महत्त्वाचे आहे. जनतेची सेवा करण्याची भाषा बोलणारे पुढारी आपल्याला हारतुरे मिळावेत असे गृहीत धरून 'मला बोलावून माझा सन्मान केलात' असे म्हणतात; पण तेव्हा मी या सन्मानाला पात्र आहे, हे सूचित होतच असते. अहंकाराच्या या लहान-मोठ्या मिश्रणाने माणसाचे आयुष्य रंगतदार होते.

मग अहंकाराचा त्याग करून माणसाचे भागेल काय?

-०-०-०-

- ११ -
एका चांदणीचे निमंत्रण

सूर्य हा तर स्वयंप्रकाशी, प्रत्यक्ष अग्नी आहे. चंद्र हा
स्नेहाचा सागर आहे. परंतु, त्या सागराच्या लाटांचा प्रत्यक्ष तसा
आपल्याला स्पर्श होत नाही. मद्याने झिंग येते तशी चंद्रप्रकाशाने
नुसती झिंग येते.

पण चांदण्यांचे तसे नसते. त्या खुणावतात- बोलावतात.
स्वत: येत नाहीत आणि आपल्यालाही जवळ करीत नाहीत.
आपले स्वतंत्र अस्तित्व त्यांना हवे असते. जे डोळे त्यांच्याकडे
लक्ष देऊन पाहतात, त्या डोळ्यांचेही स्वतंत्र अस्तित्व त्यांना हवे
असते. तरीही एवढ्या दूर अंतरावरून त्या आपल्याशी बोलत
राहतात. कधी कधी ते बोलणे तुमच्या मनात उसळलेला असंतोष
शांत करू शकते, तर कधी कधी शांत असणाऱ्या तुमच्या मनात
वादळही निर्माण करू शकते. एखादे वेळेस त्या चांदणीचा थरथरणारा
हात तुमच्या केसांवरून फिरतो, तर कधी कधी तुमचे ओठ
त्यांच्या चकाकणाऱ्या ओठांना भेटतात. मग काही केल्या दुसऱ्या
कोणत्याही ओठांना भेटूच नये, असं वाटतं.

आकाशाच्या या निळ्या छतावर इतक्या चांदण्या बोलत
असतात की, त्यातली एकच चांदणी तुमच्याशी बोलत असते,
हे नेमके तुमच्या कसे लक्षात येते? गर्दीतसुद्धा दोन प्रेमिक संकेत
करतात, ते ज्याचे त्याला बरोबर समजतात. आपल्यासाठी कुणी
तरी खोळंबलेय, या आंतरिक जाणिवेतूनच तो नजरबंदीचा खेळ
समजू शकतो. खरे म्हणजे या देव-घेवींना तसा काही अर्थ
नसतो, पण तसे तरी कसे म्हणावे? कारण दिवस फटफटला

तरी आपल्याला मिळालेला जगण्याचा आनंद शिल्लकच राहतो.

अशीच एक चांदणी परवा मला भेटली. अनेक माणसे भोवती होती, पण तिने मला नेमकं हुडकून काढलं आणि डोळे स्थिरावल्यावर माझ्याही हे लक्षात आलं की, माझ्या मनात ओचे-पदर सावरीत जी एक सुलक्षणी चांदणी बरेच दिवस उगाचच लुकलुकत होती, तीच चांदणी आत्ता मला भेटते आहे. अनेक दिवस वाट पाहावी, अशी एखादी चांदणी मनात केव्हा तरी रुजू झालेली होती, पण तिला नेमका आकार नव्हता. मनातल्या चांदणीला मिळता-जुळता आकार घेऊन ती समोर आली, तेव्हा क्षणभर मी अवाक् होऊन गेलो. ती बघते, तुम्हीही बघता. सगळे काही बोलून झालेले असते. चुंबने-आलिंगने, सगळे काही घेऊन-देऊन झालेले असते. सगळी इंद्रिये कृतार्थ झालेली असतात. अंगात रेंगाळलेला आळस डोळ्यांतून पाझरत असतो. भलत्याच अवस्थेत आपण पकडलो गेलो, अशी शरमिंदेपणाची भावना उगाचच लाज आणीत असते.

लोकांच्या दृष्टीने काहीच घडलेले नसते. ते आपले कुठे तरी पाहायचे म्हणून तुमच्याकडे बघत असतात. लाजाळूच्या वेलीला कुणाचाही स्पर्श झाला की ती लाजते. कारण डोळे नसल्यामुळे नेमका हा स्पर्श प्रेमिकांचाच आहे किंवा काय, हे तिला कळत नाही. तिला फक्त लाजायचं तेवढं कळतं.

समोरच्या माणसांचे आपल्याकडे लक्ष नाही, हे हळूहळू लक्षात येते आणि मग त्यातूनसुद्धा एक हसू फुटते. चार-चौघांत, दिवसाढवळ्या, भर बाजारात दोघंही अनंगरंगात बुडू शकतात, आणि तरीही सामाजिक संकेतांचा भंग झालेला नसतो. तर, अशी ही गंमत.

या गमतीत एक खोच आहे. यातला पुरुष लहानशा क्षेत्रातला का होईना, पण एका कीर्तीच्या चबुतऱ्यावर उभा असायला हवा. त्याच्याजवळ एखादे तरी अद्‌भुत आणि मुलायम वस्त्र हवे की, ते पांघरून त्याला एखाद्या यक्षाचे रूप धारण करता यावे. निदान त्या चांदणीच्या दृष्टीने तरी. ती शापित यक्षकन्या मग हळूच तुमच्याकडे यते– ती आपला सारा देह तुमच्यापुढे उघडा करते. आधी डोळ्यांतून, मग शब्दांतून आणि संधी मिळाली तर स्पर्शातून- सुद्धा! अशी संधी मिळतेच असे नाही, मिळायला पाहिजे असेही नाही. मग नजरभोग घडतो. कारण त्याशिवाय तुमची सुटकाच नसते. खरं म्हणजे काही न देता खूप दिलेले असते आणि ओंजळ पसरलेली नसतानासुद्धा सर्वस्वाचं दान होतं. या अशरीरी कामतृप्तीचा आनंद ज्यांना समजला, ते तिथेच थांबतात आणि तिथेच थांबायचे असते. तो एक क्षण साधलेला असतो आणि त्या क्षणापुरतीच ती एक मागणी

असते. त्यापेक्षा अधिक मागितले तर कदाचित मिळेलही, कदाचित मिळणारही नाही. पण मग तो यक्ष राहणार नाही आणि तीही यक्षिणीही उरणार नाही.

ज्यांना काही प्रतिभेचं देणं आहे किंवा कर्तृत्वाचा पिसारा आहे, त्या माणसांना अशरीरी भोग पुष्कळदा मिळतात. संसार, प्रतिष्ठा आणि व्यवहार सांभाळणारी माणसं शहाण्यासारखी तिथेच थांबतात. माणसाला एकच शरीर असतं आणि तेही फार दुबळं असतं. माणसाचं आयुष्य तसं फार थोडं असतं. एका क्षणापुरत्या विरघळणाऱ्या चांदण्या जर त्याने गोळा करावयाच्या ठरविल्या, तर त्याला आणखी एखादं आकाश निर्माण करावं लागेल. शिवाय सगळीच नक्षत्रं आपल्याला लाभत नाहीत. काही सौंदर्य पाहायची असतात, काहींना बिलगायचे असते आणि फार थोड्यांनाच आपलेसे करायचे असते. शिवाय काजवा मुठीत पकडला की, त्याचा प्रकाश संपून जातो. चांदण्या हातात पकडल्या की, त्यांचे लुकलुकणे संपून जाते. नाटकातल्या रुक्मिणीशी आपण तीन तास कृष्ण म्हणून संसार करतो, पण नाट्यगृहाबाहेर पडलो की मग आपण लगोलग गृहस्थी व्हायला हवं.

परवा मला अशीच एक चांदणी भेटली. तिनं मला आणखी थोडा काळ जगण्याचे निमंत्रण दिले. हे निमंत्रण तिच्याबरोबर जगण्याचे नव्हते, तर कुठेही चांगलं जगण्याचं होते. तिच्या डोळ्यांतील तेजानं माझी गात्रे थरारली. वाळत चाललेल्या माझ्या अस्थींना ओलावा आला. आणखी कोणी चांदणी पुढे-मागे भेटली, तर तिच्यासाठी यक्ष होण्याचे एक निमंत्रण मिळाले. या अशा निमंत्रणात वयाला, जातीरीतींना किंवा आर्थिक सुबत्तेला अजिबात वाव नसतो. हा काही करारमदार किंवा बोलणी करून करायचा लग्नाचा सौदा नव्हे. इथे तर सारा मुक्त कारभार आहे. फक्त देणाऱ्याला आणि घेणाऱ्याला समजावा, असा हा कारभार आहे. या खेळात फारसं विव्हळ व्हायचे नसते– फारसे अडकायचे नसते आणि अडकले तर दाखवायचे नसते. ही एक अशी अजब गुहा आहे की, जिचे दार आपल्यासाठी एकदाच उघडते. अलौकिक भांडाराने डोळे दिपले तरी हव्यासाने या दाराशी पुन्हा डोकावायचे नसते. कारण गुहा उघडायचा तो मंत्र तोपर्यंत विसरलेला असतो आणि मंत्राशिवाय अशा गृहांची दारे उघडलीच जात नाहीत. म्हणूनच, माझ्यासारख्या माणसांना सभ्यपणाने जगता येते.

खरे म्हणजे, ती मुलगी इवलीशी होती. उगवतीचा अस्पष्टसा सूर्यप्रकाश तिच्या डोळ्यांतून नुकता कोठे दिसायला लागला होता. आपल्या अवयवांना गोलाई येण्यासाठी तिला फक्त एका मदनस्पर्शाची गरज होती. एकटपेणाचा

तिला कंटाळा आला होता. तिला खेळायला एक यक्ष हवा होता. खरं म्हणजे, अजूनही भातुकली खेळायचे तिचे वय होते. ती बाहुलीसारखी सजून बसली होती. मग मलाच बाहुला समजून ती माझ्याजवळ आली. तिच्याबरोबर एकटे येण्यासाठी मला खुणवू लागली. मी मित्रांमधून उठून तिच्याबरोबर जाणे बरे दिसले असते का? ती मजेदार रुसली. मग त्यातल्या त्यात बाजूला सरून तिच्यापुरता मी एकांत केला. मग ती खूश झाली. बस्स; मग ती खूप खूप बोलायला लागली. तिच्याबरोबर खूप मैत्रिणीही होत्या. म्हणजे, तशी ती एकटी नव्हती आणि एकटी तरी कशी असेल? बाहुला-बाहुलीचे लग्न नव्हते का? तिला एक बाहुला सापडला होता. तिचा सुंदर बाहुला ती मिरवीत होती. त्याचा दिमाख तिच्या कृष्णवर्णाला उगाचच मधाळ करत होता. तिच्या लेखी क्षणापुरता मी बालमुकुंद झालो. तिच्या रंगाला– रूपाला शोभेसा झालो. आपल्याला काय हवे– काय नको असे म्हणता तीसुद्धा राधा झाली. मग त्या भर मैफलीत आणि भर दुपारी एका कदंब वृक्षाखाली राधा-कृष्णाचं निरर्थक गुफ्तगू झाले. भोवताली कोण आहे, याचे भान कोणाला असणार? सगळाच एक गोपाळकाला होऊन गेला. मग कोणी तरी दोघांच्यामध्ये एक अंतरपाट धरला आणि काय सांगावे, सारी माणसे मंगलाष्टके म्हणू लागली!

'वाजवा रे वाजवा' म्हणण्याच्या आतच सारी वाद्ये थांबली. तो कदंबवृक्ष अदृश्य झाला. तो यमुनातीर उजाड झाला. माझी यक्षाची वस्त्रे कोणी तरी हिसकावून घेतली. माझ्या लक्षात आले– बघता-बघता मी भिकारी झालो. काही हरकत नाही, पण थोडा काळ तरी मी यक्षच झालो होतो की नाही?

असले भिकारी व्हायला तुम्हाला आवडेल काय?

-०-०-०-

गवाक्ष

- १ २ -
'ऋतू बदलतो' याचा अर्थ ...!

निसर्गाचे रूप बदलते. सर्वत्र वेगवेगळ्या रंगच्छटा येतात. काही वनस्पती अदृश्य होतात, काही नव्याने जन्म पावतात, काही फुलावतात, काहींना फळे येतात.

आकाशाचा रंग बदलतो. स्वच्छ सूर्यप्रकाश निळ्या आकाशाची पाठराखण करतो. सगळ्या गोष्टी आपल्याला पूर्ण आकाराने दृष्टीस पडू लागतात. वस्तूंची गूढता संपून जाते. कधी कधी तर नको तो धगधगता-भगभगता प्रकाश, असेसुद्धा होऊन जाते. आपल्याला हेही जाणवते की– हा प्रकाश आहे, म्हणूनच येथे सृजन होणार आहे. भूमीवरचे पाणी आकाशाला भिडणार आहे आणि मग आकाशात जमा होणारे काळे मेघ तेच सलील भूभागावर अभिषेक करणार आहेत.

सृष्टीचे रूप जसजसे बदलते तसतसे माणसाचे अंत:करण बदलते. चंद्र-सूर्य-तारे, सकाळ-संध्याकाळ-पहाट किंवा गूढ अंधार-मिट्ट अंधार किंवा झगमगणारा प्रकाश या साऱ्यांमुळेच माणसावर परिणाम होत असतो. तप्त वाऱ्याच्या झुळुका माणसाला हैराण करतात. पण कधी अचानक दूर कोठे तरी पाऊस पडतो आणि मग सूर्याची दाहकता वत्सल बनते. कधी कधी अचानक उबदार वाटणारे आसमंत हुडहुडणाऱ्या थंडीने भरून जाते. कधी अचानक सुसाट वादळ होते, अचानक पाऊस येतो. दु:खभरल्या घरात अश्रू जसे ठिबकतात तसे आकाश दिवस-रात्र ठिबकत राहते.

ऋतू बदलण्याची चाहूल अनेक गोष्टींनी येते. हवेत अचानक बदल होतो. नवनवीन पाखरे दिसू लागतात. कोणी आश्रयासाठी

आलेले असते, कोणी दीर्घ मुक्कामासाठी आलेले असते. या पाखरांची नवी भाषा नव्या ऋतूंच्या नौबती झडकावते. नद्या-नाले-पहाड प्रत्येक ऋतूत वेगवेगळे रूप धारण करतात. पाण्याचा टिपूस नसलेला एखादा प्रवाह बघता-बघता कोपिष्ट माणसाप्रमाणे लालभडक डोळे करून सैराटपणे वाहू लागतो. मग तो अचानक थांबतोसुद्धा. अशा वेळेला बावरलेले पाणी मधेच कुठे तरी खोळंबून राहते. पाखरे त्या पाण्यात बिनदिक्कतपणे चोची खुपसतात. माणसे त्या ओहोळातून पाणी चुकवीत खुशाल ये-जा करतात. कधी पहाटे, तर कधी संध्याकाळी झाडाझुडुपांचा आसरा सोडून प्राणी पाण्याच्या आकर्षणाने या पाणवठ्याजवळ येतात.

उन्हाळा, पावसाळा आणि हिवाळा या तीनही ऋतूंचा अखंड प्रवास वर्षानुवर्षे चालू आहे; त्यात खंड पडलेला नाही. आपण सोईसाठी तीन ऋतू केले असले तरी जीवनव्यापारात ती एक अखंड प्रक्रिया आहे. असे कृत्रिम कप्पे पाडले, म्हणून ऋतुचक्र बंदिस्त होत नाही. उन्हाळ्यात एखादे वेळेस चक्क पाऊस पडतो, तर पावसाळ्यात जळजळणारा सूर्य माथ्यावर टेकतो. ऐन थंडीत अवखळ मुलाप्रमाणे अचानक पाऊस येतो आणि सगळ्यांची धावपळ होते. बेशिस्त वाटणाऱ्या या ऋतुचक्रालासुद्धा शिस्त आहे. भूमी खूप तापली की सलील आकाशाला भिडू लागते आणि मेघांना सांभाळता येईनासे झाले की ते खाली कोसळू लागते. तेच पाणी भूमीत परत झिरपू लागते. सलिलाचा प्रवाह क्षणभर मधेच थांबविला तर पृथ्वीवर आकांत होईल. प्रत्येक गोष्टीला या विविध अवस्था आहेत. तारुण्य, प्रौढत्व आणि वृद्धत्व जसे माणसाला आहे तसे निसर्गालासुद्धा आहे.

आकाशातून पाणी झरझरू लागले की, भूगर्भातून लपून राहिलेले डोळ अचानक वर येतात. हिरव्या रंगाने सारे जग माखून जाते. मग त्यांना भूमीचा आधार सोडावा लागतो आणि आकाशाची दिशा धरावी लागते. कुठे तरी त्यांची शक्ती संपुष्टात येते. मग ते वाढायचे थांबतात. त्यांच्या तृप्तीचा हुंकार फुलातून बाहेर पडतो, फळातून डोलावतो; मग तेही थकून जातात. माना टाकू लागतात, गळून जातात.

ही अशी क्रिया किती वर्षे चालू असेल? माणसाने आपल्या सोईसाठी अखंड सृजनावर एक-एक निर्बंध लादले आहेत. त्यात काही नियमितता आणली आहे. प्रत्येक गोष्ट मानवाच्या उपयोगासाठी आहे, असे गृहीत धरून माणसाने या निसर्गचक्रावर ताबा मिळण्याचा प्रयत्न केला आहे. पाऊस पडतो. नद्या-

नाल्यांतून तो वाहून समुद्राच्या दिशेने जाते. पण माणसाने पाऊस अडवण्याची युक्ती शोधून काढली. धरणे निर्माण केली. त्यामुळे धरतीला माणसाच्या इच्छेप्रमाणे फुलावे लागते. कुठे, काय आणि किती फुलायचे– हेसुद्धा माणूस ठरवू लागला. माणसाच्या गरजा वाढतील तसतशी निरुपयोगी असणारी धरती माणसाला वश होत जाईल. पाणी, हवा, ऊब ह्या साऱ्या सृजनाला लागणाऱ्या गोष्टी माणूस नियंत्रित करतो आहे; परंतु जगाच्या साऱ्या भूपृष्ठावर अजून त्याची हुकमत नाही.

पृथ्वीचा लंबवर्तुळाकार आकार हे या ऋतुचक्राचे कारण आहे. त्यामुळेच ऋतुचक्र नियमितपणे चालू असते. पृथ्वीचा आकार केवळ पूर्णवर्तुळाकार झाला तर ऋतुचक्रात व्यत्यय येईल. ज्या कोणी सृष्टी निर्माण केली असेल, त्याने किती तरी गमती निर्माण करून ठेवल्या आहेत. ऊन, थंडी, पाऊस, वारा या साऱ्यांमुळे विविधता आणली आहे. ऋतूप्रमाणे माणसांच्या गरजा बदलतात. अन्न बदलते. कपडे बदलतात. करमणुकी बदलतात. हे ऋतुचक्र थोडे अनियमित आहे. त्यामुळे माणसाला निसर्गाचा थोडा धाक वाटतो आणि म्हणूनच अधून-मधून माणसाच्या गर्वाचे हरण होते.

एकंदर सर्व नक्षत्रगोलांच्या पसाऱ्यात या सृष्टीचा किती क्षुद्र आकार आहे. आपल्याला अन्य नक्षत्रगोलांवरील चैतन्याच्या अस्तित्वाची अजून कल्पना नाही. तिथे चैतन्याचे अस्तित्व कोणत्या प्रकारचे असेल? मानवी सृष्टीवरचे चैतन्याचे अस्तित्व हैड्रोजन, ऑक्सिजन आणि कार्बन यांच्या संयोगाने घडते आणि ते उमगावे यासाठी मानवी इंद्रियांची रचना केली आहे. अन्य नक्षत्रगोलांवर वेगळ्याच मूलद्रव्यातून चैतन्य निर्माण होत असेल, तर ते आपल्या पंचेंद्रियांना जाणवते कसे? म्हणून आपल्याला वाटते की, अन्य ग्रहगोलांवर जीवसृष्टी नाही. पृथ्वीवरच जीवसृष्टी असावी आणि अन्यत्र नसावी, हे पटण्यासारखेच नाही. आपल्या सृष्टीची जडणघडण ज्या मूलद्रव्याच्या आधारे आहे, तेवढीच इंद्रियगोचर आहेत. पण अन्य मूलद्रव्यांच्या साह्याने निर्माण झालेली जीवसृष्टी इंद्रियगोचर असणार कशी?

ऋतुचक्राचा हा खेळ जसा पृथ्वीवर चालतो, तसा अन्य ग्रहगोलांवर चालत असेल का? काही ग्रहगोलांचा निम्मा भाग सतत सूर्यप्रकाशात असतो आणि निम्मा भाग सतत अंधारात असतो, असे शास्त्रज्ञ सांगतात. शिवाय ते संपूर्ण गोलाकार आहेत. म्हणजे येथे ऋतुचक्राची गंमत नसणारच आणि ऋतुचक्र नसेल तर निसर्गाचे वैविध्यही नसणारच.

पण निसर्गाचे वैविध्य म्हणजे तरी काय? –आपल्या डोळ्यांना जाणवणारे रंग. एका मर्यादेपर्यंतच सात रंगांच्या मर्यादा जाणवू शकतात. काही ध्वनिलहरींचाच आवाज आपण ऐकू शकतो. मानवी इंद्रियांना काही मर्यादा आहेत. त्यामुळेच फक्त काही चवी आपल्याला समजतात, काही स्पर्श जाणवतात; परंतु अनुभूतींच्या जाणिवा अमर्याद असल्या पाहिजेत आणि त्यातला एक फार लहानसा भाग मानव अनुभवू शकतो. दृष्टी आणि स्वर यांबाबत तर मानवाची मर्यादा शास्त्रानेच आता सिद्ध केली आहे. आपल्या घटकद्रव्यांनी घडलेला देह अनुभूतींनाही आपोआपच मर्यादा घालतो. ज्या गोष्टींमुळे इंद्रियांना जाण प्राप्त होते, त्या मेंदूच्या शक्तीही अमर्याद आहेत आणि म्हणून उमगलेल्यापेक्षा न उमगलेले जग फार मोठे असणार.

ऋतुचक्रामुळे काही रहस्यांचा आपल्याला वेध घेता येतो. सृष्टिजन्य सृजन आपण काही नियमांत बसवण्याचा प्रयत्न करतो. आपल्या हे लक्षात आले आहे की, विघटनामुळेच सृजन निर्माण होते.

मनुष्य असो, वनस्पती असो, प्राणी असो– सर्व ज्ञात जीवसृष्टीला रंगसूत्रांच्या विघटनामुळेच सृजनाचा वर मिळाला आहे. एकाचे दोन, दोनाचे चार– अशा गणिती श्रेणीने जीवसृष्टी वाढत जाते आणि म्हणून एकीकडे तिचा प्रचंड विनाश होत असतानासुद्धा दुसरीकडे ती अनिवार पैदास निर्माण करते. माणसाच्या हव्यासाला हे निसर्गाचे उत्तर आहे. निसर्गतत्त्वात प्रत्येकाचे गुणधर्म बांधलेले आहेत आणि रंगसूत्रे त्यावर नियंत्रण करतात. रंगसूत्रात प्रत्येक जीवसृष्टीचा त्याच्या प्रत्येक पृथक शाखेच्या गुणावगुणांचा आलेख लिहिलेला असतो. परंतु ही ती रंगसूत्रे आपल्याला ज्ञात असलेल्या घटकद्रव्यांच्या सृष्टिरचनेपुरतीच मर्यादित आहेत. आपल्याला गोचर नसणारी सृष्टी या पृथ्वीवरसुद्धा असू शकेल. तिला नियंत्रण करणारी काही निराळीच पद्धती अस्तित्वात असू शकेल. फक्त त्या जीवन सृष्टीचा आणि आपल्या जीवसृष्टीचा संघर्ष होऊ शकत नाही, एवढेच; परंतु तिचे अस्तित्व नाकारून चालणार नाही.

माणूस जीवसृष्टीच्या अस्तित्वाच्या मूलस्थानी जाण्याचा प्रयत्न करतो आहे. अणूची स्थिरता कोणत्या गोष्टींवर अवलंबून आहे याचा शोध घेता-घेताच निर्जीव आणि सूक्ष्म असणाऱ्या अणूत लपून असणारे प्रचंड सामर्थ्य त्याला सापडले. एवढे सामर्थ्य या निरुपद्रवी अणूत असेल, असे त्याला कधीच वाटले नव्हते. बाह्यत: स्थिर वाटणारी ही सृष्टी न्यूट्रॉन-इलेक्ट्रॉनच्या अंतर्गत अस्थिरतेमुळे स्थिर राहू शकते, हे कळल्यामुळे खरीखुरी ज्ञानी माणसे आश्चर्यमूढ झाली

आहेत. जसजसे ज्ञानाच्या मूलतत्त्वांना स्पर्श करण्यासाठी धडपडावे, तसतसे ते जीवसृष्टीचे ज्ञान शतयोजने दूर पळून गेलेले आहे, हे लक्षात येते. सापडले सापडले, म्हणून हर्षभरित होण्याच्या आतच हरवले-हरवले म्हणून आक्रोश करण्याची वेळ येते. विज्ञानाने अनेक कूटप्रश्न सोडवले, असा मानवाला रास्त अभिमान आहे. परंतु त्याचबरोबर अनेक नवे कूटप्रश्न त्याच्यासमोर आज उभे आहेत. मनुष्याला थांबता येत नसल्यामुळे त्याला नव्या प्रश्नांनाही सामोरे जावे लागते. विघटनाला अंतिम मर्यादा नाही आणि म्हणून अमर्याद अशा ज्ञानशोधाचा प्रवास चालूच आहे.

अज्ञात अशा सामर्थ्याचा आपल्याला शोध लागतो, ते काबूत ठेवण्याचे रस्तेही आपल्याला ज्ञात होतात; पण प्रत्येक वेळेलाच अशी शक्ती आपल्या कब्जात राहील, असे मात्र कोणालाच वाटत नाही. जगप्रलयाची जी एक कल्पना आपल्या अध्यात्मशास्त्रात आहे, ती कल्पना या अशा अनावर झालेल्या एखाद्या शक्तीवर विसंबून केलेली असावी. जीवसृष्टी निर्माण व्हायची, ती नष्ट व्हायची आणि पुन्हा वेगवेगळ्या घटकद्रव्यांच्या आधाराने तिची निर्मिती व्हायची– असे तर निसर्गतत्त्व नसेल? नाव कोणतेही दिले तरी एक अज्ञात शक्ती कोठे तरी वास करीत आहे व तिचे या गोचर आणि अगोचर सृष्टीवर प्रभुत्व आहे. अशी शक्ती कुठल्याही संकल्पनेत पूर्णपणे व्यक्त करता येणारच नाही. म्हणूनच मनुष्यनिर्मित देव हे सारे माणसाच्याच योग्यतेचे आणि तितक्याच आयुर्मानाचे असतात. ते माणसाइतकेच प्रमादशील असतात, कारण माणसाच्या प्रतिभेतूनच ते निर्माण झाले. या अनाकलनीय गूढ शक्तीचा कणसुद्धा आपल्याला सापडलेला नाही. निराकार-निर्गुण म्हणून तिचा उल्लेख केलेला आहे; पण आकार आणि गुण यासुद्धा मानवानेच ठरवलेल्या संकल्पना आहेत.

साधे ऋतुचक्र ते काय! माणसाने या ऋतुचक्राला कार्यकारणभाव दिला आहे. अमुक झाले म्हणजे अमुक होते, असे काही नियम मानवाने बनविले आहेत. पण ते नियमसुद्धा फसवे वाटतात. हातात न पकडता येणारा वारा शीतलता आणतो, प्रसन्नता आणतो. पहाटे-पहाटे दव पडते. ते येते आणि जाते याचे सृष्टिरहस्य शास्त्र उलगडू पाहत आहे. माणूस कृत्रिम तऱ्हेने पाऊस पाडू शकतो. कृत्रिम तऱ्हेने रंग निर्माण करू शकतो. प्रकाश आणि उष्णताही त्यानं हव्या तेवढ्या प्रमाणात निर्माण करण्याचा प्रयत्न केला; पण ही त्याची सारी निर्मिती अस्तित्वात असणाऱ्या कुठल्या तरी मूलद्रव्यांच्या सहाय्यानेच त्याला करता आली. ही मूलद्रव्ये अशीच का असतात? त्यांचे इतके हिशेबी प्रमाण

निसर्गात का सापडते, हे काही माणसला सांगता येत नाही. स्त्री-पुरुष एकत्र येतात आणि एका शुक्रजंतूमुळे एका नव्या जीवाची पैदास होते. या जीवाच्या गुणधर्माची चिकित्सा करण्यासाठी रंगसूत्रांपर्यंत जाऊन आपण पोचलो. पण अशी ही रंगसूत्रे मूळच्या शूक्रजंतूत आली कोठून? या सृष्टीवर बाहेरून कोणत्याही चैतन्यशक्ती येत नाहीत किंवा असलेली बाहेर जात नाही. तिचेच विघटन किंवा संयोजन होत राहते. पाणी नष्ट होते, पण वाफ राहते. वाफ नष्ट होते, पण त्यातून वीज किंवा गती निर्माण होते. वीज नष्ट होते, पण त्यातून रासायनिक पृथ्थकरण होते किंवा हव्या त्या प्रकारची गती मिळते. वस्तूंचे स्वरूप बदलते, दुसऱ्या वस्तू निर्माण होतात. घनपदार्थ कधी द्रवरूप होतात, कधी वायुरूप होतात. अन्नपदार्थ माणसाच्या रक्तामांसात रूपांतरित होतात. इथे असणारी प्रत्येक वस्तू रुपांतरित होते, पण नष्ट होत नाही, असे शास्त्रज्ञ सांगतात. मग एकामागोमाग एक पिढ्या निर्माण होत असताना एका स्त्री-पुरुष जोडीपासून कोट्यवधी माणसे कशी निर्माण झाली? त्यांचे देह इथली हवा, पाणी, अन्न, खनिजे यांमुळे घडविले गेले असतील; पण त्या प्रत्येक देहावर नियंत्रण करणारी अनामिक शक्ती कोठून निर्माण झाली? का एका माणसाची जी शक्ती होती, तिचेच हे अब्जावधी तुकडे झाले? मग मूळच्या वस्तूपेक्षा तुकड्यांची शक्ती क्षीण असायला हवी. मनुष्य मृत झाल्यावर त्याचा देह तसाच असतो, पण त्याचे चलनवलन करणारी शक्ती कुठे अदृश्य होते?

दर वर्षी वसंत आला की प्रचंड प्रमाणावर हिरवा रंग निर्माण होतो. लाल-गुलाबी पालवी निर्माण होते. हे सारे रंग अस्तंगत होतात आणि पुन्हा उगवतात. अनेक वारे-वादळे येतात आणि ती थंडावून जातात. त्यांना जोर देणारी शक्ती प्रत्येक वेळेस नव्याने निर्माण होते. शास्त्रज्ञ सांगतात की, कमी दाबाचे पट्टे निर्माण झाले की वादळे निर्माण होतात. कमी दाबाचे पट्टे का निर्माण होतात? याचे उत्तर– सूर्यामागची चैतन्यशक्ती बदलते. ती कशामुळे? तर, तिथे होणाऱ्या वादळामुळे. ही चुंबकीय वादळे का घडावीत, याला नीटसे उत्तर देता येत नाही. या अनियमितपणालाही शिस्त आहे. हे संचालन कोण करते? एक सूर्यमालिका आपल्याला माहीत आहे. या सूर्यमालिकेतील सर्व ग्रहांची नोंद आपण करू शकत नाही, एवढे ते ग्रह अगणित आहेत. मग अन्य सूर्यमालिकांचे व आपल्या सूर्यमालिकेचे संबंध कसे असतील? जसजसे आपण खोलात जाऊ लागतो तसतसा बोध होण्याऐवजी आपला गोंधळ वाढतो. मानवाची क्षुद्रता जाणवते, म्हणून कोणाच्या तरी डोक्यात ईश्वराची कल्पना आली असेल. या

ईश्वराला सोईप्रमाणे कोणी कोणी वेगवेगळी नावे दिली. कोणी त्याचे प्रेषित बनले, कोणी ईश्वरदूत झाले. तर्क संपतो तिथेच ईश्वराचा जन्म होतो आणि मानवाने निर्माण केलेले हे ईश्वर माणसांसारखेच एकमेकांशी भांडताना दिसतात. कारण मानवी अहंकारातूनच त्यांचा जन्म होतो आणि हव्यासात त्यांचा अंत होतो. या जगात खऱ्या अर्थाने नास्तिक कोणी नाही आणि आस्तिक होऊन कोणाचा फायदाही नसतो. आस्तिक आपली अपूर्णता मानतात आणि नास्तिक तर्काच्या साखळीला कंटाळून ती तर्काची साखळीच कापून टाकतात. त्यांच्या लेखी हे घडलेले आहे, कोणी घडवलेले नाही. ते फक्त आहे आणि या असण्याचे कुतूहल बाळगण्याचे कारण नाही. ही काही रचना आहे, इथे काही योजना नाही आणि म्हणूनच नियंत्रणाची गरजही नाही. मानवी व्यवहारातील दुर्गुणांचे खापर मानवावरच फोडणे हे बरोबर आहे. कारण माणसाने म्हणून जे काही घडविले, त्यात अनेक त्रुटी आहेत. गरिबी-श्रीमंती, कुरूपता-सुरूपता, शक्ती किंवा दुर्बलता या साऱ्याच मानवी संकल्पना आहेत. संचयामुळे माणूस माणसाचा वैरी होतो. समूहाच्या अहंकारामुळे रक्तपात होतो, पण अशा कोणत्याही गोष्टीशी या सूर्यमालिकेच्या रचनेचा काहीही संबंध नाही. इंद्रियगोचर सुख-दुःखांचा निचरा इंद्रियगोचर साधनांनीच केला पाहिजे, पण अगोचर गोष्टींशी मुकाबला इंद्रियजन्य साधनांनी करून कसा चालेल?

माणसाचे कुतूहल अपार आहे. प्रत्येक गोष्टीच्या मुळाशी जाण्याची त्याची धडपड आहे. कधी कधी या धडपडीत तो थकतो आणि रहस्याचा भेद करण्याचे सोडून देतो. अशा वेळेला धर्माची निर्मिती होते. कोणताही धर्म हा या कुतूहलाची अखेर–ही एवढीच असे अखेरचेच ज्ञान देतो; पण माणसाचे कुतूहल कधी थांबत नाही. ते मनुष्यनिर्मित परमेश्वराला सतत आव्हान देते आणि मनुष्यनिर्मित धर्माला सतत पराभूत करते. धर्म म्हणजे माणसा-माणसांतील व्यवहार नियंत्रित करण्याचे शास्त्र. 'शास्त्रं धारयति सः धर्मः' असे म्हटले तरी ते तितकेसे खरे नसते. या चैतन्याचे अंतिम स्वरूप सांगितल्याशिवाय नवा धर्मच निर्माण होत नाही. म्हणून धर्म हा आरंभ नसून अखेर असते. म्हणूनच खऱ्या अर्थाने नास्तिक कोणाला होता येत नाही. कारण आपण नाकारतो तो देव किंवा धर्म हाच मुळात धूसर असतो. मग आपण नाकारतो ते काय? नाकारतो ती जिज्ञासा. मानवी व्यवहाराला देवाचा आणि धर्माचा काही उपयोग नाही, म्हणून त्याला नाकारणे निराळे. कारण ही केवळ सोय असते. पण खऱ्या अर्थाने नास्तिक होणे, म्हणजे खऱ्या अर्थाने आस्तिक होणेच होय.

ऋतुचक्राच्या या छोट्याशा वर्तुळाने अनेक प्रश्न निर्माण होतात. खगोलशास्त्र, रसायनशास्त्र, हवामानशास्त्र या शास्त्रांनी निर्माण केलेल्या काही सोईस्कर उपपत्ती अर्धज्ञानी माणसाचे कुतूहल पुरे करतात; पण ही तर केवळ सुरुवात असते. काही लोकांचे तोंड बंद करून टाकणे, हाच शास्त्राचा मुख्य उपयोग आहे; परंतु गूढ कायमच राहते. किंबहुना, ते अधिकाधिक बिकट होते. या गूढाचा शोध लावण्यासाठी मानवजात किती प्रकारे धडपडते आहे याचा आलेख म्हणजेच तर संस्कृती. या शोधात विसाव्याची ठिकाणे अधून-मधून सापडतात, म्हणूनच माणसाचे आयुष्य सुखावह बनते.

- ० - ० - ० -

- १ ३ -
एखाद्या दिवशी, एखाद्या क्षणी

एखादा दिवस असा उजाडतो की, भोवतालच्या जगाशी आपले काही नाते नाही, असे वाटू लागते. आपण स्वत: एखाद्या पिंजऱ्यात कोंडले गेले आहोत, अशी भावना मनात येते. असे का होते, ते सांगता येत नाही. कोणाला न समजणारा संताप, मत्सर किंवा हव्यास हेसुद्धा या अस्वस्थतेला कारणीभूत असू शकतात. अशा वेळेला कोणी आनंदात दिसले म्हणजे मनस्वी राग येतो. जग कृतघ्न आहे, दुष्ट आहे व आपल्या दु:खामुळेच त्याला हसू फुटते आहे, अशी भावना जागी होते.

ज्या कुणा माणसाला स्वत:च्या एकलकोंड्या आयुष्यात जगण्याची सवय आहे किंवा जी माणसे माणसांच्या जमावातच सदोदित राहण्यात आनंद मानतात, ही दोन्हीही तशी अपवादच! सर्वसामान्य माणसाला क्षणा-दोन क्षणांचे एकटेपण, क्षणा-दोन क्षणांचा जल्लोष, क्षणभरचा संवाद, क्षणा-दोन क्षणांचा कलह आवडतो. कधी कधी कोणाकडून तरी कुरवाळून घेण्याची इच्छा होते– मग ते कुरवाळणे कधी मनाचे असते, तर कधी शरीराचे असते. कधी कधी माणसाला औदार्याचा उमाळा येतो आणि कधी कधी दुसऱ्याच्या हक्काची वस्तूसुद्धा त्याला मिळू न देण्याइतका दुष्टपणा मनात येतो. देव, मनुष्य आणि राक्षस या मानसिक अवस्था आहेत. देव सगळे सुंदर, सदाचारी, नीतिमान आणि राक्षस हे शक्तीच्या बळावर दुसऱ्यांच्या गोष्टी हिरावून घेतात म्हणून दुराचारी. माणूस या दोन्ही योनींपेक्षा खूपच निराळा आणि म्हणूनच सर्वगुणसंपन्न आहे. त्याच्याजवळ काही देवत्व आहे

आणि काही राक्षसत्व. म्हणूनच माणसासंबधीचे आकलन करणे फार कठीण जाते. काम, क्रोध, मद, मत्सर आदी माणसाचे उपयुक्त शत्रू कोणत्या वेळेला त्याचा कब्जा घेतील, हे नक्की सांगता येत नाही. ज्यांना षड्रिपू असे उल्लेखिले जाते, ते आपले वैरी नसतात; तर मित्रच असतात. त्यांच्या अभावी माणसाला क्षणभरही सुख मिळणार नाही. माणसाची कामभावना लोपली, तर हाहाकार होईल. सगळ्याच माणसांनी तुकारामबुवा व्हायचे ठरविले, तर संघर्षावाचून मानवी आयुष्य आळणी होईल. मत्सराशिवाय आयुष्याला चव नाही. या षड्रिपूंपासून सुटका करून घेण्याची आकांक्षा आध्यात्मिकांना असते आणि आमच्यासारख्या सामान्य माणसांना या षड्रिपूंशी मैत्री करणे उपकारक वाटते.

मात्र कधी कधी हे मित्र शिरजोर होतात आणि आपली लायकी न ओळखता मित्रावर कब्जा करतात. त्यांना ताब्यात ठेवले, तरच ते गुण्यागोविंदाने आपल्याबरोबर नांदतात; पण जर का त्यांचा वरचष्मा झाला, तर मग ते आपल्याला फरफटत कुठे घेऊन जातील याचा नेम नसतो. शरीर आणि मन यांचा प्रवास एकाच वेगाने व्हायला हवा. जेव्हा शरीर थकायला लागते, तेव्हा मनानेही आपल्या भुका आवरायला शिकायला हव्यात. कधी कधी आपण पाहतो, साठी-सत्तरीतील माणसे एखाद्या कोवळ्या स्त्रीवर बलात्कार करतात. तेवढ्यापुरता तो माणूस कामाच्या अधीन होतो आणि आपल्या अन्य इंद्रियांच्या विनवण्याकडे दुर्लक्ष करतो. जन्मभर सात्त्विकपणाने वागणारा विद्येचा एखादा उपासक नको तेव्हा स्त्रीच्या मोहात पडतो. तिच्या अनुमतीचीसुद्धा त्याला गरज लागत नाही आणि मग त्याचे हसू होते. आपले शरीर आणि मन दोन्ही आपलेच असतात. शरीराची अवाजवी उपासमार किंवा शरीराचे फाजील चोचले हे आपल्या मनाचे संतुलन बिघडवतात आणि मग डाव्या डोळ्याने उजव्या डोळ्याशी वैर करावे, तसेच शरीराचे आणि मनाचे भांडण होते. सारे आयुष्य हाच मुळी एक खेळ आहे. कुठल्या रेघेला स्पर्श झाला की बाद व्हायचे, हे त्या खेळात ठरलेले आहे. शिवाय खेळात आपण एकटेच नसतो, अनेकांनी मिळून हा खेळ खेळायचा असतो. या सर्वांचं काहीएक नाते आहे. आपापली जबाबदारी सांभाळून आपल्याला पराक्रम करायचा असतो. हरणे आणि जिंकणे हे नेहमीच गुणांवर अवलंबून नसते; त्यात दैवाचाही काही भाग असतो. शिवाय आपली खेळी दुसऱ्या कोणत्या खेळाडूबरोबर आहे, हे ठरवणं आपल्या हाती मुळीच नसते. खेळ रंगला पाहिजे, पाहणाऱ्यांनी टक लावून खेळ पाहिला पाहिजे आणि अधून-मधून वाहवा देण्याइतपत आपल्याकडूनही काही घडलं पाहिजे.

हे बहुतेक सगळे हिशेब आणि विवेक पुस्तकात राहतात. अखेरीस सगळेच खेळ बहुश: माथेफिरूपणानेच खेळले जातात. आपण विजयी व्हायला पाहिजे तर दुसऱ्याने अपयश स्वीकारलं पाहिजे; परंतु त्याचे ते अपयश लाजिरवाणे नसावे, ही जबाबदारी आपल्यावरच असते. खजील जमावाकडून विजय मिळण्यात काही अर्थ नसतो. विजय कुणीही मिळवला असता, अशा सीमारेषेवरच विजय मिळवण्यात मजा असतो.

चारित्र्याचे, नीतीचे, भलाईचे नियम आपण धर्मशास्त्रात वाचतो. धर्मशास्त्रे जे मानत नाहीत, त्याच्यासाठी कायदा अस्तित्वात आलेला असतो. पण अखेरीस धर्मशास्त्र काय किंवा कायदा काय, ही मानवाचीच निर्मिती आहे. बुद्धिमान माणसे त्यातूनही रस्ता काढतात आणि हवी तशी वागू शकतात. कित्येकदा तर आपण असे पाहतो की, कायद्याच्या आणि नीतीच्या चौकटीबाहेर वागणारी माणसे समाजाला प्रिय झालेली असतात. म्हणजे सभ्यतेचे नियम धुडकावून लावणारी माणसे वस्तुत: आपण तुच्छतेचा विषय करायला हवीत, पण ती होताना दिसत नाहीत. अलौकिक प्रतिभा किंवा कलागुण असणाऱ्या माणसांना आपण जादा सवलती देतो. जनसंमोहिनी असणाऱ्या नेत्यांच्या दुष्टपणालाच कर्तृत्व मानतो. आपणच केलेले नियम आपण पायदळी तुडवतो, तरी आपल्याला त्यात गैर वाटत नाही; याचे रहस्य काय असावे?

माणसाचा प्रवास देवत्वाकडे असतो, पण आकर्षण पशुत्वाचे असते. म्हणून कधी कधी असामान्य पशुत्वाचे दर्शनसुद्धा विलोभनीय वाटते. मानवी इतिहासात अशा दैवी राक्षसांची भेट पानोपानी होते. कसलाही उपद्रव देऊ न शकणारा, खालच्या मानेने समाजाचे सर्व कायदे पाळणारा माणूस म्हणजेच सर्वसामान्य समाज; पण त्या समाजाचे चलनवलन मात्र हे दैवी दैत्य करत असतात. त्यामुळेच नेमके सत्य काय, ह्याचा शोध माणसाला कधीच लागत नाही. सत्य कुठे तरी विजयाच्या आसपास खाली मान घालून उभे असावे, असे वाटते. जगाच्या कोणत्याही कालखंडात सत्याचा विजय झालेला नसतो, तर विजयाचेच सत्यात रूपांतर झालेले असते. संघर्ष हा देव आणि दैत्य ह्यांच्यात कधी होतच नाही, तर संघर्ष हा नेहमी दोन दैत्यांच्यातच होतो. हिटलर आणि स्टॅलिन या दोन दैत्यांचेच युद्ध झाले, पण या युद्धात आफ्रिका आणि आशिया दोन खंडांत लोकशाहीची पहाट उगवली. आपल्या देशातसुद्धा चरणसिंग-मोरारजी, इंदिराजी, बाबूजी हे तशा अर्थाने दैत्यच आहेत. दैत्य आपापसांत झगडून राक्षसी वृत्तीचा नाश करतात आणि मग अधून-मधून दुबळ्या लोकांचे

पाय सत्याच्या तख्तापर्यंत जाऊन पोचतात.

कधी कधी या जगापासून दूर कोठे तरी जाऊन लपावेसे वाटते, परंतु भेकडांना लपण्यासाठी या जगात जागाच नसते. एक तर राजसत्तेपुढे आरत्या ओवाळायच्या असतात किंवा मानेवर जोखड घेऊन त्या राक्षससत्तेचा नांगर ओढायचा असतो. या दोन्ही मार्गांपेक्षा एक तिसराही मार्ग आहे. तो म्हणजे, ताठ मानेने या राक्षसांपुढे उभे राहणे. या ताठपणाची किंमत अर्थात द्यावीच लागणार. वाकण्यापेक्षा मोडणारे लोक फार थोडेच असतात. अशी माणसं दिवाभिताप्रमाणे पळून जाण्याची भाषा बोलत नाहीत, तर प्रसंगी मातीत मिसळून जाणे पसंत करतात. त्याच मातीच्या सुगंधाला संस्कृती असे दुसरे नाव असते. जग आपल्या दु:खाला हसते, हीसुद्धा एक प्रतारणाच असते. दु:खी जग दु:खाला कशाला हसेल? फार तर माझ्यासारखा तूही दु:खी आहेस, त्यामुळे कदाचित हे विकट हास्य असेल. दु:खाचा अतिरेक झाला की, माणसे हसूच लागतात आणि म्हणून कुणी हसत असले की, त्या हसण्याचा उद्देश आपल्याला हिणवण्याचाच आहे, असे समजण्याचे कारण नाही. आपण आनंदात असलो की, पडणारा पाऊस आपल्याला आनंदाची बरसातच वाटते आणि आपण दु:खात असलो की, ती बरसात आपल्याला अश्रूंची वाटते. संध्याकाळ तीच पण कधी कधी ती उदास होते, पण तीच संध्याकाळ रंगीबेरंगी वस्त्रे पांघरून तुम्हाला डोळे मिचकावत येत असते. पानगळ झाली की, किती उदासवाणे वाटते. उघडीबोडकी झाडे बघवत नाहीत. परंतु नवी, कोवळी, किरमिजी पालवी उद्याचीच चाहूल असते. म्हणून सुखाचे वाटणारे दिवस दु:खाचे ठरतात आणि दु:खाचे वाटणारे दिवस सुख भरभरून आणतात. याचे कारण सुख आणि दु:ख यांची आपण केलेली वाटणीसुद्धा सापेक्ष असते. जे या घटकेला मला सुखकारक वाटते, ते मला दुसऱ्या घटकेला सुखकारक वाटेलच असे नाही. कारण माझ्या मनावरच माझा ताबा नाही. सुख-दु:ख हे सारं हातात न पकडता येण्यासारखे रसायन आहे. सापडल्यासारखे वाटते, तेवढ्यात ते निसटून जाते आणि जे चुकविण्याचा प्रयत्न यशस्वी झाला असे वाटते, ते अंगाला केव्हाच चिकटून बसलेले असते. आपल्या मनाचे ते वेगवेगळे आविष्कार आहेत. म्हणून एखाद्या दिवशी जगाचा अनिवार संताप येतो, तर एखादे दिवशी जगाचे अनिवार प्रेम उचंबळून येते. एखाद्या दिवशी मी आकाशाएवढा होतो, तर दुसऱ्या दिवशी मी क्षुद्र जंतू होतो. सारेच मनाचे खेळ. एके दिवशी एखादे कोवळे निमंत्रण येते. या सगळ्या गोष्टींत अनिश्चितता आहे, म्हणूनच सारी मजा आहे. नाही तर आयुष्याचे रंग केव्हाच फिके झाले असते.

रोज नवनवे गडद रंग मला निमंत्रण धाडतात, म्हणून मला इंद्रधनुष्याचीसुद्धा मातब्बरी नाही. कारण इंद्रधनुष्यात फक्त सातच रंग असतात. माझे आयुष्य आतून-बाहेरून रंगांनी माखून गेलेले आहे. तशी कुणाचीही साथ नसतानासुद्धा माझ्या मनात रासक्रीडा चालू असते. कुणाच्याही वस्त्राला हात न लावता अनेकरंगी गोपी माझ्यासमोर नग्न होऊन उभ्या असतात.

म्हणून, इच्छा असली तर एकच आहे की, आयुष्याचे रंग उडून जाण्यापूर्वी त्या तप्त झालेल्या सोनेरी लालसर रंगाची-माझी गाठभेट व्हावी. म्हणजे, मी त्या रंगात बुडून चिंब होईन आणि माझी कापूरकाया होऊन जाईल.

-०-०-०-

- १४ -
हरले कोण? हरले ते म्हातारपण

आपल्या देशात पुराणकाळापासून वृद्धांना मान देण्याची पद्धत आहे. केवळ आधी जन्माला येणे, हीसुद्धा या देशात फार सन्मानाची गोष्ट आहे. धर्माज्ञासुद्धा वृद्धांच्या बाजूलाच आहे. निदान पूर्वी वृद्ध माणसे लोकव्यवहारातून योग्य वेळेस दूर होऊन वानप्रस्थाश्रम स्वीकारीत असत व राजा युवराजाला वेळीच यौवराज्याभिषेक करीत असे. जीवनव्यवहारात वृद्धांनी फार लुडबुड करू नये, असे त्यातले सूत्र असले पाहिजे. पण तसे म्हणावे, तर खुद्द महाभारत काळातसुद्धा शंभरीला पोचलेले अनेक वृद्ध युद्धात भाग घेत होतेच. बरे, त्या वृद्धांकडून काही निर्णयात्मक जय मिळाला म्हणावा, तर तसेही घडले नाही. त्यांच्या पराक्रमांची वर्णने आहेत; परंतु प्रत्येकाला आपल्या मरणाचा रस्ता कोणता, हे दुसऱ्याला सांगावे लागले. धर्माची गती सूक्ष्म आहे, असे म्हणून धर्मनिर्णयाच्या वेळेस शहाण्या समजल्या जाणाऱ्या या वृद्ध माणसांनी कर्तव्याचेही पालन केले नाही. धर्म त्यांना कळत नव्हता, असे थोडेच आहे? कौरवांचा पक्ष अन्याय्य आहे, असे गांधारी, भीष्म, द्रोण, धृतराष्ट्र आदी सर्व जण म्हणतात. असे असूनही आपल्या माथेफिरू मुलाला आवरण्याची शक्ती या वृद्धांमध्ये नव्हती आणि त्यामुळेच या देशात प्रचंड मानवी शक्तीचा क्षय झाला.

महाभारत हे एक मानवी जीवनाचे प्रतीक मानले, तर या सर्व घटनांवरून आपण काही फारसे शिकत नाही, हे आजही आपल्या अनुभवाला येईल. पूर्वीच्या मानाने आजचे आयुर्मान

कमी झाले आहे व शारीरिक क्षमताही रोडावलेली आहे. साठीनंतर माणसाची बुद्धी क्षीण होते, असा सर्वसामान्य अनुभव येतो. शारीरिक क्षमता तर हळूहळू नष्ट होत चाललेली आहे. आत्महत्या करणे हे कायद्याने आणि नीतीनेही गर्हणीय कृत्य असल्याने माणसाला जगत राहावे लागते. पण असे जगणे आणि लोकव्यवहारात लुडबुडणे, यांतील फरक आपण नीटसा करू शकलेलो नाहीत.

महात्मा गांधी राष्ट्रपिता पदवीला पोचले, ते आपल्याला काँग्रेसचे साधे सभासदसुद्धा मानत नसत. आपण राजकारणात केव्हा तरी निर्णय घ्यायचे थांबवले पाहिजे, असे त्यांनासुद्धा वाटले नाही. म्हणून ते मरेपर्यंत किंवा त्यांना कुणी मारेपर्यंत देशाच्या गंभीर समस्यांबद्दल निर्णय घेत राहिले. त्यांना गुरुस्थानी मानणाऱ्या पंडितजींना आणि वल्लभभाई पटेलांनासुद्धा त्यांचे निर्णय मान्य नव्हते. पण तरीही त्या वृद्धासमोर सर्वांना शरण जावे लागले आणि त्याचे गंभीर परिणाम देशाने भोगले. देशाला स्वातंत्र्य मिळाल्यानंतर खरे म्हणजे गांधींना राजकारणाव्यतिरिक्त करण्यासारख्या पुष्कळ गोष्टी होत्या. पण त्यांनाही राजकारणाचेच महत्त्व वाटत राहिले. याचे कारण मनुष्य जसजसा वृद्ध होत जातो तसतसे त्याचे अहंकार पाशवी होत जातात. आज विनोबांचेही तेच झाले आहे. आपल्या देशाच्या आजच्या समस्या कोणत्या, याचे आकलन करून घेण्याची क्षमता त्यांच्यात उरलेली नाही आणि म्हणूनच नियतीने त्यांच्या संतत्वाची क्रूर चेष्टा केली आहे. जनता पक्ष राज्यावर आल्यानंतर जयप्रकाशजींनी खरे तर राजकारणातून संपूर्ण निवृत्त व्हायला हवे होते. त्यांना तसे व्हायचेही असावे. पण आपल्या मोठेपणाला जयप्रकाशजींच्या शब्दांचा आधार मिळावा म्हणून निरनिराळ्या प्रश्नांवर त्यांना बोलायला भाग पाडण्यात आले. त्यांची स्मृतीसुद्धा दिवसेंदिवस नष्ट होत चालली होती. आपण काल काय बोललो, हेसुद्धा तेव्हा त्यांना आठवत नव्हते. इंदिरा गांधींचा संपूर्ण पराभव झाला येथेच त्यांचे जीवितकार्य संपले; पण थोर पुरुषांनासुद्धा थांबायचे कुठे, हे समजत नाही आणि म्हणून मग देशावर चमत्कारिक आपत्ती ओढवतात अन् संतांची अखेरही दुर्दैवी होते.

महात्माजी, विनोबा किंवा जयप्रकाश ही कोणी दुष्ट माणसे होती काय? देशाचे भले व्हावे, हीच सदिच्छा त्यांच्या मनात असूनही त्यांच्या अखेरच्या अस्तित्वाने देशाचे काही भले झाले नाही. अखेरीस जगायचे कोठपर्यंत आणि कशासाठी, हेसुद्धा श्रेष्ठ पुरुषांना ठरवावे लागते. वॉटर्लूच्या लढाईत नेपोलियन मेला असता, तर त्याची अखेर दुर्दैवी झाली असती का? रशियाने युद्ध जिंकले आणि त्याच वेळेस स्टॅलिनचा मृत्यू झाला असता, तर स्टॅलिनच्या सर्व दुष्कृत्यांचे

रूपांतर सत्कृत्यांत झाले असते. पुष्कळ थोर पुरुषांची अखेर नको तितका काळ जगल्यामुळे फार दुर्दैवी झाली आहे. इंग्लंडमध्ये शहाणी लोकशाही असल्यामुळे दीर्घकाळ जगूनसुद्धा चर्चिलचे हसे झाले नाही. त्याला सन्मानानेच मरण आले. वृद्ध माणसांनी जनतेची केलेली सेवा लक्षात घेऊन अखेरच्या कालखंडातील त्यांच्या चुका लोक विसरतात, त्यांची स्मारके उभारतात, त्यांचे स्मरण करतात. पण याचा अर्थ त्यांचे अखेरचे दिवस लोकांनी गौरवाचे मानलेले असतात, असा मात्र नाही. लोकांच्या मनात एक कृतज्ञताबुद्धी असते, त्याचप्रमाणे मोठेपणाला शरण जाण्याची एक शरणवृत्तीही असते. नेहरूंसारख्या एका देखण्या, राजबिंड्या, लोकप्रिय नेत्याची अखेर दुर्दैवी का व्हावी? खरे तर एका सुंदर स्वप्नाची ती दुर्दैवी अखेर होती. क्षणभर आपण अशी कल्पना करू की, चीनशी झालेल्या आपल्या युद्धापूर्वीच नेहरूंनी पंतप्रधानपद सोडलेले आहे आणि आपल्या एका तरुण सहकाऱ्याकडे पंतप्रधानपद सोपवलेले आहे. आपल्या निवृत्तीचे दिवस हिमालयाच्या गहिऱ्या सावलीत, खळखळणाऱ्या झऱ्याच्या काठाशी ते घालवत आहेत; तर जेव्हा देशावर चीनच्या स्वारीचे संकट आले तेव्हा नेहरूंचे राजकारणात क्षणमात्र प्रकट होणेसुद्धा केवढे चैतन्यदायी ठरले असते. पण असे झाले नाही. लोकशाहीच्या उदार उपासकाची अखेर एका पराभूत लोकनायकाच्या रूपात झाली. या देशात हे असेच होत आलेले आहे. मृत्यूशिवाय माणसे आपली स्थाने सोडतच नाहीत आणि मृत्यू माणसाला नेताना नेता-नेता फार कुरूप करतो. रोज-रोज तेच कंटाळवाणे चेहरे, चैतन्यहीन शब्द, आजारांच्या बातम्या वाचताना त्या नेत्याबद्दल जे काही आकर्षण अनुयायांच्या मनात असेल, ते ओसरत जाते आणि लोक खरोखरच त्या माणसाच्या मृत्यूची वाट पाहत राहतात. अशी आपल्या मृत्यूची कोणी वाट पाहत आहे, ही कल्पनासुद्धा भयंकर आहे. या देशातील आजचे नेते याहून अधिक काळ जगावेत, असे आता त्यांच्या कुटुंबीयांनाही वाटत नाही. कारण जगण्यासारखे या माणसांच्या आयुष्यात आता काहीही उरलेले नाही.

इंदिरा गांधींचा पराभव करून जनता पक्ष अस्तित्वात आला, तेव्हाही जनता पक्षावर प्रभुत्व होते ते रेंगाळत राहिलेल्या वृद्धांचेच. मोरारजी, चरणसिंग, बाबूजी या तिघांनाही पंतप्रधानकीची वस्त्रे हवी होती. भारताच्या इतिहासात आपले नाव पंतप्रधान म्हणून राहावे, अशी या तिघांचीही इच्छा होती. पण या पुढील भारताच्या इतिहासात पंतप्रधान झालेले मोरारजी व चरणसिंग आणि न झालेले बाबूजी यांची नोंद कोणत्या शब्दांत होईल? खरे तर लायकीपेक्षा

सर्वांचीच मानसन्मानाची सर्व पदे भोगून झालेली होती. मोरारजींचे आरोग्य हा दैवी योग आहे. कारण या वयात एवढी चैतन्यदायी हालचाल सहसा घडत नाही. पण तरीसुद्धा गुंतागुंतीचे अनेक नवनवीन प्रश्न सोडविण्याची क्षमता वयाबरोबर कमी होत जाते, वाढत तर जात नाही, हे त्यांच्याही लक्षात यायला हवे होते. नवनवीन तरुणांच्या आकांक्षा जन्म पावत असतात आणि कळत-नकळत ते आपला द्वेष करू लागतात याचे भान वृद्धांनी सोडले म्हणजे समाजाच्या अध:पाताला सुरुवात होते. निदान चारित्र्य, आरोग्य, निर्भयपणा या गोष्टींत मोरारजी हे अन्य दोघांपेक्षा अधिक पात्र आहेत. ते स्वत:ला महाभारताचे अभ्यासक समजतात. ते गीतापठण रोज करतात. महाभारताचा आणि गीतेचा हाच का अन्वयार्थ त्यांनी लावला? लोकांनी काढून टाकेपर्यंत सत्तास्थान सोडायचेच नाही काय? भीष्मासारख्या पुरुषाची अर्थदास्यत्वाने द्रौपदी वस्त्रहरणाच्या वेळेस काय परिस्थिती केली, हे त्यांना माहीत का नव्हते? इंदिरा गांधींकडून अगणित अपमान झाला– कारावास भोगावा लागला याचा सूड लोकांनी घेतला आणि मोरारजींना पंतप्रधानपदावर नेऊन बसविले. आयुष्याचे इतिकर्तव्य झाले, असे समजून मोरारजींनी तृप्त मनाने आपण होऊन सत्तात्याग केला असता, तर फार मोठी जुनी संस्कृती असलेल्या देशात आपण राहतो, असे आपल्याला म्हणता आले असते. शांतताकाळात स्वखुशीने सत्तात्याग करणारा थोर पुरुष म्हणून मोरारजींचे स्थान कदाचित महात्माजींच्या बरोबरीनेसुद्धा जोखले गेले असते. आपले असणे आता पुष्कळांना नको आहे, हे समजल्यानंतर तरी त्यांनी सत्तात्याग करायचा; पण त्यांच्याच्याने तेही झाले नाही, ही त्यातल्या त्यात सुसंस्कृत असलेल्या माणसाची कथा. मग चौधरी चरणसिंग आणि जगजीवनराम बाबू यांच्याबद्दल काय बोलावे? बाबूजींच्या बाबतीत निदान एक गोष्ट क्षम्य होती. ती म्हणजे, या देशात वर्षानुवर्षे अवमानित झालेल्या दलित समाजाचे ते प्रतिनिधी आहेत. देशाचे सर्वोच्च स्थान दलित समाजाच्या नजरेसमोरसुद्धा कधी नव्हते. त्यांची व्यक्तिगत आकांक्षा सामूहिक आकांक्षेतही रूपांतर होऊ शकत होती. जगजीवनराम– बाबू पंतप्रधान झाले असते तर दलित समाजाचे प्रश्न सुटणार होते, अशातला भाग नाही. पण या देशात एक सद्‌बुद्धी जागी होत आहे याची तरी चाहूल लागली असती. बाबूजी पंतप्रधान झाले असते म्हणजे जनता पक्ष फुटला नसता किंवा इंदिरा गांधींचे राज्य आले नसते, असला मूर्ख आशावाद कुणाच्याही डोक्यात नव्हता. आपण कितीही पुरोगामी असल्याचा देखावा करीत असलो, तरी एका चांभाराने या देशाचे सर्वोच्चपद स्वीकारावे, ही गोष्ट मनोमन

कोणी स्वीकारलेली नाही. चौधरी चरणसिंगांबद्दल फारसे काही बोलण्यात अर्थ नाही. कारण अजूनही ते टोळीवाल्यांच्या कालखंडात वावरतात. शक्ती हेच त्या कालखंडाचे सूत्र आहे. मग त्या शक्तीमागे न्याय असलाच पाहिजे, असे नाही. देशाच्या कितीशा नागरिकांशी आपला संबंध आहे याचेसुद्धा भान पंतप्रधानकीची वस्त्रे नेसण्याची घाई झालेल्या चरणसिंगांना नव्हते. हुरळणाऱ्या बेडकीप्रमाणे मोठे होऊन-होऊन चरणसिंग किती मोठे होणार? ना कसली नीतिमत्ता, ना कसले निष्ठेचे संस्कार किंवा देशाचे काही संपूर्ण चित्र पाहण्याची असामान्यता.

खरे तर या तिन्ही वृद्ध माणसांनी जनता पक्षाच्या विजयानंतर एक तर आळीपाळीने काही काळ सत्ता भोगण्याचा खुला आनंद वाटून घ्यायला हवा होता; परंतु त्याहीपेक्षा देशाचे प्रश्न लक्षात घेऊन कोणी तरी नव्या नेत्याची एकमताने निवड करायला हवी होती. त्या वेळेस जनता पक्षाचे असे कीर्तिमान वलय होते की, लोकांनी त्या वेळेस कोणताही पंतप्रधान स्वीकारला असता. चंद्रशेखर, फर्नांडिस, वाजपेयी किंवा कोणीही. पुढे काळपुरुष ठरलेल्या मधू लिमयांनाही त्या वेळेस लोकांनी मान्य केले असते. कधी नव्हे ते देशातली खरीखुरी चैतन्यशक्ती तेव्हा जागी झाली होती आणि तिला सावरणारा व वापरणारा असा आकर्षक व्यक्तिमत्त्वाचा कुणी तरी नेता ती शोधत होती. नियतीने एक असे सिंहासन खडे केले होते की, ज्या सिंहासनाला लोकप्रीतीचा आधार होता.

सिंहासनाच्या पायऱ्या तरुण पावलांचे स्वागत करण्यासाठी आसुसलेल्या होत्या. ज्याच्या डोळ्यांत अजून स्वप्ने फुलत आहेत, अशा एका स्वप्नाळू नेत्याच्या शोधात त्या वेळेस सारा सभामंडप होता. पण लोकांना स्वप्ने मिळालीच नाहीत. लोकांना कोवळ्या कळ्या मिळाल्याच नाहीत. लोकांना मिळाले ते निर्माल्य. मिळाली ती चुरगळलेली फुले. जेव्हा विजयध्वनी करण्यासाठी लोकांचे कंठ आसुसलेले होते, तेव्हा भित्र्या आणि भेकड म्हाताऱ्यांची कुजबुज ऐकावी लागली. या देशातील हजारो हात देश घडवण्यासाठी स्वप्न मागत होते; तेव्हा ज्यांच्या डोळ्यांना शेजारचा माणूससुद्धा दिसत नाही, अशा वृद्ध माणसाचे उपदेश ऐकावे लागले. विद्युतवेगाने देशभर संचार करून जेव्हा आमचा नेता तरुणांची रग जागी करणार होता, तेव्हा आमचे सर्व नेते रुग्णालयात औषधोपचार घेत नको ते आयुष्य वाढवत बसले होते.

नियती काही संधी पुन:पुन्हा देत नसते आणि ती मिळावी, अशी अपेक्षा करणेही रास्त नाही. या देशातील सदाचारी आणि नीतिवान लोकांचा पराभव झालेला नाही. पराभव झालाच असला, तर कर्मचाण्डाळ आणि निरुपयोगी

म्हाताऱ्यांचा झाला. इंदिरा गांधीही त्याच रस्त्याने चालल्या आहेत. त्यांच्याजवळही आता देण्यासारखे काहीही शिल्लक नाही. त्यांची ती मस्ती, आव्हान आणि करिष्मा आता विलयाला गेला आहे. सत्तेचा मोह त्यांनाही सुटत नाही. खरे म्हणजे सारे अपमान धुऊन निघाले. साऱ्या अपराधांना क्षमा झाली आणि लोकांनी पुन्हा एकदा इंदिरा गांधींना उच्चासनावर नेऊन बसविले. आता यापेक्षा अधिक उच्चासन शिल्लकच नाही आणि म्हणूनच कुठे तरी थांबायला लागते, हे समजायला हवे. लोकप्रियता आणि शासकप्रियता या दोन भिन्न गोष्टी आहेत. एक नियतीचा खेळ आहे आणि एक कर्तृत्वाचा खेळ आहे. नियतीने द्यायचे ते सर्व देऊन झाले म्हणजे तरी माणसाला आत्मशोध करण्याची बुद्धी व्हायला हवी. इच्छा व्हायला हवी. संजय गांधी हा काही नेतृत्वाचा पर्याय नाही. परंतु, जर इंदिरा गांधी वेळच्या वेळी जागेवरून हलल्या नाहीत, तर त्यांनाही त्या जागेवरून ओढणाऱ्या शक्ती निर्माण होत आहेत. शहाजहानला कैदेत घालून औरंगजेब राज्यावर आला, अशी हस्तिनापूरची परंपरा आहे. केव्हा ना केव्हा तरी तरुण माणसाचा संयम संपतो; मग ती जागेवरून वृद्धांना केवळ उखडूनच काढत नाहीत, तर ती त्यांना संपवूनच टाकतात. चांगले व वाईट, सदाचार व दुराचार, लोकशाही व हुकूमशाही यांची जी काही युद्धे या देशात होणार असतील, ती तरुण-तरुणांच्यातच व्हायला हवीत. जे काही अटळ आहे, ते टळणार नाही; परंतु ज्यांचे जीवितकार्य संपलेले आहे, त्यांनी निदान या युद्धाच्या मैदानावर येऊच नये आणि जेव्हा ती येतात, तेव्हा भीष्माप्रमाणे किंवा द्रोणाप्रमाणे त्यांना आपले मरण मागून घ्यावे लागते. त्याहीपुढे मरण चुकणार नसेल, तर निदान इच्छामरणी होण्याची तरी इच्छा त्यांनी ठेवायला नको काय?

-०-०-०-

- १ ५ -

स्वप्नांची अखेर झाल्यानंतर

ज्याला स्वप्नांचा चाळा करण्याची सवय आहे, त्याला वाटेल ती स्वप्ने पडू शकतात. यक्षांची, पऱ्यांची, सुंदर घरांची, मनोऱ्यांचीसुद्धा. उन्मत्त किंवा शालीन स्त्रियांची, बंड करणाऱ्या मुलांची, आव्हानांची, आवाहनांची, पराक्रमाची किंवा शूर मरणाची स्वप्ने पडणे, हेही फार नवे नाही. कधी या देशाचा हुकूमशहा होण्याची तर कधी चाणक्य होण्याची, कधी गौरीशंकर सर करण्याची तर कधी हिंदी महासागर पोहून जाण्याची स्वप्ने पाहणारी माणसे भेटतात. लोकनायक होण्याची तर कधी लोकसेवक होण्याची, कधी नवकोट नारायण होण्याची, तर कधी सर्वस्वाचे दान करून निष्कांचन होण्याची इच्छा करणारे अवलिये गवसतात. एकाकी राहून सत्यासाठी धडपडत सुळावर जाण्याची स्वप्नेसुद्धा पडतात. अशी ही स्वप्नेच स्वप्ने. गरुडांना स्वप्ने असतात तशी चिमणीलाही स्वप्ने असतात. सागाला जशी स्वप्ने असतात तशी तुळशीलाही स्वप्ने असतात. स्वप्ने करता आली, म्हणजे संपले. स्वप्ने असली म्हणजे डोळे असतात, नाही तर माणूस आंधळा असतो. आकाशात वीज असते किंवा हृदयात वेदना असतात. स्वप्नेच नसली तर फक्त गोठलेले अस्तित्व असते; ज्या अस्तित्वाला पाऊस पडूनही हिरवेगार शेवाळसुद्धा निर्माण करता येत नाही.

जिथे जिथे चैतन्य आहे, तिथे तिथे स्वप्न आहे. खुजे, मोठे, अक्राळविक्राळ किंवा लुकलुकणारं हे पूर्वानुभवातूनच ठरतं. कोकणात नाकात सुंकले घालून, मळका परकर नेसून मिरवणाऱ्या मुलीला पगारदार नवऱ्याचं स्वप्न पडते. तर स्कर्ट-ब्लाऊज

घालणाऱ्या व मागे-पुढे घायाळ करणाऱ्या नजरांत वावरणाऱ्या शहरी मुलीला फॉरिन रिटर्न्ड 'हनी'ची स्वप्ने पडत असतात. कारकुनाला हेडक्लार्क होण्याची, मास्तराला हेडमास्तर होण्याची, पोस्टमनला पोस्टमास्तर होण्याची स्वप्ने पडली; तर त्यात कोणाला आश्चर्य वाटत नाही. लहानपणी लहान मुलांना कुणाचेही वाहन अडवणारा ट्रॅफिकचा पोलीस किंवा शिट्टी फुंकून गाडी सोडणारा रेल्वेचा गार्ड व्हावेसे वाटते. सिनेमातल्या वैभवाची वर्णने वाचून मिटक्या मारणाऱ्या मुलींना हेमामालिनी व्हायचे असते, तर मुलांना अमिताभ व्हायचे असते. एका फळकुटाच्या आणि टेनिसच्या चेंडूच्या साह्याने क्रिकेटचा डाव मांडणाऱ्या मुलांना सुनील गावसकर किंवा कपिलदेवसुद्धा व्हायचे असते.

अशी स्वप्ने जिकडे-तिकडे पडलेली आहेत. कुठल्याही दिशेने पाहायला लागले, तर शे-पन्नास स्वप्ने कुडकुडत माना वर करून उभीच असतात. या साठ कोटी माणसांच्या देशात सहाशे कोटी स्वप्ने असतील आणि त्यांतील बहुतेक स्वप्ने हळूहळू विरघळत जाणारी असतील. समजा– एक दिवस या सगळ्यांची स्वप्ने गोळा केली आणि समुद्रात नेऊन बुडवली; मग काय दिसेल? अश्वत्थाम्याच्या डोक्यावरचा मणी द्रौपदीच्या सांगण्यावरून भीमाने काढून घेतला. मग तो अश्वत्थामा तेलासाठी घरोघर भीक मागत राहिलाय, असे म्हणतात. ज्यांची कोवळी कोवळी स्वप्ने खच्ची झाली, असे अनेक अश्वत्थामा सभोवती दिसतात; पण अजून ते तितके दीनवाणे झालेले दिसत नाहीत. कारण चिरंजीव स्वप्नांचे एक रत्न त्यांच्या डोक्यावर अजून शाबूत आहे.

आज एकाहून एक अशा चढत्या श्रेणींच्या माणसांचा हा समाज बनलाय. त्यांतल्या काही वर्गसिद्ध आहेत, काही वर्णसिद्ध आहेत, तर काही वर्मसिद्ध आहेत. भिकाऱ्यापासून सेनापतीपर्यंत अनेक वेगवेगळ्या श्रेणींत लोक वावरतात. वर जाण्यासाठी जागा असली तरच माणसे स्वप्ने बघतात. आपली संपत्ती नष्ट व्हावी, संसार उद्ध्वस्त व्हावा, कुरूपता यावी किंवा वरिष्ठ श्रेणीवरून खाली हकालपट्टी व्हावी– अशी स्वप्ने काही कोणी करत नाही. धुराप्रमाणे वलयांकित स्वप्ने ही वरच्या दिशेनेच जायची असतात. समाजात नाना तऱ्हेची माणसे असतात– नाना तऱ्हेच्या श्रेण्या असतात. थोडक्यात, विषमता असते म्हणूनच माणसे बरी-वाईट स्वप्ने करत असतात व त्यावर जगत असतात. पोटात अन्न नसले तरी डोळ्यांतल्या स्वप्नांच्या मदतीने ती जगत राहतात.

स्वप्न पाहण्यासाठी म्हणूनच आकाशात काहीतरी असावे लागते आणि आकाशाकडे पाहूनच स्वप्नांचे बगीचे फुलतात. सिकंदर एकामागोमाग एक देश

जिंकत आला आणि अखेरीस जिंकण्यासारखे काही उरले नाही, म्हणून दु:खी होऊन मेला. कारण काही तरी मिळवण्याचे त्याचे स्वप्न कायमचे संपले. त्याचे आकाश जमिनीवर उतरले, मग जगण्याचे प्रयोजन संपले. आज विषमतेविरुद्ध आपण आरडाओरड करतो. क्षणभर असं समजू की, मानवा-मानवांतील विषमता आपण नष्ट करू शकलो तर सर्वांना सारखी घरे, सारखे अन्न, कॉम्प्युटर सुचवील त्याप्रमाणे जोडीदाराची निवड, वा सारखे कपडे मिळतील. जेवढी म्हणून समानता आणणे शक्य आहे तेवढी आणता येईल. क्रोमोझोम्सच्या संशोधनामुळे मानवाचा रंग, आकार आणि गुणधर्मसुद्धा सारखे करता येतील. थोडक्यात, निसर्गाने आणि मानवाने निर्माण केलेली विषमता अविरत प्रयत्न केला, तर नष्ट करता येण्यासारखी आहे. अर्थात तरीसुद्धा सगळ्याच बाबतींत साम्य निर्माण करणे कठीण जाईल. समजा केले, तर ह्या सृष्टीतील जीवनव्यवहार सुखाचा, सोईचा किंवा जीवनसुलभ होईल काय? अशा एखाद्या जगात राहण्याची कल्पनासुद्धा मला भयंकर वाटते. माझा रंग काळा असला, चण खुजी असली, डोळे घारे असले तरी त्या गोष्टीवर मी आज प्रेम करू शकतो आणि नसणाऱ्या काही गोष्टींसाठी हळहळूही शकतो. शेजाऱ्याच्या बायकोपेक्षा माझी बायको वेगळी आहे, घरातल्या वस्तू वेगळ्या आहेत, माझ्या घरातल्या अन्नाची चव वेगळी आहे आणि त्या वेगळेपणाचाच मला सार्थ अभिमान वाटू लागलाय. या अभिमानाचे पुढे विकृतीतही रूपांतर होते, ही गोष्ट खरी. अवाजवी संपत्ती गोळा करण्याचा मोह होतो, दुसऱ्याला मी कमी प्रतीचा मानू लागतो, उच्च-नीचतेच्या भावना वाढीला लागतात, श्रेष्ठ संस्कृतीची वल्गना वाढीला लागते. इस्लाम धर्म श्रेष्ठ मानणारे निघतात. ब्राह्मण्याला प्रतिष्ठा येते. गौरवर्णीय ही परमेश्वराची लाडकी लेकरेच समजली जाऊ लागतात आणि विभिन्नतेला विखार निर्माण होतो.

सामाजिक आणि आर्थिक दृष्ट्या उच्चपदावर असलेल्या माणसांनी विभिन्नता आणि विषमता यांचा नैसर्गिक पुरस्कार केला, तर स्वत:ची कातडी बचावण्याचा तो उद्योग म्हणून धिक्कारलाही जाणार. निसर्गातली असमानता सुंदर असते आणि मानवाने निर्माण केलेली असमानता पुष्कळांच्या दु:खावर उभी असल्याने क्रूर ठरते.

आता समानतेचे युग आलेले आहे. उंच माणसांचे पाय कापून समानता आणली पाहिजे, असे दिसते. बौद्धिक समानता येत नसेल, तर बुद्धिवंतांनी बुद्धीचे विसर्जन केले पाहिजे. सर्वांना झेपेल अशा पातळीपर्यंत शिक्षणाचा दर्जा आणला पाहिजे. थोडक्यात, उडू पाहणाऱ्या पाखराचे पंख कापले पाहिजेत आणि वेगाने धावू पाहाणाऱ्या माणसांच्या पायांत वजन अडकवले पाहिजे.

त्याला काही इलाजही नाही. समानतेच्या युगात प्रतिभावंतांना आणि विचारवंतांना स्थान उरणार नाही. समाजात उंच वाढणारी झाडे गिड्ड्या झाडांना खजील करतात, म्हणून उंच झाडांना खतपाणी मिळता कामा नये व त्यांची वाढ होता कामा नये. व्यास, वाल्मीकींची आता गरजच नाही. शिवाजी, विवेकानंद आता या समाजाच्या उपयोगाचेही नाहीत. पर्वतांची शिखरेसुद्धा आता छाटून टाकली पाहिजेत. संघर्षहीन समाज निर्माण करायचा असेल, तर असूया नष्ट केली पाहिजे. दुसऱ्याजवळच्या जादा आणि वेगळ्या गोष्टींतून असूया निर्माण होते. मग कोणाजवळ काही जादा असले, तर हे हिसकावले पाहिजे आणि वेगळेपण असेल तर ते तुडवलेही पाहिजे.

संपत्ती, शिक्षण, सन्मान आणि संस्कृती या बाबतींत नागवला गेलेला समाज समानतेचा आक्रोश करणारच. त्यांचे गैर काहीच नाही. पण जेव्हा कधी अशी समानता अस्तित्वात येईल, तेव्हा कुणालाही हिणवता येणार नाही व तसा कोणाविरुद्ध आक्रोशही करता येणार नाही.

मग स्वप्ने करण्याची आकांक्षा सोडून दिली पाहिजे. सामाजिक गरजेनुसार राष्ट्राने जो काही कापडाचा प्रकार निर्माण केला असेल, त्याचेच अंगरखे मला घातले पाहिजेत. ज्यात राग-लोभ नाहीत, मद, मत्सर, वैर, द्वेष या कोणत्याही भावना जाणवणार नाहीत, असे सरकारी साहित्य मला वाचले पाहिजे. हाणामाऱ्या, समरप्रसंग किंवा खलत्वाविरुद्ध केलेले बलिदान याला तर साहित्यात मुळीच स्थान नाही. कारण अशा अभूतपूर्व लोकविलक्षण समाजात खलत्वच असणार नाही. वैरही नाहीत. बळाने कुणाला लुटता येणार नाही. मग युद्धेही नाहीत. त्यामुळे सारे जीवन कसे शांत-शांत असेल. नवे काही निर्माण करण्याची आवश्यकता नाही. काही केलेच, तर हे समुदायाच्या गरजेसाठी. माणसाला फाजील आकांक्षा निर्माण होऊ नये, यासाठी तेव्हाचे राज्य प्रयत्न करील. सर्वांना मोटारगाडी देता येत नसेल, तर ती कुणालाच दिलेली नसेल. त्यामुळे अतिरेकी गती आपोआपच रोखली जाईल. आज इंग्लंड, अमेरिका, जपान या देशांत जाण्याचा पुष्कळांना मोह होतो. कारण तेथली जीवनपद्धती अगदी भिन्न आहे. उद्याच्या जगात तसे काही असणारच नाही. सगळी माणसे एका सुरात गातील, कदाचित एकसारखी दिसतीलसुद्धा. शेकडो मेंढ्यांचा कळप जसा असतो तसा माणसांचा एक कळप निर्माण होईल. आज प्रत्येक देशातील राज्यकर्त्यांपुढे जे नानाविध प्रश्न आहेत, ते सारेच तेव्हा संपुष्टात आलेले असतील. तुरुंग, वेश्या, झोपडपट्ट्या, फाईव्ह स्टार हॉटेल्स वगैरे गोष्टी तेव्हाच्या जगात नसतील.

पण हे समानतेचे स्वप्न ज्यांना पडले आहे, त्यांना समानतेनंतर होणारी जगाची पुनर्रचना कितपत आवडेल; कुणाला ठाऊक! कदाचित त्यांच्याही मनात असे असेल की, हे आपले स्वप्नच आहे; त्यामुळे ते खरे होणार नाही. तेव्हा खरीखुरी सार्वत्रिक समानता अस्तित्वात आलीच, तर होणाऱ्या मानवसमूहांच्या भयंकर अवस्थेविरुद्ध इलाज योजण्याची काही गरज नाही. मार्क्सने वर्गविग्रहाचा सिद्धान्त मांडला, तेव्हा एका नव्या जगाची स्वप्ने त्याने पाहिली. त्याच वेळेस स्वप्न करण्याचे माणसाचे स्वातंत्र्य अबाधित राहिले पाहिजे, असेही स्वप्न कोणी तरी पाहिलेले असेल. म्हणजे ही दोन स्वप्नांची लढाई आहे की काय? आजपावेतो दोन वेगवेगळी स्वप्ने पडणारी माणसे जन्माला आलेली आहेत आणि त्यांनी परस्परांचा उच्छेदही केलेला आहे. राम व रावण, कृष्ण व कंस, शंकराचार्य व मंडनमिश्र, हिटलर व चर्चिल, इंदिराजी व जयप्रकाश एकाच वेळेला निर्माण होतात. दोन स्वप्नांच्या या लढाईत दोन्हीही स्वप्नांचे काही पिसारे शिल्लक राहतात आणि बाकीची स्वप्ने जळून जातात. या स्वप्नांच्याच लढाईत भयानक प्रचंड हत्याकांडे होतात. महाभारतात अठरा अक्षौहिणी सैन्य नष्ट पावले आणि फक्त नऊ माणसे शिल्लक राहिली म्हणतात. या नऊ माणसांनी नव्यानं स्वप्न पाहायला आरंभ केला. पुन: पुन्हा स्वप्नांच्या लढाया झाल्या. स्वप्नांची गळलेली एकेक पिसे इतिहासाच्या पानांवर लिहिली गेली. सर्व रंग अखेरीस काळ्या-पांढऱ्यातच विलीन होतात, तसेच या स्वप्नांचे असावे. आजही मानवाला नियंत्रित करण्यासाठी कोणी तरी आटापिटा मांडलेला आहे आणि मानवाला मुक्त ठेवण्यासाठी कोणी तरी प्रयत्नांची पराकाष्ठा करताहेत. कुणाला अविवेकी स्वातंत्र्य हवंय, तर कुणाला नियंत्रित समाजरचना हवीय. या दोन्ही स्वप्नांच्या ठिणग्या व्हिएतनाम, अफगणिस्तान, इराकमध्ये उडताना दिसतात. सुंदर फुलांचा बगीचा निर्माण करण्याची धडपड करावीच लागते. फक्त या बगीचातील झाडांना फुले कोणती येणार, एवढाच प्रश्न आहे. कुणाला रक्तवर्णीय फुले हवी आहेत, तर कुणाला पांढरी-शुभ्र फुलं हवी आहेत.

हजारो वर्षे चाललेल्या मानवसमूहाच्या संघर्षात स्वप्नांची जुगलबंदी चालूच आहे. माणूस उद्याकडे दृष्टी लावतो. आकाशाकडे बघतो. नक्षत्रांना जिंकण्याची स्वप्ने पाहतो. स्वप्ने करता येतात तोवर आपल्याला चिंता करण्याचे कारण नाही. पण एक दिवस असा येईल की, स्वप्न करण्याचे कारण उरणार नाही. मग आपलं काय होणार, हा खरा प्रश्न आहे.

– ०-०-०-

- १६ -
सर्वांची धरणे बांधून झाली आहेत

ज्ञानात जसे सुख असते तसे अज्ञानातही सुख असते. एखाद्या प्रक्रियेचा उलगडा झाला की, एक सात्त्विक समाधानाची लहर उचंबळून येते. शब्दांचा गूढ अर्थ, एखादी गूढ शब्दपंक्ती जेव्हा ज्ञाता समजावून सांगतो– रसायनशास्त्रातील, वैद्यकशास्त्रातील किंवा साक्षेप सिद्धांतातील एखादे अज्ञात गूढ जेव्हा आपल्याला उलगडून दाखविले जाते; तेव्हा आपल्या ज्ञानात भर पडली म्हणून आनंद वाटतो. ज्ञान ह्या शब्दाने बिचकण्याचे कारण नाही. उष्णतेने पदार्थ तापतो, हेही ज्ञानच असते. पण ते नित्यपरिचित असल्यामुळे आपल्याला ज्ञान या शब्दाने ते ज्ञात नसते. निसर्गाचे, हास्य-खेदाचे, सुरांचे रहस्य शोधणे हे ज्ञानच असते. खरे म्हणजे प्रत्येक असण्याला काही कारण असते, हे कारण समजणे म्हणजेच ज्ञान. असा ज्ञानाचा एकेक कण आपल्या कोशात जमा होतो आणि हळूहळू आपण ज्ञाते आहोत, असेसुद्धा वाटू लागते. आता आपल्याला माहीत असलेले ज्ञान आणि माहीत नसलेले ज्ञान ह्यांचे प्रमाण इतके व्यस्त आहे की, या जगातील सर्वांत विद्वान माणूससुद्धा खऱ्या अर्थाने अडाणी असतो. आइन्स्टाइन, न्यूटन, एडिसन, केतकर, राजवाडे यांना अनेक विषयातलं खूप काही कळत होते; परंतु त्यांनाही न कळणाऱ्या अनंत गोष्टी शिल्लक होत्या आणि आपल्याला अज्ञात गोष्टी फार आहेत, हे ज्या दिवशी कळतं; त्याच दिवशी खऱ्या अर्थाने ज्ञानाचा कण माणसाला सापडतो.

आपल्याभोवती अनेक लहान-मोठी माणसे 'अंतिम सत्य'

सांगितल्याच्या आविर्भावात किती तरी निग्रहाने बोलत असतात. समोरची माणसे गाढव आहेत; एवढेच नव्हे, तर आपल्या विषयात मान्यवर असणारे अन्य विद्वान कसे मूर्ख आहेत, हे ती लीलया सांगतात. ज्ञानाचा टेंभा मिरवणारी हजारो माणसे आपण पाहतो, त्यांत आपणही एक असतो. अशाच एका अहंकारी अज्ञानाच्या जगात आपण आपली मान उंचावून वावरत असतो.

माणसाला अपार जिज्ञासा आणि कुतूहल असते; म्हणून तर तो रोज नवनव्या गोष्टी पाहतो, शिकतो आणि कळत-नकळत ज्ञान म्हणा, माहिती म्हणा, सिद्धान्त म्हणा, ग्रहण करीत जातो. माणसाचे तसे बरे चाललेले असते. कोणापेक्षा तरी तो शहाणा असतो, कुणाच्यापेक्षा तरी तो मूर्ख असतो. ज्ञानामुळे त्याची अहंता वाढीला लागते आणि समोर पसरलेल्या अज्ञात गूढ गोष्टी पाहून तो चकित झालेला असतो. माणसाने आपले प्रतिबिंब जेव्हा आरशात प्रथम पाहिले, तेव्हा तो चक्रावून गेला. जेव्हा आपल्याबरहुकूम आपला आवाज तबकडीवर त्याला ऐकू आला तेव्हा तो भांबावून गेला. शे-दोनशे मैलांवरून आपल्या प्रियजनाचा आवाज आपल्याला ऐकायला आला– चेहरा पाहायला मिळाला, हा त्याला सृष्टीत घडलेला सारा अभूतपूर्व चमत्कार वाटला. असे चमत्कार रोज घडतात. तासा-दोन तासांत हजारो मैलांचा प्रवास करून कोठेही जाता येते. कल्पनेतील तो प्रियजनांचा शीतल चंद्र हाही दगड-धोंड्यांचा पृथ्वीसारखाच प्रदेश आहे, हे ज्ञान फारसं कुणाला आवडलेलं नाही. उद्या भिंती पारदर्शक झाल्या, दुसऱ्यांच्या मनातील विचार समजू लागले, एखाद्या व्हिटॅमिनच्या गोळीनं माणसाची भूक हरवता आली; तर माणसाला हे सारे ज्ञान नकोनकोसे वाटायला लागेल. स्त्री-पुरुष एकत्र आल्याशिवाय जर जीव पैदा करता आला; तर मग प्रेम, संसार, अनुनय, रतिसुख, गर्भारपण, बाळंतपण हे सारे चक्रच संपणार नाही काय? सारे वंशशास्त्र त्या वेळेस मातीला मिळेल. किती तरी परिश्रमाने मिळवलेले ज्ञान त्या वेळेस हास्यास्पद ठरेल.

ज्ञानाचा हा प्रवास मनुष्य जन्माला आला तेव्हापासून चालूच आहे. अजून खोल पाण्यात जायचेच आहे. चहू बाजूनं ज्ञानाचा कल्लोळ ऐकू येतो आहे. अजून 'ज्ञानदेवाची' अंगुष्ठमात्रसुद्धा साधना झालेली नाही. वास्तविक, समजून घ्यायचं अनंत ज्ञान शिल्लक आहे. समजले असे वाटते, ते ज्ञान नव्हतेच; ती होती ज्ञानाची सावली. परिस्थितीनुसार ती सावली लहान-मोठी झाली, पण अखेरीस ती सावलीच! 'व्यासोच्छिष्टं जगत् सर्वम्' असे म्हणत 'व्यास' नामक एका माणसाला आपण ज्ञानसागर करून टाकला; पण व्यासाला आधुनिक

सर्वांची धरणे बांधून झाली आहेत / ८९

साहित्यातील निरर्थकता, अस्तित्ववाद, अगतिकता, विकृती याचा कुठे पत्ता आहे? एका द्रौपदीला साडी फेडली म्हणून हळहळणारा व्यास रोजच लोकांसमोर साड्या फेडणाऱ्या द्रौपदीला कोठे समजू शकणार? 'ईश्वरी अवतार' म्हणून जन्म घेतलेल्या श्री रामचंद्र आणि श्रीकृष्णालासुद्धा सर्व गोष्टींचे ज्ञान नसेलच पाहिजे. ते असते, तर अनेक अनर्थ टळले असते.

ही ज्ञानाची महती कितीही थोर असली, तरीही अज्ञानाची महतीही कमी थोर नाही. किंबहुना, अनेक गोष्टींतील अज्ञान माणसाला सुखी करते. आपल्याला सदाचारी आणि सद्वर्तनी मुलगा आहे, त्यामुळे खूश असणाऱ्या पित्याला तो बाहेर काय करतो हे माहीत नसते. त्यामुळे तो किती बरे सुखी असतो! आपल्यावर जिवापाड प्रेम करणारी व घरादारांवर आणि मुलाबाळांवर मायेची पाखर घालणारी पत्नी एके काळी कोणाची प्रेयसी होती, हे ज्ञान किती अनर्थकारक असते. ज्या नेत्याच्या पायांवर डोके ठेवावे अशा श्रद्धेने सारे आयुष्य झोकून टाकणाऱ्या माणसाला त्या नेत्याचे खरे चरित्र व चारित्र्य समजले, तर त्याने काय करावे? दुरून डोंगर साजरे असतात. गूढ अशा काळ्या कबऱ्या रंगात ते अवगुंठित असतात, म्हणून त्यांना दिवस-रात्र पाहण्यात सुख वाटते. हिरव्यागार हिरवळीखाली काटे असतात– खडे असतात, हे त्यावरून चालल्याखेरीज कळत नाही. आपल्याला फक्त पक्ष्यांचे गाणे ऐकू येते आणि त्यांचे सूर बेभान करतात. पण कित्येकदा ते गाणं नसतंच; ते असतं बोलावणं. तो असतो निषेध. आपल्याला फक्त तो आवाज ऐकू येतो. त्याची चिकित्सा आपल्याला नको असते. रस्त्यात भेटणारी सुंदरी माना वळवून तिच्याकडे बघायला लावते. पण पोशाख, सौंदर्यप्रसाधने, पॅडिंग– त्यामधून त्या स्त्रीचे अस्सल सौंदर्य किती, हे समजून घेणे फारच गैरसोईचे असते. आपल्याला भास आणि आभास हवा असतो; खरे ज्ञान नको असते. अंगविक्षेपाने किंवा कटाक्षाने घायाळ करणारी नटी प्रत्यक्षात नको तितकी उत्तान असते तरी तिच्या सीतेच्या, द्रौपदीच्या, अहल्येच्या चित्रपटावर वा नाटकावर आपण खूश असतो. सत्यापेक्षा नाटक नाही तरी देखणे असतेच. प्रेयसी हे स्वप्न असतं आणि पत्नी हे सत्य असतं. म्हणून प्रेयसी पत्नी झाली की प्रेमाची वासलात लागते, हे तर ज्ञान नव्हे? ही तर सत्य-असत्यातील क्षितिजरेषा. म्हणजे न भेटणारे क्षितिज, हीच सत्य असल्याची सीमारेषा. कांचनमृगाप्रमाणे सत्य हाका मारीत असते आणि सुरक्षिततेची सीमा सोडून त्यामागे पळण्याचा मोह आवरता येत नाही. कांचनमृग तर मिळत नाहीच; एवढेच नव्हे, तर वक्षावर असलेली काचोळीही गमवावी लागते.

तथाकथित सुशिक्षित आणि शहाणा माणूस हा अशिक्षित माणसापेक्षा जास्त दु:खी असतो. कारण त्याला नको त्या गोष्टीचे अकारण ज्ञान झालेलं असतं. वरुणराजाने अवकृपा केली, एवढं दुष्काळाचं साधं कारण समजून शेतकरी निश्चिंत असतो. पाऊस का पडला नाही ह्याची शास्त्रीय चिकित्सा करून तरी पाऊस कोठे पडतो? पाऊस न पडण्याचे खापरसुद्धा अणुबाँब, परग्रहांवरील मानवाचे आक्रमण, जंगलतोड यापासून ते मंत्रिमंडळातील झालेल्या बदलापर्यंत वाट्टेल त्या गोष्टींवर लादण्याचा अधिकार केवळ आपल्याला वाचता येते म्हणून आपण मिळवलेला असतो. 'म्हातारा गमवला' एवढ्या शब्दांत खेडूत मृत्यूचे ज्ञान व्यक्त करतो. अर्ध्या-कच्च्या ज्ञानावर शहाणा अर्धशिक्षित माणूस मात्र एन्फ्लुएंझापासून कॅन्सरपर्यंत कोणत्या तरी रोगाने त्याला मरायला लावतो. शिवाय हॉस्पिटल्समधील बेपर्वाई, डॉक्टरांचा हलगर्जीपणा, औषधांतील भेसळ अशा अनेक कारणांची उपपत्तीही आपण त्यामागे लावतो.

पूर्वी कळ दाबली म्हणजे रेल्वे इंजिन चालू होते, हे वडिलांनी सांगितलेले उत्तर मला चपखल वाटले होते. पण मग जेव्हा वाफ कोंडून तिच्या जोरावर स्टीम इंजिन कसे चालू होते, हे मला शाळेत शिकवण्यात आले; तेव्हा माझ्या मनातील रेल्वे इंजिन ड्रायव्हरबद्दलचा मत्सर पार गळून गेला. चंद्राला दुष्ट राहू गिळून टाकतो, हे चांगले स्पष्टीकरण सोडून सूर्य आणि चंद्र यांच्यामध्ये पृथ्वी येते व ग्रहण म्हणजे चंद्र हीच पृथ्वीची सावली, हे कळून माझा काय फायदा झाला? उलट, ग्रहणातील सारी मजा निघून गेली.

पण म्हणून अडाणी राहणे, हा काही शहाणपणा नव्हे. इच्छा असो वा नसो; तुमच्या ज्ञानात भर पडत राहतेच. मी बालपणापासून जोपासलेली माझी सुंदर स्वप्ने हरवली आहेत. दव का पडते, आकाश का झाकोळते, इंद्रधनुष्य कोठून अवतीर्ण होते, यापेक्षा इतक्या गुंतागुंतीच्या शरीररचनेतून मूल कसे जन्माला येते, असली अनेक सुंदर रहस्ये आता उन्मळून पडली आहेत. 'डायजेस्ट' या नावाखाली फुटकळ ज्ञानकणांचे रतीब घालणारी दुकाने निघाल्यापासून तर माझी फार पंचाईत झाली आहे. कुणी अशा अर्ध्या-कच्च्या ज्ञानामधून आपले अज्ञान दूर करण्याचा यत्न करतात. अशा वेळेला मी आत्मसमाधी लावतो. वादही नको, ज्ञानही नको आणि तो गोंधळही नको. आहे त्याच लहान-मोठ्या ज्ञानाची गाठोडी मला जड झाली आहेत. मला तीच एखाद्या वाहत्या पाण्यात सोडायची आहेत. वाहणारे, खळखळणारे प्रवाह मला अजून भेटलेले नाहीत. सगळ्यांची धरणे पुरी बांधून झालेली आहेत आणि येईल तो ज्ञानाचा ओघळ

तिथे अडवला जातो आहे.
आता कुठे बरे शोधावा एक झुळझुळणारा वाहता ओहोळ?

- ० - ० - ० -

- १ ७ -

एका कातरवेळी–

माझ्या मुलाचे लग्न झाले– घर भरले– आणि मग ते रिकामेही झाले!

गेले दोन-तीन दिवस घरात खूप वर्दळ होती. माणसं येत होती, जात होती. अर्थात माझा त्यांच्याशी फारसा संबंध नव्हता. काही आकस्मित आजारामुळे मला खोलीत बंदिवासात ठेवण्यात आले होते. त्यामुळे मुलाचं लग्न असूनसुद्धा चाललेल्या गदारोळात माझा सहभाग नव्हता. मला खोली सोडायची परवानगी नसल्यामुळे टेलिफोनवरूनसुद्धा जगाशी संपर्क साधणे शक्य नव्हते. घरात कार्य घडत असतानासुद्धा आपला काहीही संबंध नाही, अशी एक विलक्षण अलिप्तता माझ्या वाट्याला आली होती.

खरे पाहायला गेले, तर कोणत्याही गोष्टीत कुणावाचून अडत नाही, हे सर्वमान्य सत्य आहे. तरीसुद्धा प्रत्येकाला वाटत असते, आपण तेथे असायला हवे होते; म्हणजे अमुक अमुक घडले असते किंवा घडलं नसते. माझ्या डोळ्यांदेखत मी असे अनेक संसार पाहिले आहेत की कर्तबगार तरुण पुरुष ऐन वयात निघून गेला, तरीसुद्धा मुले कर्तबगार निघाली, नावलौकिकाला चढली आणि त्यांनी घराचे पांग फेडले. त्याउलट सर्व काही अनुकूल आहे– आई, बाप, बहिणी, उत्तम शाळा– तरीसुद्धा सारी वाताहत झालेली दृष्टीस पडते. माझ्या एका मित्राच्या मृत्यूनंतर एका वर्षाच्या आतच त्याच्या मुलीचे लग्न करावे लागले. पण त्या मित्राची उणीव कुठेही भासणार नाही, अशा

थाटात मोठ्या नोकाझोकात त्याच्या मित्रांनी लग्न लावून दिले. निराधार मुले आधारभूत होतात आणि लोकनायकाचे वारसदार शेणातल्या किड्यांप्रमाणे वळवळताना आपण पाहतो.

योगायोगाने माझ्या मुलाच्या लग्नात मी थोडा काळ का होईना, हजर राहू शकलो. आगतांचे स्वागत केले; पण रुखरुख होतीच की, पुष्कळांना निमंत्रणे मिळाली नाहीत. ज्यांनी शेजारी बसून माझ्याइतकाच मान उपभोगावा, असे काही माझे मित्र लग्नात दिसलेच नाहीत. तरीपण लग्न व्यवस्थित झालं. सनई-वाजंत्री वाजली, मंगलाष्टकं म्हटली गेली, झोकदार कपडे घालून डोळे दिपवीत बायका इकडून तिकडे वावरत होत्या. जेवणं झाली. शुभकामना देऊन झाल्या. अडचणीत टाकणारे अहेर स्वीकारावे लागले. मुलगी तांदळाचे माप ओलांडून घरात आली. मुलगा, नातेवाईक सगळ्यांनी डोळे भरून लग्न-नाटकात भाग घेतला आणि मग दुसऱ्या दिवशी पहाटेपासून मंडळी एकामागोमाग एक परत जाऊ लागली.

मीच साठीला येऊन पोचलो, तेव्हा माझी सगळी वडीलभावंडे सत्तरीच्या घरात असणार, हे उघड होते. माझा चमत्कारिक आजार, सगळ्यांचे वय, प्रवासाच्या गैरसोई– हे सर्व लक्षात घेता, आता प्रत्येक भेट शेवटचीच याची एक दु:खद झालर या गाठीभेटीच्या मखमाली वस्त्राला अधून-मधून दिसत होतीच. गेलेल्या बहिणींची आठवण येणे क्रमप्राप्तच होते. सर्वांचेच रस्ते स्वच्छ दिसत होते. पण गहिवरल्या डोळ्यांनी पुढचे काही बघायचेच नाकारले. संसाराचा हा एवढा पसारा मांडून ठेवलेला असताना एका ठिपक्याचे असणे आणि नसणे यामुळे काही फारसा फरक पडत नाही. पसारा वाढतच असतो. मुलांना मुले होतात आणि त्यांनाही मुले होतात. पिचपिच्या डोळ्यांचे म्हातारे आजोबा, पिचपिच्या डोळ्यांच्या नातवांना अंगाखांद्यावर खेळवतात– त्यांना उरली-सुरली ऊब देतात, पसाऱ्याची कक्षा वाढवितात आणि कदाचित दिसेनासे होतात.

माणसे येत होती तसतशी जात होती. आली तेव्हा हात उंचावून आली, जाताना वाकत तरी होती किंवा लहानांना वाकवत तरी होती. वाकण्याची ताकद नसणारे गुडघे दुसऱ्यांना वाकताना पाहून खुशावत होते. नमस्कारापुरते तरी आपले अस्तित्व आहे, आशीर्वादापुरती तरी आपली आवश्यकता आहे आणि सहजगत्या ओघळणाऱ्या डोळ्यांना गंगोत्रीचे स्थान आहे, एवढा एकच आधार घेऊन ज्यांचे-त्यांचे रस्ते चालू लागले. चाके फिरू लागली. पोत्यातून नारळ कमी होऊ लागले. कपाळावर कुंकवाची बोटे फिरली. खूप काही तरी मिळविण्यासाठी

खूप काही तरी द्यावे लागते. मधल्या कालखंडात जमा झालेले राग-लोभ निरोपाच्या गंगा-जमुनांमध्ये धुऊन निघतात. आंब्याची तोरणे वाळू लागतात. भरलेली भांडी रिकामी होतात. पादत्राणांची गर्दी संपून जाते, आणि आपली पादत्राणे आपल्याला वेडावू लागतात. भरल्या घरात एकटे राहण्याची भीती वाटते. मग मुलीला राहायचा आग्रह होतो. तिने आपला म्हणून एक पसारा मांडून ठेवलेलाच असतो. तिला त्याची ओढ असते. पण नाइलाजाने जिथून ती निघाली, त्या थेंबाशी इमान राखते. थोडे दिवस राहते. उगीचच कर्तेपणाने रिकामे घर भरून टाकते. देण्या-घेण्याचे हिशेब मोठ्या कुशलतेने सोडवते. उण्या-दुण्याच्या आठवणी पुसून टाकण्यासाठी कौतुकाच्या गोष्टी बोलत राहते.

सारा पसारा आवरण्याचा हळूहळू यत्न होतो. भांडीकुंडी परत केली जातात. त्यांतली चार-दोन हरवतात. ती हरवली नाहीत, तर लग्न झाल्यासारखेच वाटत नाही. घरभर निरर्थक गोष्टी पडलेल्या असतात. त्यांतील प्रत्येक गोष्टीला लग्नाचा गंध असतो. त्या टाकवत नाहीत, ठेववत नाहीत. मुलाच्या गळ्यात मुलीने घातलेल्या ताज्या भरल्या फुलांचा हार कुठे तरी खुंटीला ठेवलेला असतो. तो टाकायचा कसा? बरे, ठेवायचा तरी कुठे? मुलगा अन् सून आयुष्याची सुरुवात करण्यासाठी इतकी दूर गेलेली असतात की, मागे उरतात फक्त त्यांनी काढून टाकलेल्या कपड्यांवरील ओसरलेले अत्तराचे वास, मुंडावळ्या, मिळालेली प्रेझेंट्स. त्यांच्याकडे बघावेसुद्धा वाटत नाही. या घटकेला हवा असतो तारुण्याने मुसमुसलेला मुलगा आणि त्याच्या डोळ्यांत मावू न शकणारी घरात नव्याने आलेली छोटी सूनबाई. पण हे सारे लपवायचे असते. उलट, त्याला 'रिझर्वेशन्स्' मिळाली का, त्यांची व्यवस्था नीट लागली का, अशा उगाचच भलभलत्या चिंता म्हाताऱ्या आई-बापांनी अंधाऱ्या खोलीत बसून करायच्या असतात.

इकडे पसारा आवरायचा असतो आणि तिकडे नवा पसारा निर्माण होत असतो. हा असाच घोटाळा आहे. आई-बापांचे सारे शहाणपण या वेळी फुकट गेलेले असते. वास्तविक, त्यांच्याही आयुष्यात असा दिवस आलेला असतोच की नाही? एकमेकांच्या अंगाच्या सुगंधाने जेव्हा जगातले सारे सुगंध क्षुल्लक झालेले असतात. आठवणी तेथपर्यंत पोचतच नाहीत; त्या मध्येच थांबतात. संसारातल्या अडचणी, आर्थिक अरिष्टे, आजार यांनीच सारा पसारा भरून गेलेला असतो. मधमाश्यांच्या पोळ्यांभोवती मधमाशा मोहोळ करीत असतात. तसेच आठवणींचे मोहोळ तयार होते. पण हा सारा पसारा मधासाठी केला होता

आणि तो मध तर कोशात तसाच राहतोय, याची आठवणसुद्धा होत नाही.

पसारा हळूहळू हलतो आहे. घर परत पूर्वस्थितीला येत आहे. सामानसुमान जागच्या जागी बसवलं जात आहे. ओळखीच्या साऱ्या गोष्टी जागच्या जागी आल्यामुळे हायसे वाटते आहे. लग्नासाठी आणलेली दिखाऊ श्रीमंती हळूहळू ओघळू लागली. पुन्हा भात, भाजी, भाकरी या रोजच्याच पदार्थांचे वास स्वयंपाकघरात येऊ लागले आणि खरे तेच बरे वाटतात. नव्या कपड्यांच्या घड्या अलमारीत जातात. धुवट कपडे अंगावर येतात. एखाद-दुसरी असणारी अत्तराची कुपी पुन्हा बंदिस्त होते. लग्नासाठी निर्माण केलेले सारे वैभव लोकांसाठी होते, हे अखेरीस लक्षात यायला लागते. या पसाऱ्यात फक्त एकच गोष्ट नवी असून हवीशी असते– ती म्हणजे नववधू. ती कशी वागेल, ही चिंता असतेच. आपल्या घरातले रीतिरिवाज तिला आवडतील का? लोकांपुरता तरी ती आपला मान ठेवील का? अनेक शंका मनात निर्माण होतात. इतके दिवस मुलगा सर्वस्वी आपला होता; पण आता त्याच्यावर आपला अधिकार उरलेला नाही.

आपल्या वर्षानुवर्षांच्या मायेच्या अधिकारापेक्षा एक नवा प्रमाथी अधिकार त्याचा कब्जा करील, ही भीती वाटते. घरातला सारा पसारा आवरताना प्रत्येक गोष्टीशी या नववधूचे नाते चिकटलेले असते. या घरात एक अनाहूत पाहुणा आलेला असतो. खरे तर तो पाहुणा नसतोच, आपणच पाहुणे झालेले असतो. आपण काही केलं, तर त्यातली माया तिला समजेल का? आपण तिला कुशीत घेतलं, तर ती आपली मुलगी होईल का? आपण कुठे हळवे झालो, तर तिच्या डोळ्यांत पाणी येईल का? एखाद्या तरी सवयीची आठवण ठेवून ती वास्तपुस्त करील काय?

घराचा आजपर्यंत आपण एक पसारा उभा केला. त्या पसाऱ्याला काही बरा वाईट अर्थ उत्पन्न केला. काही गोष्टींवर श्रद्धा ठेवल्या. यातना सहन करून काही परंपरा सांभाळल्या. काही विपरीत वाटणाऱ्या गोष्टी वडीलधाऱ्यांच्या सांगण्यावरून करीत राहिलो. विश्वास नसलेले कुळाचारसुद्धा निष्ठेने केले. गाडगी, मडकी, भांडी, हंडे, कुंडे हळूहळू जमा करीत गेलो आणि घरावर एक छत उभारलं. मायेनं साऱ्या गोष्टी सुंदर केल्या. त्या सुखावह नसल्या तरी हर्षाची ढेकर दिली. दुःखाच्या असल्या तरी हुंदके गिळून टाकले. नवऱ्याचं इवलेसे कर्तृत्व बायकोनं गगनासारखे मिरवले. घरातल्या इवल्या-चिवल्यांना पंख दिले. पंख दिल्यावर पाखरे उडतात, हे माहीत नसते असे नाही; त्यांनी उडायलाच हवे. आकाशात जेव्हा उंच-उंच उडणारे ठिपके दिसतील, तेव्हा

पाणीभरले डोळे पुन: पुन्हा पुसून मान अभिमानाने वर होईल. पोरी डोळे पुसत दूर देशी त्यांच्या घरी जातील, रमतील, त्यांचे संसार बहरतील.

एवढेच वाटते की, आकाशात भिरभिरणारे गरुड पक्षी अधून-मधून खांद्यावर येऊन बसावेत आणि दुसऱ्यांची घरे सोन्याने माखून टाकणारी आपली मुलगी एखाद्या कातरवेळी मिठीत यावी. हेही माहीत असते की, ज्याचा पसारा त्याचाच असतो. आपण पसारा मांडला तो आपण आवरायाला-सावरायला पाहिजे आणि मुलाबाळांचा पसारा सुपाएवढ्या डोळ्यांनी कौतुकाने पाहायला पाहिजे. सगळे खरे आहे, सगळे-सगळे खरे आहे. पानावरून लवंडून गेलेल्या थेंबाला परत पानाकडे यायचे नसते, तरी झाडाच्या मुळाशी पडायला हरकत नाही. अखेरीस हा सारा पसारा एका शून्यातूनच निर्माण झालेला आहे व कदाचित शून्यातच विलीन होणार आहे. माझ्या रक्ताचे जे-जे थेंब कुठे कुठे असतील, त्यांना माझी शपथ आहे– अधूनमधून एक दिवस तरी त्यांची गाठ पडायला हवी– एखाद्या कातरवेळी.

-०-०-०-

-१८-

घर देता का हो, घर?

प्रत्येकाला एक घर असते– असावे. सात मजली हवेली हेही एक घरच असते आणि किनतानाची– तरटाची झोपडी हेही एक घर असते. घर म्हणजे केवळ एक निवाऱ्याची जागा नसते. मनाच्या अस्मितेला आडोशाशिवाय वाढता येत नाही, म्हणून वरती छप्पर हवे अन् जमल्यास पडक्या असल्या तरी भिंती हव्यात. फुटपाथवरचे आयुष्य गुजरणाऱ्या माणसांच्या दारिद्र्यापेक्षाही ज्यांच्या अहंपणाला आडोसा नाही, हे दु:ख मला सतत जाणवतं. घराला ओल असली तरी चालते, कारण घराला ऊब असते. घराच्या भिंतींतून झोंबणारा वारा आला तरी चालतो, कारण एखादा तरी पातळाचा पदर वाऱ्यापासून रक्षण करीत असतो. घराला एक वास असतो– एक ध्यास असतो आणि एक ओळखीचा श्वासही असतो. जगातील सारी संपत्ती एकीकडे आणि घरातली दौलत दुसरीकडे! अशा वेळी मोडके दार ओढून घेऊन बाहेरच्या दौलतीकडे आपण पाठ फिरवतो.

कुठेही गेले तरी आपलं घर मनात एक घर करते. जनावरांचे पायसुद्धा आपल्या घराकडे वळतात, तर मग माणसांचे पाय ठरलेल्या वेळेपूर्वीच घराकडे निघालेले असतात यात नवल नाही. बाहेर किती तरी सौंदर्य खुणावत असतात, पण आपल्यासाठी घरातले सौंदर्य कायमचे गोठलेले आणि खोळंबलेले असते. चांगले कपडे घालणाऱ्या पुष्ट, गोऱ्यागोमट्या स्त्रिया पाहून पाय अडखळतात, क्षणभर मन विचलित होते; पण मग पायांत अचानक बळ येते आणि जगातल्या पुष्टतेकडे व गोऱ्यागोमट्या रंगांकडे

तुच्छतेने नजर टाकून आपण चालू लागतो. राबणारे हात अन् घामेजलेला चेहरा पाहण्यासाठी आपण घराच्या उंबरठ्यावर येतो. एका प्रसन्न स्वागताने आपली मोडकी-तोडकी झोपडीसुद्धा कौलारू घर बनते. आपण पहिला स्पर्श केला, त्या वेळचं अनावर तारुण्य डोळ्यांसमोर येते आणि रंग उडालेल्या भिंती चमकदार रंगाने माखून जातात. घरासाठी खपणारा पुरुष दमून-भागून आलेला आहे, हे पोरवड्याचा ताप सहन करून चिपाड झालेल्या स्त्रीच्या डोळ्यांत अचानक दिसू लागते. मग स्वागताची कमान उभी राहते. कळकट चहाचा मळकट पेला पुढे येतो. तो नुसता चहा नसतो; त्यात दोघांच्याही सहजीवनाची मुरलेली मदिरा निर्माण झालेली असते आणि मग संसाराला झिंग येते. घरसुद्धा डोलायला लागते. त्यात न पुरवता येणारे मुलांचे हट्ट अधे-मधे डोकावतात. हळूहळू घरातील दिवे विझू लागतात आणि देहातले दिवे पेटू लागतात. बोलता येतच नाही, कारण शेजाऱ्याचे कान सावध असतात, म्हणून स्पर्शाने बोलावं लागतं. स्पर्शांत वेगवेगळे अर्थ उमटत असतात. त्यात राग असतो, अनुराग असतो, रुसवा असतो, मागण्याही असतात. मात्र मागण्या पुऱ्या करण्याची ऐपत नसते. तथापि, समजूत घालण्याची सहनशीलता असते. दरिद्री माणसांना मनोरथांचा फार आधार असतो आणि या मनोरथांच्या साह्याने संसाराची सफर सुखरूप होते.

म्हाताऱ्या माणसांचे आशीर्वाद घरात मुरलेले असतात. हे आशीर्वाद लपेटता-लपेटता जगाकडून झालेले अपराध, अपमान विसरता येतात आणि अयशस्वी माणसांनासुद्धा यशस्वी झाल्यासारखे दाखविता येते. बाहेरच्या साऱ्या अनुभवांचे किंवा पराभवांचे व्रण एका चिमुरड्याच्या आनंदात दिसेनासे होतात. असेच आपणही हळूहळू वाढत राहतो. एक दिवस लक्षात येते– आपल्याला मिळालेला कोणताही आशीर्वाद फलद्रूप झालेला नसतानाही आपण आशीर्वाद देऊ लागलो आहोत. मुलांची मुले किंवा मुलींची मुले आपल्यासमोर वाकू लागली आहेत. माणसे जाता-येता लवून नमस्कार करू लागली आहेत. मग आपले आपल्यालाच आश्चर्य वाटते. केवळ संसाराची वाटचाल केली, त्याचे ते पारितोषिक असते. जगत राहिलो म्हणून मिळालेले ते मुजरे असतात. अशा वेळी क्षीण गात्रांना तरतरी येते. अपमान विस्मृतीत गेलेले असतात आणि त्यांच्या खुणा मात्र चेहऱ्यावरच्या सुरकुत्यांत दडून राहिलेल्या असतात. मिळत असलेला मान पुन्हा एक उभारी देतो. लहान-मोठ्या कर्तृत्वाच्या आठवणी असल्याच तर मग आत्मगौरवाचे शब्द आपोआप तोंडी येतात आणि तसे काही घडलेच नसले, तरीही आपल्या पराभवांनाही सौंदर्याचे लेणे लाभते. आठवणी

कडू असल्या तरी सांगतांना गोड होतात. शिल्लक काही नसली तरी कमाई खूप झालेली असते. जमेपेक्षा खर्च असे जास्त होऊनसुद्धा आपले 'खिसे' भरलेले असतात.

कारण आपल्याजवळ एक घर असते. घराला एक छप्पर असते– छपराला आधार म्हणून भिंती असतात. वेदनांचे, हर्षाचे, रुसव्यांचे आणि निराशेचे श्वास-नि:श्वास त्या घरात भरभरून राहिलेले असतात. कोपऱ्यात एखादा म्हातारा असतो. चुलीपाशी म्हातारी असते. नळावर बायको भांडी घासत असते. धुळीत मुले खेळत असतात. घराने झेललेल्या जखमा फाटक्या कपड्यांतून डोकावत असतात. पण म्हणून काय झाले! अखेरीस ते एक घर असते. रक्ताला रक्त भेटलेले असते. 'उद्या'चा तेथे जन्म झालेला असतो. 'काल' पळून गेलेला असतो, मात्र 'आज' घरात चिणलेला असतो. उद्याला अंत नसतो, मर्यादा नसते म्हणून तर चार हातांच्या घरात दोनांचे चार, चारांचे आठ हात बघता-बघता होऊन जातात. प्रत्येकाला घर हवे आणि घराला एक सावली हवी. मात्र ही सावली कुंपणापेक्षा मोठी नसावी. नाही तर काय होतं? घरच कुंपण खातं आणि कुंपण व घर यांमध्ये थोडी तरी जागा नको काय? जागा नसेल तर तुळशीनं कुठे फुलावं? जुईचा वेल पसरणार कुठे? कुंपण आणि घर यांच्यामध्ये एखादं तरी झाड असावे. यातले काहीच नसले, तर निदान घराभोवती खेळणारी मुले असावीत. ती आपली असली तर उत्तमच आहे, पण निदान आपुलकी वाटावी अशी दुसऱ्याची तरी असावीत. काहीही बघण्यासारखे नसताना घरात डोकावतील अशी मुले असावीत. त्यांच्या डोळ्यांत कुतूहल असावे. अंगात चळवळ असावी. चेहेऱ्यावर मिश्किलपणा असावा आणि आपला स्पर्श झाल्याबरोबर आपल्याला चुकवून जाण्याची चपळाई त्यांच्याजवळ असावी. मुलांच्या सावलीनं अंगण माखावे. तुम्हीच सांगा, यासाठी तरी घर आणि कुंपण यांच्यात थोडी जागा नको का? घर एवढेच मोठं बांधावे की, घराची सावली फुकट जाता कामा नये. त्या सावलीत शैशवाला पाय फुटावेत, प्रौढत्वाला शहाणपण यावे अन् वृद्धत्वाला तृप्ती यावी. तारुण्याच्या ऊर्मीने या सावलीत पडणारे कवडसे झेलावेत आणि विरहकाळात उसासेही झेलावेत. झाड कुणाच्याही हद्दीत असले तरी फुले मात्र आपल्या ओट्यावर पडावीत. आपल्या घरातील फुले देता-देता हातसुद्धा थकावेत. म्हणून म्हणतो, माणसाला एखादे तरी घर असावे– मग ते घर पडके मोडके का असेना! माणसं घट्ट-मुट्ट असली की पडायला आलेली घरेसुद्धा पडत नाहीत. त्यांनासुद्धा कळते, शेवटच्या घटकेपर्यंत या माणसांना सावली द्यायला पाहिजे.

म्हणून माणसाला घर हे हवेच हवे! आपले मळके कपडे आपुलकीने धुणारी बायको हवी. कामावर जाताना उंबऱ्यावर उभे असणारे डोळे हवेत. अनंत गोष्टी मागणारी आणि पुन: पुन्हा आठवणी करून देणारी मुलेही हवीत. नाही तर माणसाच्या जगण्याला अर्थ तरी काय? मरतानासुद्धा जगण्याची इच्छा कायम राहायला हवी ना; म्हणून घर हवे. अशा भरल्या घरातून ओढून नेताना मृत्यूच्या डोळ्यांतसुद्धा पाणी यायला हवे. अशा जमा केलेल्या पाण्यातून तर पाऊस पडतो आणि या पावसापासून आडोसा हवा, म्हणून छप्पर असणारे घर हवे.

- ० - ० - ० -

-१९-
थोडे रुसावे-थोडे हसावे

माणसाला व्यवहारात झालेल्या घटना विसरून जाण्याचे प्रसंग पुष्कळच येतात. किंबहुना, माणसाला जर, विसरता आले नसते, तर त्याला जगणेच कठीण झाले असते. या विस्मरणशक्तीच्या बळावर जगातले सारे व्यवहार सुरळीतपणे पार पडत असतात. कालच्या शत्रूंशी आज मैत्री होते याचे कारण शत्रुत्वाचा इसाळा संपलेला असतो किंवा आपल्याला संपवायचा असतो. खरं सांगायचं तर, त्या क्षणाची तीव्रता आता ओसरलेली असते. कोणताही राग एखाद्या चटक्यासारखा असतो. तो चटका बसतो, तेव्हा दु:खाची विलक्षण कळ येऊन जाते; पण हळूहळू दाह कमी होतो. मग कधी नुसताच व्रण मागे राहतो. शरीरातील ग्रंथींना चटकाकाळातील वेदनांचे विस्मरण झालेले असते, तो चटका मग केवळ एक आठवण उरते.

ज्या दोन व्यक्तींत रागाचा प्रसंग घडून येतो, त्या व्यक्तींतील रागाचेही तसेच होते. येतो तेव्हा राग सर्व काही जाळण्यासाठी चाल करून येतो, पण माणसे मख्ख असतात. माणसाच्या कोडगेपणामुळे कोणत्याही रागात तो मनुष्य जळून जात नाही. आतषबाजी होते, आवाजही उंचावतो; पण तेवढेच. मग आपापला राग आपापल्याबरोबर घेऊन माणसे दूर होतात. मग काही काळ ती उगाचच फणफणत राहतात. आपण रागावलो ते कारण किती न्याय्य आहे, हे शेजाऱ्याला समजावून सांगण्यासाठी ते आणखी थोडा वेळ त्या रागात सुख मानून घेतात, पण तो रागही हळूहळू ओसरतो. शेजारी कोणीच नसेल, तर आपले

आपल्यालाच हसू येते. रागावलेली माणसे नेहमी कुरूप दिसतात. ती रानटीही वाटतात. रुसणे हा संस्कृतीचा विकास आहे. रागावणे ही माणसाची आदिम अवस्था आहे.

शहाण्या माणसांचा राग आणि हटवादी माणसांचा राग ह्यांत एक फरक असतो. हटवादी माणसांचा राग हा माध्यान्हीच्या उन्हाप्रमाणे सर्वांगाला लागतो, तर शहाण्या माणसाचा राग हा मावळत्या उन्हाप्रमाणे असतो. तो जाळतोच, पण त्यात एक आश्वासन असते. ते आश्वासन काही काळानंतर हा ताप संपणार आहे याचे, पुन्हा नेहमीप्रमाणे खेळकर वारे अंगाला भिडणार आहेत, याचे असते. ऋषी-मुनी जेव्हा क्रुद्ध होतात, तेव्हा कुठल्या तरी शाश्वत मूल्यांना धक्का लागलेला असतो, म्हणून. तो राग जगातले अनृत जाळणारा असतो. अनृत जळून गेले आणि पुन्हा सत्याची, सभ्यतेची आणि संस्कृतीची चाहूल लागली की त्या सूर्याचा आपोआपच चंद्र होतो. यज्ञकुंडाचे शेकोटीत रूपांतर होते. काष्ठाला पालवी फुटते, आणि मग अचानक बघता-बघता एक कळी तरारून वर येते. रागाचा अनुराग होतो आणि सृष्टीत चारुता निर्माण होते. रागावलेला स्मित करू लागतो. त्या स्मितात उद्याचे बोलावणे असते. ऐहिक जगाकडे पाठ फिरवून चालणारा तो ऋषी सामान्यांच्या भवितव्यासाठीच जळायला आणि जाळायला तयार होतो. त्याचे हे जळणे म्हणून जाळणे, हा जगाच्या चलनवलनाचा एक भाग होतो.

या जगातील संस्कृती एक सिद्धान्त मांडते. तो म्हणजे ज्ञानवंत, सत्यप्रिय आणि विरक्त सिद्ध पुरुषांपुढे राजसत्तेने नम्र राहिले पाहिजे. माणसाने सुख भोगावे, पण ते सुख दुसऱ्याच्या दु:खावर उभे असता कामा नये. राजदंडाचे चारित्र्य शक्तीपेक्षा सहनशक्तीवर असावे. शंभर अपराध भरल्यावर याच राजदंडाने मृत्युदंडाचेही काम करावे. राजदंडाने स्वत: भेकड होऊ नये, दुसऱ्याला भेकड करू नये आणि विकत जाऊ न शकणाऱ्या ज्ञानवंतांपुढे ताठा सोडावा. एका बलदंड राजदंडाचीही प्रजापालनार्थ गरज असते. पण समाजकंटकांना त्या दंडाची भीती वाटावी आणि कायदा पाळणाऱ्यांना त्याचे संरक्षण वाटावे. निर्भय, सदाचारी आणि नि:स्पृह माणसाचा राग राजदंडाला नेहमी जाणवतो. सामान्य माणसाचा राग कधी समजुतीने, तर कधी दंडशक्तीने विझवता येतो. पण ऋषी-मुनींचा राग असा विझत नाही. शक्ती तेथे भिववू शकत नाही आणि युक्तीचा काही परिणाम होत नाही. अशा वेळेला क्षमायाचना हे एकच द्रव्य या रागाचा उपशम करू शकते. ज्याच्या डोळ्यांतील क्रोध हा अग्नीप्रमाणेच असतो,

त्याचा राग जगातले कोणते पाणी विझवणार? ज्याचे शब्द म्हणजेच निखारे असतात, त्याला मिळमिळीत शब्दांचा युक्तिवाद कसा विझवू शकणार? माध्यान्ही सूर्याकडे टक लावून पाहण्यापेक्षा अधोमुख होऊन त्याला अर्घ्य देणे– एवढेच करता येण्यासारखे असते. ते करण्याची टाळाटाळ केली म्हणजे राजे जळून जातात आणि राज्य तेवढे मागे उरते. मग राज्यात पुन्हा एकदा सदाचाराचा वृक्ष पारिजातकाप्रमाणे प्रजेच्या दारी उभा राहतो आणि त्याची फुले मात्र नव्या राजाच्या घरी पडत राहतात.

भर दरबारात एक सत्शील ब्राह्मणाला मगधाच्या महाप्रबल राजाने अव्हेरिले होते. त्याचा परिणाम राजवंश नष्ट होण्यात झाला आणि चंद्रगुप्त राज्यारूढ झाला. तो ऋषी पुन्हा राज्याच्या बाहेर जाऊन विद्यार्थ्यांना ब्रह्मविद्या शिकविण्यात गर्क झाला. पुन्हा कुणी मदांध राजा देशोदेशींच्या राज्यात जन्म पावेल, तेव्हा चाणक्याची गरज पुन: पुन्हा लागेल, हे त्याला माहीत होते. म्हणून तर त्याला पुन्हा ज्ञानकुटिराचा आश्रय घ्यावा लागला.

एरवी नेहमीच्या संसारात लोभ-रागांचे प्रमाण काय कमी असते? रागावल्याशिवाय विझलेली कामजिज्ञासा जागी होत नाही. पुन्हा नवे आकर्षण निर्माण होत नाही. क्षणभर का होईना, माया-ममतेचे दोर जाळून टाकल्याशिवाय शरीरात नवे मखमाली स्पर्श निर्माण होत नाहीत. राग विझला की पुन्हा नवे आवेग आणि नवे आवेश निर्माण होतात. एरवी कोमट झालेले आयुष्य पुन्हा तप्त कसे होणार? ज्या घरात राग नाहीत, रुसवे नाहीत, कलह नाहीत; त्या घरात एकाकी समर्पण असते, पण प्रेमाचे गूढ आकर्षण कधीच नसते. हवे आणि नको यांच्या दीर्घ आवर्तांतच स्त्री-पुरुष बांधले गेलेले आहेत. दोन भिन्न प्रकृतींची माणसे एक होण्याचा प्रयत्न करतात, पण एक कधीच होऊ शकत नाहीत; त्यालाच संसार म्हणतात. एकरूपत्व हा सुखी संसाराला शाप आहे. पण एकरूपत्वाचा प्रवास मात्र सुखी संसाराचे पिसारे आहेत, आणि अशा पिसाऱ्यांनी त्याच त्या गोष्टी नव्या होतात, आणि नव्या गोष्टी हळूहळू जुन्या होतात.

रागावणे आणि रुसणे यांतील फरक ज्याला कळतो, त्याला माणूस कळतो. किती रागवायचे, कुठे रागवायचे याहीपेक्षा का रागवायचे, हे एकदा कळले की; त्याला आपला जोडीदार बांधून ठेवण्याचे शास्त्रही कळते. परस्परांशी केवळ प्रशंसेने एकत्वाचा देखावे करणारे स्त्री-पुरुष फार मोठे नाटक करीत असतात. नुसत्या गोड पदार्थांची मिठी बसते म्हणून तर अन्नोदकात अनेक चवी

आहेत. वाङ्‌मयात नऊ रस आहेत. संगीतात सात स्वर आहेत. इंद्रधनुष्यात सात रंग आहेत. कधी कधी हे रंग– हे सूर एकमेकांशी जमवून घेत नाहीत, असे आपल्या गात्रांना वाटते; पण थोड्याच वेळात आपल्या लक्षात येते की– अरे, ही तर नवी रागिणी निर्माण झाली! ही तर एक नवी रंगच्छटा निर्माण झाली. हे तर साहित्याला नवे परिमाण मिळाले. असेच कित्येकदा बाह्यत: विजोड दिसणाऱ्या जोडप्यांतही असते. दुसऱ्याला वाटते, काय भांडखोर जोडपे आहे! यांचे एकमेकांशी कसे पटत असेल? पण खरे सांगायचे झाले तर त्यांचेच एकमेकांशी जास्त पटते. एकाची दुसऱ्याला एवढी गरज असते की, त्यांचे एकमेकांवाचून फार फार अडते. भांडायचे कोणाशी? भांडण हेच मुळात द्वंद्व आहे. दुसरी व्यक्ती तेथे अपरिहार्य आहे. म्हणून जेथे राग आहे, तेथेच तीव्रतर असा अनुराग आहे.

अनुरागाचा जन्म कोठे बरे होतो? मनाला अनावर ओढ लागली पाहिजे आणि ही ओढ केवळ शरीराची असता कामा नये. शरीरओढ प्राण्यांनाही असते. केवळ जोडीदाराच्या दर्शनाने मनात एक वादळ उठले पाहिजे. हे वादळ कधी मोसमी वाऱ्याचे असेल, तर कधी अनपेक्षित आलेला झंझावात असेल. वादळ आले म्हणजे पाऊस येतो. वाऱ्याच्या झुळुका मांसल अंगाला मिठी घालू लागतात. कधी कधी पावसाचे थेंब मागे उरतात तेही पुन्हा एका नव्या वादळाला जन्म देण्यासाठी.

पण काही दुर्वास असे असतात की, जे रागावण्याच्या आनंदासाठीच रागावत राहतात. दुसऱ्याचे दु:ख हाच त्यांचा आनंदाचा विषय असतो. त्यामुळे सुखी जगाचा ते तिरस्कार करतात. द्रौपदीला छळण्यासाठी अरण्यात जाण्याचे दुर्वासांना काही कारण होते काय? त्या दुर्वासांचे काही वंशज आजही हयात आहेत आणि पुढेही ते निर्माण होत राहाणार. कारण तीसुद्धा एक नैसर्गिक प्रवृत्ती आहे. (खरे म्हणजे विकृती आहे.) कारण नसताना बायकांच्या डोळ्यांतून पाणी काढणारे नवरे त्या मोसमी पावसाचा उपयोग करून घेत नाहीत. कुणाला चिडवणे किंवा रडवणे हेसुद्धा सुखदायी करता येते. दारूच्या नशेत मारणाऱ्या नवऱ्यावर अनिवार प्रेम करणाऱ्या स्त्रिया नवऱ्याने दिलेल्या मारावर प्रेम करत नाहीत, तर व्रणावर ओठ टेकणाऱ्या प्रियकरावर प्रेम करतात. संशयावरून संतापणारा नवरा, हे बायकोवरच्या अनिवार्य प्रेमाचेच लक्षण असते आणि जेव्हा त्याची संशयनिवृत्ती होते; तेव्हा त्याच्या बोटांना पालवी फुटते. त्याच्या स्पर्शात मुलायमता येते. अन्यायाचे परिमार्जन करण्यासाठी का होईना, तो

अनेक तऱ्हेच्या आर्जवी शब्दांना निमंत्रण करतो. 'हो ला हो' करणाऱ्या नवऱ्यापेक्षा किंवा केवळ कर्तव्यबुद्धीने बायकोला जवळ घेणाऱ्या नवऱ्यापेक्षा मारका, चिडका पुरुष बायकांना उजवा वाटतो आणि तीच गोष्ट पुरुषांच्या बाबतीतही खरी आहे. खुणावल्याबरोबर सिद्ध असणारी स्त्री चांगली कशी लागणार? तिचा प्रतिकार हवा, नकार हवा आणिा मग केव्हा तरी स्वीकारही हवा. मात्र जो नकार कधीच स्वीकारात रूपांतर पावणार नाही, असला नकार कुणाच्या वाट्याला येऊ नये. रागावण्याचे रूपांतर रुसण्यात ज्यांना करता येते, त्यांचे झोपड्यातले संसार महालातल्या संसारापेक्षाही सुखी असतात. पुरुषोत्तमापेक्षा किंवा लावण्यवतीपेक्षा सर्वसामान्य जोडीदारच आयुष्य सुखी करतो. कारण तिथे पाण्याला खळखळाट असतो, वेगाचे निमंत्रण असते आणि विरोधाला टक्कर देण्याचे सामर्थ्य असते. आयुष्याच्या उत्तरकाळी कामदेवतेचे यज्ञकुंड जरी विझले तरी सत्त्वाचे यज्ञकुंड धगधगायलाच हवे. मात्र इतकेच की, त्याने अंग भाजता कामा नये. वाटल्यास शेकोटीची ऊब त्याने घ्यावी. संसार अखेरी असतो तरी काय! तर, समांतर रेषेवरून केलेला प्रवास. जवळपणा असावा, पण एकरूपत्व नसावे. साथ असावी, पण स्वरांचा वेगळेपणा जाणवावा. नाही तर काय होते? कोण कुणात मिसळून गेले, ते कळतच नाही. मिळून जाण्यापेक्षा मेळवून जाणे अधिक चांगले नाही का? धाग्यांचे वस्त्र होते तेव्हा पाहणाऱ्याला वाटते, ह्यात धाग्यांना वेगळेपण नाहीच; पण असे कसे होईल? धागे वेगळे असतात म्हणून वस्त्र नेसायला सोईचे असते. म्हणून वस्त्राला सुरकुत्या पडू शकतात, आणि हवे तसे ते लपेटता येते. भगवान शंकर हा क्रोधाचा प्रतिनिधी आहे तसाच तो ललित कलांचाही प्रतिनिधी आहे. उन्मत प्रेमाचेही त्याला वावडे नाही आणि धुंदीचेही त्याला वावडे नाही. पण जग जाळणारा तिसरा डोळा केव्हा उघडायचा, हेही त्याच्याकडूनच शिकायला हवे.

-०-०-०-

- २० -

अजून थोडे जगायला हरकत नाही तर!

माणसाचा आपल्या स्मृतींवर फार भरवसा असतो. किंबहुना, तो तसा असतो, म्हणूनच थोपविलेले म्हातारपण जाणवत नाही. जग बदलत असते. माणसांचे तोंडावळे बदलतात, झाडंझुडुपं, घरंदारं यांच्यात कालपुरुष बदल घडवीत असतो. आपल्या स्मरणकोशात त्यांच्या ठळकशा खुणा दडून राहिलेल्या असतात. हाक मारल्याबरोबर समोर येऊन उभ्या राहणाऱ्या इमानी नोकरांप्रमाणे आपल्या स्मृतींचे इमान कायम राहायला हवे.

आपले मन भरून स्वागत केलेले असते, असा माणूस एक दिवस अचानक आपल्या दारात येऊन उभा राहतो. त्याच्या डोळ्यांतून आपुलकीच्या अत्तराचा घमघमाट तो येताक्षणीच आपल्या अंगावर चाल करून येतो. पण आपल्याला काहीच आठवत नसल्यामुळे आपला चेहरा मख्ख झालेला असतो. एक खजील आणि केविलवाणा भाव आपल्या चेहऱ्यावर ठिबकतो. हसणे हे लाजिरवाणे होते. समोरचे सारे आपुलकीचे अत्तर उडून जाते. काही तेलकट डाग खाली उरतात. अनेक दिवस जतन करून ठेवलेल्या आपल्याबद्दलच्या स्निग्ध आठवणी त्याच्या डोळ्यांतून घरंगळून निघून गेलेल्या असतात.

आपल्या स्मृतींना चाळवून-चाळवून मग अचानक डोक्यातली बत्ती पेटते. तो माणूस, त्याचे कौलारू घर, त्याने केलेले आतिथ्य, त्याच्या गृहिणीने खाऊ घातलेले पदार्थ– एवढेच नव्हे, तर उंबऱ्यावर उभे राहून तिने घेतलेला निरोप, अगदी तिने हातावर ठेवलेल्या सुपारीसकट आठवतो. ओघळून पडत

असलेली आपली वस्त्रे सावरावीत अशा चापल्याने आपण आपल्या साऱ्या स्मृतींना सावरतो, आणि थोड्या अतीव जिव्हाळ्याने पाहुण्याच्या मर्मबंधातली ठेव उघडी-नागडी करतो. आपल्या विस्मृतीला क्षमा करीत-करीत हळूहळू तो पाहुणा घरचा बनतो. आपले अलिप्त आणि कोरडे जीवन चार क्षणांपुरते तरी ओलावते. आपल्या निष्काळजी स्मृतीची खंत सारखी ओघळत असतानाच आपण त्या पाहुण्याला पाहुणचारात बुडवून टाकतो आणि 'सुटलो एकदा' असे म्हणत सुस्कारा टाकतो.

ज्यांना भेटलेल्या सर्व माणसांचे चेहरे आणि नावे आठवतात, त्यांच्याबद्दल मला नेहमीच असूया वाटत आली आहे. वाढते वय, अधू दृष्टी आणि घडून गेलेला मोठा आजार या सबबींवर अलीकडे मी क्षमा मागून मोकळा होतो. खजीलपणातून माझी सुटका होते. पण गारा पडत असताना भांबावलेल्या परकऱ्या पोरीप्रमाणे मीही गोंधळून गेलेला असतो. सुख-दुःखांच्या आपल्या कोशाला भोक पडलेले आहे ह्याची जाणीव आता होऊ लागलेली आहे. नको तेव्हा या आठवणी उगाचच जाग्या होतात. त्या आठवणींनी चालू असलेल्या व्याख्यानात रंगत आणता येते, मद्याच्या मैफलींचा पसारा वाढवता येतो, कुणाशी जिव्हाळ्याचं नातं प्रस्थापित करायचं असेल तर या आठवणी यक्षिणी होऊन मदत करतात. पण हव्या त्या आठवणी दगा का देतात, हे मला समजत नाही. खूपसे झिंगून आल्यानंतर आपल्याला हवा असतो एक उबदार स्पर्श. अशा वेळेला सखीने आपल्याला ढकलून द्यावे, म्हणजे नुसती झिंग उरत नाही तर आपले तारुण्यसुद्धा ओसरत जाते. नकार, रुसवे, अबोला या साऱ्यांनासुद्धा अर्थ आहे; पण त्यांनाही काळ वेळ असते.

अलीकडे माझ्या स्मृतीवरील माझा विश्वास ढळत चालला आहे. तेवढ्यासाठी नम्रतेचा देखावा करीत मी म्हणत असतो, 'बहुतेक हे असेच असेल.' बहुतेक या शब्दामुळे माझ्या व्यक्तिमत्त्वाला तडा जातो. कारण ठाम आणि ठाशीव विधानं करणाऱ्याच्या तोंडी अशी निसरडी आणि भोंगळ विधाने शोभत नाहीत. पण दुरुस्तीला जागा असावी, यासाठी घेतलेले ते अडाणीपणाचे पांघरूण असते. चाळीस वर्षांपूर्वी ऐकलेल्या गाण्याचे चरण, जुन्या खेळाडूंची धावसंख्या, एखाद्या पुस्तकाचा जन्मकाळ, एखाद्या वादग्रस्त लफड्यातील तपशील सांगून मी अनेकदा पैजा जिंकल्या आहेत. जिंकण्याला तसा अर्थ असतो. आपल्या विश्वासार्हतेच्या पुराव्याचा मला आधार होता तोपर्यंत माझीही मस्ती कायम होती. मस्ती जेव्हा आपल्या मनाच्या गाभाऱ्यातून वर येते, तेव्हा ती

साऱ्या परिसराला घायाळ करते. पण मस्ती जेव्हा शाब्दिक असते, तेव्हा घायाळ व्हायची वेळ आपल्यावर येते. सराईतपणामुळे जखमा लपवता येतात, पण म्हणून डोळ्यांच्या कोपऱ्यातून वेदना हळूच बाहेर पडतात. मजेला तडा जातो. भिडस्तपणामुळे कोणी प्रतिकार केला नाही तरीही प्रहार होतातच.

सावधपणा हा गुण आहे, तसाच तो फार मोठा दोषही आहे. सावधपणा आपल्या पंखांची शक्ती खूपच कमी करतो. गरुडासारखे जगायचे आणि अस्मानाची भीती वाटायची– याला काय अर्थ आहे! चिमणी कळवळली तर दु:ख होत नाही असे नाही, पण गरुड कळवळला तर त्याच्या दु:खापेक्षा आपले दु:खं मोठे होते.

जगात सर्व तऱ्हेची नाटके यशस्वी करता येतात; एकच नाटक सहसा यशस्वी होत नाही, ते म्हणजे तारुण्याचे. केस काळे करता येतात, सुरकुत्याही लपवता येतात, छाती पुढे काढून आलेले पोट झाकून टाकता येते. गात्रांना पुन्हा निमंत्रण देता येते आणि त्यांनी निमंत्रणाचा अव्हेर केला तरीही सर्वांची दिशाभूल करता येते. तारुण्याचे शब्द किंवा यौवनाची स्वप्ने सहजगत्या सुचली, असा अभिनय करता येतो. हे सारे प्रयत्नसाध्य आहे. किंबहुना, उतरणीला लागलेल्या प्रत्येक माणसाला काही काळ ते नाटक करावेच लागते. डोंगर चढताना धाप लागली तरी निसर्गसौंदर्य पाहण्यासाठी आपण थांबलो आणि सौंदर्य असेच भोगायचे असते, असे सांगून फसवता येते. ओळखणारे ओळखतात, पण पुष्कळ जण फसतात. या नाटकाला मर्यादा आहेत. तारुण्याची कारंजी अशी रसरसून फुलत असतात की, ज्यांचा हेवा वाटतो आणि आपले विझलेले कारंजे दडवताना कष्ट होऊन लपवता-लपवता धांदल उडते. अखेर तारुण्याचे नाटक शोकपर्यावसनी होते. हे एवढेच नाटक माणसाला नीट करता येत नाही. मस्तीला सावधानतेचे इशारे मिळतात. उन्मत्ततेला विवेकाचा उपदेश मिळतो. पिवळ्या पानातील हिरवेपणा मुद्दाम दाखवावा लागतो. खरे म्हणजे, दुसऱ्याच्या तारुण्याला वश होणे हा आपले तारुण्य टिकवून धरण्याचा एकमेव मंत्र आहे आणि मंत्र हे तर नेहमीच गूढ असतात.

परवा असे झाले– दूरच्या प्रवासाला निघालो होतो. यापूर्वी या वाटेने गेलेले होतो. एकदा अनपेक्षितपणे आणि अकारण माझे स्वागत झाले होते. वाटले, हे ठिकाण पुन्हा धुंडाळावे आणि जुन्या कुपीतले अत्तर काढून पुन्हा एकदा हुंगावे. आवडलेली पालवी पुन्हा भेटत नाही. कारण पानगळीत त्या पालवीची जून झालेली पानं केव्हाच मातीत मिसळून गेलेली असतात. समोर

दिसणारी पालवी अगदी जुन्यासारखीच असली तरी ती नवी असते. पण झाड तेच आणि पालवी नवी. वसंताला सामोरा जाण्याचा धर्म तोच असतो. नव्या-जुन्याच्या सीमारेषा तेथे कायमच्या गोठलेल्या असतात, म्हणून तर ओळख पटते. तेवढ्यासाठीच प्रयत्नपूर्वक मी त्या तिठ्यावर गाडी थांबवली. जुन्या परिचयाच्या खुणा शोधीत हॉटेलात जाऊन उभा राहिलो. पण सारेच अनोळखी. काही म्हणता काहीही जुने नव्हते. माझ्याबरोबरचे तेव्हाही सहप्रवासी असणाऱ्या माझ्या मित्रांनी 'ठिकाण चुकलात', असे मला सांगितले. ज्यांची मने माझ्यापेक्षा तरुण आहेत (किंवा असण्याची शक्यता आहे), त्यांच्या शब्दांवर अविश्वास दाखवणे माझ्या या वयाला तरी परवडण्यासारखे नव्हते. त्यांच्या म्हणण्याप्रमाणे आपण शेजारच्या दारी आलो आहोत, असे मी मनाला पटविले. मला पटतील अशा अनेक खुणा ती मंडळी सांगत होती. आलोच होतो म्हणून मला पटलेल्या त्या जुन्याच हॉटेलात बसलो. चहाही मागवला. माझ्या चुकीची कबुलीसुद्धा मित्रांजवळ देऊन टाकली. माझ्या कबुलीजबाबामुळे खूप साखर घालूनसुद्धा माझा चहा अगोड झाला. इतक्या सहजगतीने मला शरणागती द्यावी लागली, ही खंत मनात सलत होती; पण इलाज नव्हता. समोर असे काही बदल झालेले होते की, माझ्या मित्राचे म्हणणे खरे म्हटल्यावाचून इलाजच नव्हता. चहा संपविण्यापूर्वीच, ज्यांनी पूर्वी स्वागत केले होते ते गृहस्थ एकदम समोर येऊन उभे राहिले होते. मी आल्याचे कळल्यामुळे शेजारच्या घरातून ते लगालगा माझ्याकडे आले होते. याचाच अर्थ, मी चुकीच्या ठिकाणावर आलो– असा मनोमन लावला. हसून ते जुन्या गाठी-भेटींची आठवण देत होते, पण मी मात्र त्या हास्याचे स्वागत करू शकलो नाही. न राहवून मी विचारले, 'आपली गाठ मागं कुठे पडली होती?' त्यावर ते म्हणाले, "तुम्ही आता जिथं बसला आहात तिथेच बसला होतात; मग मी तुम्हाला आत घेऊन गेलो. शेजारचे घर मी नुकतंच बांधलंय." पुढचे मला काहीही ऐकायचेच नव्हते. मी म्हणालो, "इथेच?" त्यावर ते म्हणाले, "हो, इथेच!" आणि खरे सांगू? त्या जागेचे बदललेले रंग लुप्त झाले. अजूनही माझ्या आठवणींच्या गाभाऱ्यात प्रकाश देणारी एक पणती लुकलुकत होती. बरे, बाह्य सजावटीला भुलण्याइतका मी तरुण नव्हतो आणि सारे काही विसरून जाण्याइतका म्हाताराही झालो नव्हतो. पुष्कळांनी दगा दिला तरी मी स्वतःला दगा दिला नव्हता. अजून थोडा काळ जगायला हरकत नाही म्हणायची. अजून हरवलेले रस्ते मला सापडू शकतात, हे कळून बरे वाटले.

त्या वेळेस ज्या झाडाखाली मी उभा होतो, त्या झाडांच्या हाका आजही

मला ऐकू येतात. कॅलेंडर सांगतं इतका म्हातारा झालेलो नाही. वय वाढलं त्याला माझा इलाज नाही, माझी स्मृती शाबूत आहे. इथेच मावळत्या तारुण्याला मी अडवून ठेवले आहे.

मी एक पान खाल्ले होते, त्या पानाची गोडी माझ्या तोंडात अजून रेंगाळते आहे आणि रंग तर दाही दिशांना पसरलाय. मग वाढत्या वयाची चिंता मी का करायची? खाल्लेल्या हिरव्या पानाचा रंग लाल होतो तोपर्यंत केस पांढरे झाले तरी चिंता करण्याचे कारण नाही. अखेरीस हा सारा गाभुळलेल्या वाटचालीचा प्रवास आहे. दात आंबले तरी चिंचेचे झाड खुणावतेच. जमिनीवरच्या दगडाकडे हात जातोय आणि तो दगड अस्मानात फेकलाही जातो. नेम चुकला तरी चिंच पडतेच. चिंचेचे झाड गच्च भरून राहिले आहे. मी तरी त्याला काय करणार आणि ते चिंचेचे झाड तरी त्याला काय करणार?

खरे महाशय, तुम्ही माझ्या भेटीसाठी धावत आलात– आभार! पण तुम्ही नुसते हसत होतात. पुढच्या खेपेस तुम्ही माझे स्वागत केले नाहीत तरी चालेल, पण याच जागेत– हो, हो याच जागेत– स्वत: कप विसळून तुम्ही एकदा एक चहाचा कप दिला होतात, हे माझ्या तरुण मित्र-मैत्रिणींना सांगायला विसरू नका– प्लीज.

- ०-०-०-

- २१ -
थोडे जिंकण्यासाठी आणि खूप हरण्यासाठी

एखाद्या निवडणुकीत अगदी भरवशाचा एखादा उमेदवार प्रचंड मतांनी पराभूत व्हावा किंवा सुनील गावसकरसारखा श्रेष्ठ फलंदाज पहिल्या चेंडूचा बळी ठरावा, तेव्हा सर्वत्र उदासीनता पसरते. ज्या व्यक्तींना हे पराभव स्वीकारावे लागतात, त्यांना त्या वेळेस नेमके काय वाटत असेल? लाजेने मान खाली घालण्यावाचून त्यांच्यापुढे काही इलाज नसतो. हिरमुसले झालेले नातेवाईक आणि मित्र यांच्या संगतीत तो पराभव पुन: पुन्हा उगाळला जातो. सारे आयुष्य निरर्थक वाटू लागते. दुबळ्या मनोवृत्तीची माणसे तर आपल्या प्रकृतीवर परिणाम करून घेतात आणि काही जण त्या क्षणापासून आयुष्याची दिशाच बदलून टाकतात. सवयीने माणूस पराभव पचवायला शिकतो. पण पराभव झाल्यावर त्या माणसाची मन:स्थिती नेमकी कशी असेल याची कल्पनासुद्धा असह्य होते.

निवडणुकीतील पराभव राजकीय माणसे कोडगेपणाने स्वीकारतात. मागे स. का. पाटील मुंबईच्या निवडणुकीत पराभूत झाले, हा त्यांना तर धक्का होताच; पण काँग्रेस पक्षालाही धक्का होता. सत्त्याहत्तरच्या निवडणुकीत जेव्हा इंदिरा काँग्रेसचा पराभव झाला, तेव्हा त्या उन्मत स्त्रीला किती लाजिरवाणे आयुष्य कंठावे लागले. मनुष्य जेवढा उन्मत्त, तेवढा त्याचा पराभवही मोठा असतो. अनपेक्षित पराभव ही तर सर्वांत दु:खदायक गोष्ट. परवाच्या निवडणुकीत पुण्यासारख्या गावात नानासाहेब गोऱ्यांसारखा उमेदवार जेव्हा अनपेक्षितपणे पडतो; तेव्हा तो व्यक्तिगत पराभव ठरत नाही, तर साऱ्या बुद्धिवादी समाजाचा तो पराभव ठरतो. पराभवाची

चिन्हे आधीपासून दिसत असली की माणसाचे मन पराभवाला तयार होते. पण आकाशातूनच कुऱ्हाड कोसळावी असा जेव्हा पराभव कोसळतो, तेव्हा अगदी कीव येण्यासारखी परिस्थिती निर्माण होते.

मला आठवतोय तो एक छोटासा सामना– तोही क्रिकेटचा. कॉलेज जीवनातले उगवते दिवस. नवनवीन रंगीबेरंगी साड्यांत वावरणारी स्वच्छंद फुलपाखरे नुकती कुठे दृष्टिपथात येऊ लागली होती. त्यांच्या लक्षात आपण कसे येऊ, याविषयी धडपड करण्याचा तो काळ होता. तसा तो सामना काही दोन कॉलेजांमधला नव्हता; होता तो मित्रत्वाचाच, तोही कॉलेजमधल्या दोन वर्गांचा. समजा– त्या सामन्याला कोणी प्रेक्षक उपस्थित नसते आणि पहिल्या चेंडूला मी बाद झालो असतो, तर मला एवढे दु:ख झाले नसते. त्यातल्या त्यात मला आवडणाऱ्या आणि ज्यांना मी आवडावे असे मला वाटत होते अशा तीन-चार मुली कुणी निमंत्रण दिलेले नसताना सामना पाहायला आल्या. आता आपण काहीतरी देदीप्यमान पराक्रम करू, असा स्टान्स घेऊन मी पहिल्या चेंडूला सामोरा गेलो आणि आश्चर्याची गोष्ट की, ज्या चेंडूवर कोणीही आऊट होणे शक्य नव्हते, त्या चेंडूवर मी बाद झालो. माझं लक्ष जर प्रथम कुठे गेले असेल, तर ते मुलींच्या घोळक्याकडे. मला तिथे कुत्सित खसखसाट झाल्यासारखा वाटला. त्याबरोबर आपल्याला अदृश्य होता आले तर बरे होईल, इतका मी लाजून गेलो. पुढे कित्येक दिवस त्या मुली कॉलेजमध्ये भेटल्या की, मी त्यांना टाळून दुसऱ्या रस्त्याने जात असे. एक दिवस त्यातली एक धिटुकली मुलगी माझा रस्ता अडवून मला म्हणाली, "तुम्ही त्या दिवशीची गोष्ट फारच मनाला लावून घेतलेली दिसते?"

निर्विकार चेहरा करून मी म्हणालो, "हॅ! एवढ्याशा गोष्टीला काय महत्त्व द्यायचं!"

"तेच तर मी म्हणते आहे! क्रिकेटमध्ये आऊट होणे म्हणजे आयुष्यातून आऊट होणे असते काय?"

मग मात्र मलासुद्धा हसू आले.

"आणखी एक गोष्ट– तुम्ही आऊट झालात, तो चेंडू आम्ही टाकला नव्हता, एवढे लक्षात ठेवा."

आपला लज्जास्पद पराभव कोणी पाहावा याचेही आपले काही गणित असते. साहेबांनी केबिनमध्ये बोलावून आपली झोडपट्टी केली, तर केबिनबाहेर येताना जणू काही आपण साहेबाचीच झोडपट्टी केली आहे, असा अभिनय

करतो. तो फारसा सफल होत नाही. कारण सारे जण रोज नाटके करत असतात. त्यामुळे केबिनमध्ये काय घडते, हे प्रत्येकाला माहीत असते.

प्रत्येकाचे पराभव क्षणोक्षणी होतच असतात. कारण प्रत्येक माणसाचे जगणे ही एक लहान-मोठी लढाई असते. एक रतियुद्ध सोडले की, दोघांचाही जय होणारी लढाई अवनीतलावर असत नाही. एक हरणार– एक जिंकणार, याला पर्याय नाही. अर्थात जिंकणाऱ्याला दुसऱ्याला आपण वेदना देतो याचे चांगले भान असते. किंबहुना, दुसऱ्याच्या वेदना हेच त्याचे विजयचिन्ह असते. त्याही माणसाचे पराभव होत असतात. त्या वेळेस अशी जमा केलेली लहान-मोठी विजयचिन्हे त्याला ढालीसारखी वापरता येतात. मालकाकडून किंवा वरिष्ठांकडून अपमान करून घेणारे नवरे घरी येऊन आपल्या बायका-मुलांवर डाफरतात, याच्यामागचे कारणही हेच असते. आपल्या जखमांवर दुसऱ्याचे अश्रू किंवा वेदना हेच औषध असते.

कुणाकडून तरी आपण प्रहार झेलत असतो आणि कुणावर तरी प्रहार करत असतो. आपल्यावर अन्याय होतो, असे आपल्याला नेहमीच वाटत असते. पण आपल्याकडून काही अन्याय होतात याची जाणीव क्वचितच होते. आपण न्याय-अन्यायाचा हिशेब दोन पातळींवर करीत असतो. स्वतःवर जेव्हा अन्याय होतो, तेव्हा सर्व अन्यायाची बेरीज आणि दुसऱ्याबाबत वजाबाकी सुरू होते. आपण जीवनात पराभूत झालेलो नाही, हे सिद्ध करण्याचा खटाटोप सदैव चालू असतो. न्याय-अन्यायाची किंवा यशापयशाची एक साखळी असते. आपल्या वरिष्ठाला त्याचा वरिष्ठ झापत असला म्हणजे आपल्याला मनातून आनंद होतो. इंग्रजांशी आपले स्वातंत्र्ययुद्ध चालू होते, तेव्हा इंग्रजांना हिटलर ठोकून काढीत होता म्हणून हिटलरबद्दल आपल्याला ममत्व वाटत होते. इथल्या मुसलमानांना आपण धडा शिकवू शकत नाही; अशा वेळेला इजिप्त, सौदी अरेबिया, जॉर्डन या किती तरी पटीने मोठ्या असलेल्या मुसलमानी राष्ट्रांना इस्रायलसारखे चिमुकले राष्ट्र दाती तृण धरायला लावते, तेव्हा आपल्या इस्रायलच्या प्रेमाला भरती येते.

आपल्या शत्रूचा पराभव हा एक प्रकारे आपला विजयच नव्हे काय? संजय गांधी मृत्यू पावला, तेव्हा अनेकांनी अश्रूभरल्या डोळ्यांनी त्याला श्रद्धांजली वाहिली आणि इंदिरा गांधींना शोकसंदेश पाठविला. त्यातल्या किती लोकांना खरा शोक झाला होता? एका आईचा वयात आलेला मुलगा मृत्यू पावला, एवढ्यापुरते ते दुःख खरेही असेल. पण या उन्मत्त बाईचे नाक आपण ठेचू शकत नाही ते नियतीने ठेचले, याबद्दल पुष्कळांच्या मनात नक्कीच आनंद जागा

झाला असेल. स्वत: सुखी होण्याचा प्रयत्न माणूस करतो; पण तो प्रयत्न असफल झाला, म्हणजे निदान हेवा वाटावा अशा माणसाला दु:खी झालेले पाहण्यातच तो विकृत आनंद मानत असतो. गरिबांना गरिबी टोचत नाही, अशातला भाग नाही. ती टोचतेच. पण श्रीमंत माणसे उद्‌ध्वस्त झाली किंवा त्यांच्या दु:खी जीवनाचे कधी प्रदर्शन झाले की, त्यांच्या दारिद्र्याची बोच कमी होते. इतका विषम समाज सुखात राहू शकतो, याचे हे एकच कारण. भोवताली पसरलेले अपयशही त्याला सुखवीत असते. एरवी सरळपणे वागणारे इमानदार नोकरसुद्धा संपकाळात मालकाबद्दल अभद्र व किळसवाणे बोलतात आणि त्यापासून सुख मिळवतातच की नाही?

अर्जुनाला श्रीकृष्णाने गीता सांगितली आणि युद्ध करण्याचा उपदेश केला, असे आपण गृहीत धरतो. प्रचंड संहारानंतर मिळणारा विजय म्हणजे प्रचंड दु:खानुभव आहे, हे त्या शहाण्या अर्जुनाला कळले होते. कळले नव्हते ते कृष्णालाच. म्हणून फलाची आशा न धरता कर्म करावे, असा उपदेश श्रीकृष्णाने केला. म्हणजे लढाईत विजय मिळणार नसला तरी लढलेच पाहिजे किंवा विजय मिळण्यासाठी लढाई करायची नसते, असाही त्याचा अर्थ होतो. समजा– अर्जुनाने लढाई केली नसती, तर जास्तीत जास्त काय झाले असते? तर, पांडव रानावनात कुठे तरी राहिले असते आणि कौरवांचे राज्य भरतखंडावर राहिले असते. प्रजेच्या दृष्टीने कौरवांचे राज्य वाईट नव्हते. युद्ध झाले नसते, तर प्रचंड हत्या टळली असती; पण असे व्हायचे नव्हते. याचे कारण कुणाकरवी तरी श्रीकृष्णाला विजयी व्हायचे होते आणि विजयी व्हायचे असेल, म्हणजे कुणाला तरी पराभूत करावेच लागते. 'जीवो जीवस्य जीवनम्' हा निसर्गाचा नियम आहे. कारण प्रत्येक प्राणिमात्र कुणाचे तरी भक्ष्य आहे. म्हणजे लढाई अटळ आहे, पराभव अटळ आहे आणि मानखंडनासुद्धा अटळ आहे.

आपले दैनंदिन जीवनसुद्धा यशापयशाची एक गाथा आहे. एखाद्या तुकारामाची जीवनगाथा अभंग राहते; बाकीच्यांच्या गाथा पाण्यात बुडतात आणि बहुतेक वेळा मंबाजीचा जय होतो. हेच मंबाजी आपले नेते होतात. देशाचे धुरीणत्व करू लागतात. आपल्याला माहीत असते की, यांच्याबरोबर लढाई करण्यात काही अर्थ नसतो. कारण यांच्याजवळची शस्त्रास्त्रे अधिक अद्ययावत असतात. एक तर आपण त्यांचे इमानी सेवक होतो आणि त्यांचा विजय हाच आपला विजय मानू लागतो किंवा थोडे लोक त्यांच्याविरुद्ध बंड करतात. अशा बंडात स्वत:ला ते जाळूनही घेतात. अशा जळून गेलेल्या किंवा जळत राहिलेल्या

बंडखोरांच्या प्रतिमा आपण घराघरात का लावतो? अशा पराभूत बंडखोरांविषयी आपल्या मनात कणव का असते? याच्या पराभवाची त्यांना तर लाज वाटत नाहीच, पण आपल्यालाही लाज वाटत नाही. बाबू गेनू एका मोटारीखाली चिरडला गेला तरीही त्याची आठवण आपल्याला होत राहते- ज्याने त्याला चिरडला, त्याचे नाव आपल्याला आठवतसुद्धा नाही.

कदाचित असेही असेल की, संदर्भ बदलला की पराभवाचे विजयात रूपांतर होत असेल. जाणून-बुजून पराभवाला जे सामोरे जातात, त्यांना विजयश्री सापडत असेल. मनुष्यजातीने असे किती पराभव पाहिले आहेत. आर्य-अनार्य यांच्या झगड्यात किती लोक मेले असतील. मुसलमानांच्या टोळधाडीशी प्रतिकार करताना किती जण मृत्यूला सामोरे गेले असतील. इंग्रजांच्या क्रूर दडपशाहीला आव्हान देणाऱ्या किती तरी युवक-युवतींची रक्तकमले स्वातंत्र्यवेदीवर चुरगाळली गेली असतील. आजही लहान-मोठ्या प्रत्येक क्षेत्रात दिल्या जाणाऱ्या आव्हानाला बंदुकांनी आणि दंड्यांनी ठेचून टाकले जाते. यातले पराभव कोणते, विजय कोणते- हे सांगता येईल काय? हजारो हिंदूंच्या मृत्यूला कारणीभूत झालेल्या गांधी-नेहरू या विजयी नेतृत्वाला देवाच्या दरबारात कोणता जाब द्यावा लागेल? एक कळी फुलण्यासाठी सारी वेल थोडीच जाळून टाकायची असते?

यश-अपयश यांचा माझ्या मनात नेहमीच घोटाळा उडतो. मागचा पुढचा संदर्भ पाहिल्याशिवाय यश-अपयश यांची चिकित्साच करता येणार नाही. जिंकण्याला मर्यादा आहे, हरणे अमर्याद आहे. म्हणूनच हरण्याचीही नशा माणसाला येत असते. फलाची आशा न धरता मी युद्ध करणार नाही आणि युद्ध जिंकलोच तर युद्धगर्जनाही करणार नाही; कारण कुणाचा तरी पराभव केल्याशिवाय मला जिंकता येणार नाही, कुणाचे तरी रक्त काढल्याशिवाय माझ्या विजयध्वजाला रंग येत नाही आणि किंकाळ्यांशिवाय माझ्या युद्धगर्जनेलाही अर्थ येत नाही. डोक्यातील विवेक काढून टाकल्याशिवाय कुठलीच लढाई लढता येत नाही. यातच गीतेचा सारा अर्थ आहे.

कॉलेजमधली माझी मैत्रीण जेव्हा म्हणाली, "क्रिकेटमध्ये हरणे म्हणजे आयुष्यांत हरणे नाही," त्या विचाराची आज सुसंगती लागते आहे. तेव्हा मी क्रिकेटच्या सामन्यात पराक्रम केला असता तर... माझ्या आयुष्यातील लढाई मी जिंकली असती काय? फारच फार तर त्या मैत्रिणीला जिंकू शकलो असतो आणि मग लढाई करण्याची कारणेही हरवून बसलो असतो.

-०-०-०-

- २२ -
जो जे वांच्छील तो ते लाहो...

ज्ञानेश्वरांनी पसायदानात इच्छा व्यक्त केली आहे की, दुरिताचे तिमिर नष्ट व्हावे आणि ज्याला जे हवे, ते-ते त्याला प्राप्त व्हावे. प्रथमत: अंधार दूर झाला पाहिजे, म्हणजे येणाऱ्या प्रकाशात ज्या-ज्या इच्छा निर्माण होतील, त्या त्या तृप्त व्हाव्यात. पण आमच्या अंत:करणातील अंधार नष्ट करायचा कसा, हाच खरा प्रश्न आहे.

प्रथमत: अंधारातून आम्ही जन्माला आलो. अगदी बालपणी बाळंतखोलीत प्रकाश येऊ नये म्हणून पराकाष्ठा करण्यात आली. मग आमच्या मनात प्रकाशाची चाहूल लागू नये म्हणून त्याच त्या गोष्टी शिकविण्यात आला. अ-अननसातील; अ-अमृतातील नव्हे किंवा अमरतत्त्वातीलही नव्हे. आ-आईतला. तो आमराईतला नव्हे किंवा आनंदातीलही नव्हे. त्यामुळे प्रत्येक अक्षराबरोबर ठाशीव प्रतीके घेऊन आम्ही मुळाक्षरे शिकलो. आम्हाला ऊन लागू नये म्हणून आईने फार धडपड केली; कारण उन्हाने मस्तकशूळ उठतो, पित्तप्रकोप होतो, नको त्या कल्पना डोक्यात येतात आणि भलभलत्या इच्छा मनात निर्माण होतात. 'जो जो जी इच्छा करील, ती सफल होणार' असल्यामुळे आई जी काळजी घेत होती, ती बरोबरच होती. कारण आमच्या मनात जर वाईट इच्छा निर्माण झाल्या असत्या तर मोठी पंचाईत झाली असती. आईने आम्हाला थंडी-वाऱ्यातही हिंडू दिले नाही. थंडीने पडसे होते, विचारशक्ती खंडित होतात हे तर सर्वांनाच ठाऊक आहे. मग आपल्या मुलाला थंडी-वाऱ्यात हिंडू दिले, तर त्याला

चांगल्या कल्पना सुचणारच नाहीत, असे आईला वाटणे स्वाभाविकच आहे. ऊन नको, पाऊस नको, थंडीही नको आणि वारा तर मुळीच नको. वाऱ्याने तर मन चळते. अशा चळलेल्या मन:स्थितीत मनात अपविचार यावेत, हे स्वाभाविकच आहे. म्हणून आमचे सारे बालपण अंधारातच गेले.

पुढेही आयुष्यात फारसा प्रकाश आला नाही. शाळेच्या बंदिस्त खोलीत आम्ही इतिहास आणि भूगोल शिकलो. सूर्याचे भ्रमण कसे होते, चंद्रग्रहण कसे लागते किंवा भूशिर म्हणजे काय, आखात म्हणजे काय, हे सारे आम्ही अंधाऱ्या वर्गातील खोलीत शिकलो. सारे पक्षी, प्राणी पुस्तकातील चित्रांवरून समजावून घेतले. जग किती मोठे आहे आणि ग्रहमाला किती विशाल आहेत, हेही खुराडेवजा शाळेच्या वर्गात शिकलो. हजारो माणसे युद्धात मरतात, ती युद्धेसुद्धा आमच्या शिक्षकांनीच आम्हाला करून दाखवली. मतलई वारे पाऊस आणतात, चंद्रामुळे समुद्राला भरती येते आणि पृथ्वीच्या लंबवर्तुळ आकारामुळे वेगवेगळे ऋतू बनतात– असे शिक्षकांकडून वर्गातच शिकून घेतले. केशवसुतांची 'तुतारी' आम्ही वर्गातच फुंकली आणि बालकवींचा 'निर्झर' वर्गातील फळ्यावरच पाहिला.

मग बालपण संपूर्ण गेले. "अभ्यास केलास तर कार्ट्या, पास होशील आणि तुला चांगली सुरक्षित सरकारी नोकरी मिळेल. नचपेक्षा एखाद्या ट्रकवर क्लीनर म्हणून राहावे लागेल." असा चक्क धाक घातल्यामुळे आम्हाला अभ्यास करणे भागच होते. परीक्षेत अधिक गुण मिळविणे, हे उद्दिष्ट ठेवून डोक्यात जमा करता येईल तेवढी माहिती आम्ही जमा करून ठेवली आणि सांगायचे काय, मॅट्रिकला आम्हाला ८५ टक्के मार्क मिळाले. आम्ही कॉलेजात गेलो. आम्ही काय व्हायचे आहे, हे आमच्या वडिलांनी ठरवून टाकले होते. सरकारी नोकरीत पैसे खाऊनसुद्धा पुरेशी प्राप्ती होत नसावी (प्रात्यक्षिक पिताजी), तेव्हा डॉक्टर होणे भागच आहे, असे ठरले. डॉक्टरच्या परीक्षेसाठी रोग का होतात यापेक्षा देहात हाडे किती आहेत व कोणत्या ग्रंथीत कोणते रस पाघळतात, या गोष्टीकडे आम्ही अधिक लक्ष देत गेलो. आम्ही या साधनेत यशस्वी होऊ नये, म्हणूनच केवळ वर्गात येऊन बसणाऱ्या मुलींकडे आम्ही डोळे उघडूनसुद्धा पाहिले नाही. गुरुजनांची सेवा करावी, हा यश मिळविण्याचा सोपा मार्ग आहे– याचे शिक्षण लहानपणापासून आम्हाला मिळाले. रस्त्याने जाताना इकडे-तिकडे पाहू नये, गप्पागोष्टींत वेळ घालवू नये, विडी-काडी-चहा-तंबाखू असली व्यसने लावून घेऊ नयेत– हे वडिलोपार्जित व्रत आम्ही कटाक्षाने पाळले. यथाक्रम आम्ही पास झालो. लक्षात आले– मन चळू दिले नाही, भलतेच विचार मनात येऊ दिले

नाहीत, वडीलधाऱ्यांनी सांगितले ते ते यथाक्रम आचरणात आणले आणि देवाजवळ यशाशिवाय काही म्हणजे काहीही मागितले नाही, हे त्याचे कारण असावे.

एकदा वाटले की, देव आपल्याला काही विचारतो आहे. देव म्हणतो आहे, "बाळा, तुला काय हवंय? तू कशाची वांच्छा करतोस?"

आम्ही गोंधळून गेलो. माणसे मनात काही इच्छा बाळगतात, हेच आम्हाला ठाऊक नव्हते. इच्छा कशासाठी करायची? वडीलधाऱ्यांच्या पावलांवर पाऊल टाकून कशाचाच मोह धरला नाही, म्हणजे आपोआपच हवे ते मिळते. मग इच्छा करण्याचा उपद्व्याप कशाला?

तरीही देव पुटपुटत होता. "अरे वेड्या, 'जो जे वांच्छील तो ते लाहो' असे ज्ञानेश्वरांनी म्हटल्या कारणाने मी वाट्टेल ते द्यायला बांधलेला आहे. तू नुसते माग! तुला विमानातून प्रवास करायचा आहे, रानावनांतून शिकार करावयाची आहे, की गलबतात बसून दरिया पार करायचाय? रानातील गाणी तुला ऐकायची आहेत की गाण्यातील रानच तुला हवंय? की सगळीकडं फुललेली रंगीत फुलं तुला हवीत? का कस्तुरी, केवडा, वाळा यांसारखे सुगंध तुला हवे आहेत? या जगात शेलाट्या, स्थूल, गोऱ्या, सावळ्या वेगवेगळ्या सुंदर स्त्रिया आहेत; त्यांतील कोणत्या तुला हव्या आहेत? तुला सिनेमातील नायक व्हायचंय, नाटककार व्हायचंय, कवी व्हायचंय की लोकप्रिय नेता व्हायचंय? तुझ्याभोवती गर्दी जमायला हवी आहे की गर्दीतीलच तू एक व्हायला हवा आहेस? तुला अचानक धनाचा ठेवा मिळावा की लॉटरीचे तिकीट मिळावे, की या वेळेच्या रेसमध्ये, मी सांगतो तो घोडा तू खेळतोस?"

"देवाधिदेव, हे भलतेच काय सांगता? तुमच्या तोंडी रेसचा घोडा हे शब्दच कसेसे वाटतात. रेसला जाणे म्हणजे व्यसन आहे, असे बाबा म्हणतात."

"अरे, असेना का व्यसन. पण घोड्याचा वेग तरी तुला आवडतो की नाही?"

"छे: छे:! मी वाहनात बसलो की डोळे मिटून घेतो."

"मग तुला हवे तरी काय?"

"ते जरा विचार करून, नाही तर बाबांना विचारून सांगतो."

मग देव अंतर्धान पावले. आम्हाला काही सुचेनासे झाले. हजार हातांनी परमेश्वर द्यायला तयार असूनसुद्धा आमची ओंजळ पुढे झाली नाही. आमचे वडील-आई यांच्यासारखे हितरक्षण करणारे आमच्यासाठी इच्छा व्यक्त करीत

होते, म्हणून माझ्या मनात वांच्छाच निर्माण झाली नाही. का बरे असे झाले?

आता किती तरी वर्षे उलटून गेली आहेत. आई-वडिलांनी, गुरुजनांनी आशीर्वाद दिला म्हणून त्यांनी ठरविलेल्या सोज्ज्वळ मुलीशी आमचे लग्न झाले. आम्हाला मुलेसुद्धा किती व्हायची, हे त्यांनीच ठरविले. त्यांच्या इच्छेनुसार आम्हाला आठ पुत्र झाले. त्यांची इच्छा प्रमाण मानून आमच्या वडिलोपार्जित घराला आम्ही दुरुस्तीचा डाग लागू दिला नाही. खिडक्या पाडल्या नाहीत किंवा दिव्यांची उधळ-माधळ केली नाही. आमचे आठ पुत्र त्याच अंधाऱ्या बाळंतखोलीत जन्म पावले. मुले आज्ञाधारक आहेत. ती थंडीवाऱ्यात-उन्हापावसांत कुठेही जात नाहीत. भोवतालच्या वांड मुलांत ती अजिबात मिसळत नाहीत, दंग्यात कधी भाग घेत नाहीत.

आम्हाला प्रश्न पडतो की, उगाचच इच्छा कराव्यात आणि देवाला साकडे घालावे, हे बरे नाही. आम्ही काही मागतच नाही. काय मागायचे, ते आम्हाला समजतच नाही.

लहानपणी जो अंधार आमच्या डोक्यात एकदा पक्का बसला आहे, तो न गेल्यामुळे बहुतांशी आम्हाला इच्छा होत नसतील. म्हणून तर ज्ञानेश्वर माऊलींनी अंधार नष्ट व्हावा असे म्हटले; कारण अंधार नष्ट झाला, तरच इच्छांचा जन्म होतो.

प्रकाशालाच आस लागते. वाऱ्याला ध्यास लागतो. सृजनाला सलील लागत, आणि नंतर जन्म पावतात त्या आकांक्षा. मागणारा भिकारी असला तर तो कटोऱ्याची भीक मागतो. फार तर एक दिवसाच्या अन्नाची. राजा इच्छा करतो ती साम्राज्याची. कवी इच्छा करतो ती महाकाव्याची. तुकोबा इच्छा करतो ती आकाशाची. कारण त्यांचे तिमिर संपलेले असते. एकदा का तिमिर हटले की स्वतःचा सूर्य दिसू लागतो. नव्हे, वेगळा सूर्य उरतच नाही. अंधाराला डोळ्यांची गरज नसते आणि डोळे उघडल्याशिवाय प्रकाश दिसत नाही. सूर्यत्व कशात आहे, स्वधर्म कशाला म्हणतात, मनुष्य आणि प्राणी वेगळे कशामुळे ठरतात— हे कळून घेण्यासाठी तिमिर संपावे लागते. अंधारात अज्ञान असते आणि प्रकाशात ज्ञान असते. ज्ञानेश्वर म्हणजे ईश्वराचे ज्ञान नव्हे, ज्ञानेश्वर म्हणजे प्रकाशाचे ज्ञान. एकदा प्रकाश सर्वांगावर पखरण करून गेला की आपला प्रचंड देह बिंदुमात्र होतो आणि आपले बिंदुमात्र मन हिमालयासारखे होते. राऊळात राहणारा देव आपल्या डोळ्यांत येऊन उभा राहतो. सारे आनंदकल्लोळ मनात जागे होतात. अचपळ जगाचे चलनवलन समजावून घेणे एरवी आपल्याला फार

अवघड वाटते; पण प्रकाशाची दारे एकदा खुलली की, जग म्हणजे एक साधासुधा खेळ वाटतो. आपल्याभोवती आपलीच प्रतिबिंबे आहेत, असे वाटते. मग ती प्रतिबिंबे जडातही दिसू शकू लागतात. चैतन्यातही दिसू लागतात. वृक्षवल्लरींत दिसू लागतात. मृत्तिकेत, दगडांत, सलीलत्वात; एवढेच नव्हे, तर निराकार आकाशातसुद्धा देवाला राहणे अवघड वाटू लागत नाही. देव तरी काय, माणसाचेच एक प्रतिबिंब– आरशाशिवाय उमटणारे.

एवढ्यासाठी तर प्रकाशात जन्म यावा, उन्हाने पोळावे, पावसात भिजावे, आणि वाऱ्यात वादळावे. माणसाला समुद्राच्या खोलीची भीती वाटते, वादळाची भीती वाटते, पुराची भीती वाटते. ती भीती नसते, तर अंधारच असतो. गर्दीची भीती, सत्तेची भीती, शक्तीची भीती हेसुद्धा अंधारातच असतात. या अंधारात मनुष्याची इच्छाशक्ती नष्ट होते. हजार हातांनी देणारा देऊ शकत नाही. म्हणून ज्ञानेश्वर म्हणतात की, प्रथम दुरिताचे तिमिर जावो, आणि हे तिमिर हटले की मग काय, जागोजाग आकांक्षाची कारंजी फुलतील. देवसुद्धा गोंधळून जाईल. त्याच्याजवळ अनंत दातृत्व आहे असे म्हणतात, पण या प्रकाशाच्या जगात देता-देता देवसुद्धा थकून जाईल, कारण मागणाराच तेव्हा देव होऊन जाईल.

दुरितांचे तिमिर जावो विश्व स्वधर्म सूर्ये पाहो
जो जे वांच्छील तो ते लाहो! प्राणिजात।।

-o-o-o-

- २३ -

चिमणीचे घर होते मेणाचे

डोक्यावर छप्पर असावे, ही माणसाची नैसर्गिक गरज आहे. अगदी तडीतापसी, संन्यासी-बैरागी जरी असले तरी त्यांनासुद्धा गुहा, वृक्षाची सावली, नदीकाठची घळ अशा स्वरूपाचे घरटे लागतेच; मग सर्वसामान्य माणसाची गोष्टच सोडा. पत्रा, तरट, फळकुट किंवा गवत याखालची सावलीसुद्धा माणसाला घर देते. शाही महालात राहणारा माणूस किंवा फाटक्या-तुटक्या झोपडीत राहणारा माणूस– या दोघांचेही आपल्या घरट्याबद्दलचे प्रेम अनिवार्य असते. कोणत्याही घरट्यात, जो-तो आपल्यापुरता राजा असतो. भोवताली कितीही कोलाहल असो, घरातील निवारा प्रत्येकाला दिलासा देतो. ज्याच्या त्याच्या गरजेनुसार या घरट्याच्या चार भिंतींआड सृजनाला अनुकूल अशी कामभूमी निर्माण होते.

तिथे स्पर्शाला फुले फुटतात. अस्फुट शब्दांच्या कमानी होतात. कुरूपतेला रूप येते. उन्मत्तता विझून जाते. हुंकार, सुस्कारे, रोमांच यांचे घनदाट जंगल बघता-बघता तेथे निर्माण होते. मळकी वस्त्रे मखमली होतात. एका अत्युच्च क्षणी निसर्गाचे रहस्य समजून येते. सलील-तप्त भूमीवर सृजन घडते. अंकुराला पालवी फुटते. आपले प्रतिबिंब पाहताना निष्पर्ण वृक्षालाही धन्य वाटते. घराला ऊब येते, उबेला धग येते आणि या धगीत अपमान, द्रारिद्र्य सारे काही लयाला जाते.

अशाच लहान-मोठ्या घरट्यांनी समाज बनतो. अनेक घरट्यांचे मिळून गाव बनते. घराच्या हद्दीवरील भांडणे घडली आणि शब्द रागेजले, तरी तेथले जीवन वाढत राहते. चिवट

माणूस कोणत्याही परिस्थितीत जगण्याजोगे ऋतुमान निर्माण करतो. अहंकाराचा वारा धुमसत असताना, माणसाचे रक्षण लवचिकपणा करतो. घरात वाढत असणारे चैतन्याचे बाहुटे कधी कधी घरापेक्षा मोठे होतात आणि वाढताच स्वतःच्या घराच्या शोधार्थ निघतात. कुणी काळ्या बाजारातून सिमेंट, लोखंड विकत घेऊन प्रासाद उभारतो; तर कुणी धनवंतांची नजर चुकवून पत्रे, फळ्या चोरून आपले घर उभारतो. प्रत्येकाला आपल्यासाठी आणि आपल्या मर्जीनुसार घर हवे असते, पण प्रत्येकालाच ते जमत नाही. मग मिळालेल्या घरट्यानुसार माणसाला गरजा बदलून घ्याव्या लागतात. एखाद्या घरट्यात पिकासोचे चित्र असते; तर एखाद्या घरात उन्मत्त घोड्याचे, वीर्यशाली बैलाचे किंवा झेपावणाऱ्या वाघाचे चित्र लटकावलेले असते. एखाद्या झोपडीत भर पहाटेस डोळ्यांनी खुणावणारी हेमामालिनी चिकटलेली असते. कुठे साईमहाराज, तर कुठे गजाननमहाराज, देव-देवता, पुढारी किंवा आमंत्रणे देणाऱ्या नट्या यांचाही पुष्कळ ठिकाणी वापर असतो. ही सारी माणसे या घराच्या मालकाच्या अतृप्त वांच्छा असतात. डोंगराच्या पार्श्वभूमीवरून खळखळणारा ओढा व त्यावरून जाणाऱ्या पुलावरची पायवाट असते, तर काही चित्रांत या पायवाटेने प्रत्येकाला शांत, सुंदर आणि काव्यात्मक घराकडे जायचे असते.

प्रत्येक जण आपल्या घराच्या सजावटीसाठी नाना वस्तू जमा करतो. त्यासाठी दशदिशा हिंडत असतो. उबदार शय्या असावी म्हणून कांबळे, धाबळी, गोधडी, रजई किंवा फोम रबरची गादी तो मिळवून आणतो. घरात आपली मुले जन्म घेणार; त्यांना त्यातल्या त्यात सुखाने वाढता यावे, याचीही तो व्यवस्था करतो. आपले अस्तित्व मागे उरावे, या प्रेरणेतूनच आयुष्याचा पसारा उभा होत असावा. नर-मादींच्या काममोहिनीतून संतती उत्पन्न होते, हे जरी खरे असले, तरी माणसाला कोठे तरी पुनर्निमितीचा आनंद उपभोगण्याची वांच्छा असली पाहिजे. तसे जर नसते तर तरुण, देखण्या मादीवर कुरूप आणि बेढब करून टाकणारे बाळंतपण कुणी लादले नसते आणि कुठल्याही मादीने ते स्वीकारले नसते. तिला शरीरयातना भोगाव्या लागतात. स्वतःची उपासमार करूनसुद्धा मुलांच्या तोंडी दोन घास घालावे लागतात. तरीही माणसाला मुले हवीच असतात. अनेक लहान-मोठ्या सुखांचा माणसे हसतमुखाने त्याग करतात. नवी जबाबदारी घेतात, मुक्ततेवर नियंत्रण आणतात. त्यामुळे एक होते– घरटी जमिनीत खोल रुजत जातात. घरांच्या भिंती पक्क्या होतात. माणूस भूमीत खोलवर अधिक पाय रोवून उभा राहातो. घर अनंत रोमांचांचे स्थान आहे, तसेच अनेक हुंदक्यांचेही

स्थान आहे. असे असूनसुद्धा माणसाला घरटे हवेच– मग ते घर प्रासाद असो, कौलारू घर असो वा एखादी झोपडी. घराच्या रक्षणासाठी माणसे जिवावर उदार होतात ती काही उगीच नाहीत.

माणसांप्रमाणे पशू-पक्ष्यांनाही घर हवे असते. ज्यांना शक्य असते, ते झाडांच्या ढोली शोधतात. फांद्यांच्या बेचक्यात निवारा शोधतात किंवा प्रसंगी दुसऱ्यांची घरटी बळकावतात. ज्या बिचाऱ्या पाखरांना इतक्या उघड्यावरचे घर सोसत नाही, ती कुठे तरी आडोशाला आपले घर बांधतात. त्यांना संरक्षण हवे असते, ते आपल्यापेक्षा अधिक बलवान पशू-पक्ष्यांपासून. सर्वांत धोकादायक असूनसुद्धा माणूस या पाखरांना अधिक सुरक्षित वाटतो. घराच्या वळचणीला, माळ्यावरच्या अंधाऱ्या कोपऱ्यात किंवा पुस्तकांच्या कपाटाच्या सापटीला घरटे बांधणे त्यांना अधिक सुरक्षित वाटते. पक्षीसुद्धा माणसांप्रमाणे सुसंस्कृत असतात की काय? त्यांनाही पुस्तकाची कपाटे– त्यातही जाडजूड, फारसे उघडले न जाणारे ग्रंथ फार आवडतात. चिमण्यांना तर घरासाठी ही जागा फार आवडते.

माझ्या घरात भिंतीला ठोकलेले एक पुस्तकाचे रॅक आहे. विक्षिप्त आकाराची पुस्तके निर्माण करण्याच्या प्रकाशकांच्या नादामुळे काही पुस्तकांच्यावर मधेच जागा शिल्लक राहते. निदान चिमणीला पुरेल, एवढी. अशा जागेचा चिमण्या नेहमी शोध घेत असतात. चिमण्यांनी जागा हेरून घर बांधायला सुरुवात केली की, त्यांची धांदल बघण्यासारखी असते. पहिल्यांदा त्या गवताच्या काड्या घेऊन येतात. गवताचे अस्तर चांगले तयार झाले की, मग त्यावर कापूस, सूत अशा मऊ वस्तूंचा गालिचा पसरतात. चतुर शिंप्याप्रमाणे गवताच्या भिंती त्या विणून घेतात. पुस्तकाच्या रॅपरचा मऊ-मऊ भाग तोडताना त्यांना ते पुस्तक राजवाड्यांचे आहे का शेजवलकरांचे आहे याचा अजिबात विवेक राहत नाही. त्यातच बापूसाहेब माट्यांनी मला भेट म्हणून दिलेले एखादे दुर्मिळ पुस्तकसुद्धा असते. ही सारी पुस्तके सांभाळायची असतील, तर रोज सकाळी ते उभे होत असलेले घरटे मोडण्यावाचून मला काही इलाज राहत नाही.

माझ्या खोलीत सगळीकडे गवत, कापूस, चिंध्या यांचा सडा पडलेला असतो. माझ्याकडे येणाऱ्यांना या उकिरड्याबद्दल काय वाटत असेल, हीही चिंता माझ्या मनात असते. चिमणीने घर बांधण्यासाठी माझ्या घराचा उकिरडा करावा, ही गोष्ट मला मुळीच मंजूर नाही. मी तरी काय करणार? चिमणी नव्या उमेदीने ढीगभर कचरा गोळा करून माझ्या घरात आणीत असते आणि मी तोच कचरा उमेदीने रोज काढत असतो. मला केव्हा तरी पाझर फुटेल, अशी

चिमणीला आशा वाटत असेल. ती आणि तिचा प्रियकर मला मनातून शिव्या-शाप देत असतील. चिमणीचे घर अजून झालेले नाही आणि मी होऊ देणार नाही. तिचे दिवस अगदीच भरलेले आहेत ना! मग तिने दुसरीकडे हवे तेथे घरटे करावे, पण माझ्या घरात हा उच्छाद तिने करावाच का? हा मला बिनतोड वाटणारा प्रश्न तिच्यालेखी अगदीच मूर्खपणाचा आहे. ती म्हणत असेल– सकाळपासून संध्याकाळपर्यंत काडी-काडी गोळा करून माझे घर मी तयार करीत आहे आणि हा दुष्ट माणूस त्याचा विध्वंस करीत आहे. यावर मी म्हणतो, ''माझे घर तू घाण करते आहेस; तुला सौंदर्यसृष्टी नाही, स्वच्छता तर मुळीच कळत नाही. मी घर बांधू देणार नाही.''

ती तुच्छतेने हसली आणि तिने दुसरे तरी काय करावे? स्वच्छता फक्त समर्थ माणसांना राखता येते. सौंदर्य ही श्रीमंतांची मिरासदारी आहे. घर बांधणे काही सोपे नसते. कुणी तरी प्रयत्नाने बांधलेले घर आमच्या सोईच्या व स्वच्छतेच्या आड येते; मग असे घर आम्ही मोडून टाकतो. घरे बांधणारे आणि घरे मोडणारे असे दोन वर्ग समाजात असतातच. गोरगरिबांची घरे शहराच्या सौंदर्यासाठी बुलडोझरखाली चिरडून टाकणारा संजय गांधी काय, शहरात घाण होते म्हणून झोपडपट्ट्या पेटवून देणारे नगरसेवक काय किंवा घरात घाण होते म्हणून चिमणीचे घर मोडून टाकणारा मी काय– आम्हा सर्वांची मनोवृत्ती एकच आहे.

आम्हाला सौंदर्य हवे म्हणून कुरूपतेने या जगात राहूच नये काय? आमच्या मुलाबाळांना स्वच्छता हवी म्हणून झोपडपट्टीतील माणसांनी मुलांना जन्मच द्यायचा नाही काय? 'बळी तो कान पिळी' हा निसर्गाचा न्याय आहे. आम्ही माणसेसुद्धा अखेरीस प्राणीच आहोत. दुबळ्यांना आम्ही जगू देणार नाही, हा त्याचा अर्थ. आमच्या घराला बाग हवी, चोवीस तास पाणी हवे आणि आमच्या डोळ्यांना कुरूपता आणि अस्वच्छता दिसायला नको. मग झोपडपट्टी आम्हाला कशी सहन होणार? याचा अर्थ, चिमण्या जिवांनी जगात राहूच नये काय? त्यांनी राहावे. आम्हाला इच्छा होईल तेव्हा त्यांनी चिवचिव करावी. आमचे मन रिझवावे, सेवा करावी; पण आम्हाला झोप आली की लांब दूर उडून जावे आणि पुन्हा बोलावू तेव्हाच त्यांनी यावे.

''ए चिमणीबाई, तू इथे घर बांधू नकोस. घर कुठे तरी लांब, दूरवर बांध. माझे घर घाण होता कामा नये. माझी मालमत्ता सुरक्षित राहिली पाहिजे. तुला घर बांधायला जागा मिळाली नाही, हा काही माझा दोष नाही. तुला पिल्ले झालीच नाहीत, म्हणून काय बिघडले? चिमणाबाई, उठा आता. काडी-काडी गोळा

करून घर बांधण्याचा नाद सोडून द्या. उगाच बुलडोझरखाली सापडून सुखाचा जीव धोक्यात कशाला घालता? आमच्या पोराबाळांना गोष्ट सांगण्यासाठी आम्ही 'चिमणीचे घर होते मेणाचे' अशा हव्या तर कविता करू.

"पण आमची मुले जेव्हा विचारतील की, चिमणी असते तरी कशी? त्या वेळेस चिमणे तुला आम्हाला दाखवता येणार नाही. कारण घरटेच नसल्यामुळे चिमणीबाई तुला मुलेच होणार नाहीत. मग चिमणचावा घ्यायला मुले शिकणार कशी? चिमणीच्या दातांनी गाभुळलेली चिंच किंवा पेरू ती खाणार कशी? नको-नको चिमणाबाई, त्यापेक्षा तू इथेच घर बांध. माझ्या घरातल्या चिमण्या राण्या तुझ्या मुलांबरोबर खेळतील. या चिमण्या राजा-राण्यांसाठी जशी माझी मिठी आसुसलेली असेल, तशी तुझ्या चिमण्या बाळासाठी तुझीही असेल. चिमणाबाई, मघाशी तुझे उद्ध्वस्त केलेले घरटे बांधायला मी तुला मदत करू का?

"हा घे, तुझ्या चिमण्या पिलांसाठी सावरीचा कापूस. झोपू देत त्या मऊ-मऊ गादीवर तुझी चिमणी बाळे. तू जेव्हा तुझ्या चिमण्या बाळांसाठी अंगाईगीत गाशील, तेव्हा माझ्या घरातील चिमण्या बाळांनाही झोप येईल. जाऊ दे, झाले गेले विसरून जा. आता तुझे घर मी मोडणार नाही. ये बरे चिमणाबाई, आता घाई कर. थोडेच दिवस उरले आहेत. त्या डहाळीवर झोके घेत-घेत उगाचच उडाणटप्पूप्रमाणे वेळ गमावू नकोस. बाई गं, झोपाळ्यावाचून झुलायचे तुझे दिवस आले आहेत!"

- ० - ० - ० -

- २४ -
पुण्यात राहणे

वेगवेगळ्या गावांची एक वेगवेगळी तऱ्हा असते. माणसे एकत्र राहिली की गाव. त्या गावाला एक स्वतंत्र आकार असतो, कायदेकानून असतात, एक रचना असते. चांगले-वाईट, उद्योगी-निरुद्योगी, हौशी-तुसडे, विरक्त-रंगेल असे सर्व प्रकारचे स्त्री-पुरुष गावात नांदत असतात. गावात जसे झगडे होत असतात तसाच गावाचा एकोपाही कधी-कधी दृष्टीस पडतो. एखादे गाव हळदीमुळे, एखादे तंबाखूमुळे लोकांना माहीत असते. एखाद्या गावात चांदीचे दागिने घडविले जातात, तर एखाद्या गावात यंत्रमागाची घरघर चालू असते. पाण्याच्या ओलाव्यामुळे एखाद्या गावाला हिरवागार रंग माखलेला असतो. तर काही गावे रखरखीत व सदा तापलेली असतात. एखाद्या गावाला आधार असतो डोंगराचा, तर एखाद्या गावाच्या पोटातून नदी किंवा नाला वाहत गेलेला असतो. एखाद्या गावात शाळाच शाळा असतात, तर एखाद्या गावात देवळेच देवळे असतात. एखाद्या गावाला सात अप् आणि बारा डाऊन अशी भाषा ज्ञात असते, तर एखादे गाव नुसते आकड्यांत मग्न झालेले असते. एखादे गाव ओघळलेल्या हाराप्रमाणे डोंगराच्या उतरणीवर पसरलेले असते, तर एखादे गाव टेकड्यांच्या आणि तळ्यांच्या आधाराने उभे असते. काही गावांत सदाचीच शांतता असते, तर काही गावांत सदाचाच गोंगाट असतो.

गावागावांचे प्रकार किती असावेत, ह्याला मर्यादाच नाही. समुद्रकाठच्या गावांना माशाचा वास येतो आणि देशावरच्या

गावांना मातीचा वास येतो. कुठे अरुंद आणि लांबच लांब घरे असतात, तर कुठे दगडांची घरे असतात. कुठे धाब्याची आणि त्यांत एखादे सुबकसे कौलारू घर असते. पण या सर्व घरांतून माणसे राहतात, माणसांनी पाळलेले प्राणी राहतात. व्यक्तित्व असलेली आणि नसलेली गावे असतात; तसेच रंग असलेली आणि नसलेलीही गावे असतात. आटोपशीर, पसरट, रेखीव अशी जशी गावे असतात; तशीच चित्रात शोभावीत अशीही गावे असतात. काही गावे आली केव्हा, संपली केव्हा– हेही प्रवासात समजत नाही, तर काही संपता संपत नाहीत. मात्र एस.टी.स्टँडचा बकालपणा सर्वत्र सारखा असतो. तसाच रेल्वेचा रेखीवपणाही सर्वत्र सारखा असतो. व्यापारी पेठांना सर्वत्र एक ओशटपणा असतो. बागायती गावांना सुस्तपणा असतो. शाळांसाठी प्रसिद्ध असणाऱ्या गावांना प्रतिष्ठितपणा असतो आणि उद्योगी गावांना एक वेग असतो. त्यामुळे ती-ती माणसे त्या-त्या गोष्टीशी जमवून घेताना दिसतात. ब्राह्मणी संस्कारांची गावे असतात, तशीच ऐतिहासिक परंपरेची गावे असतात. केवळ तिठे, जंक्शन्स यांमुळे काही गावे उभी राहतात, तर केवळ क्षेत्रमहिम्यामुळे काही गावे उभी राहतात.

या गावात राहणारी माणसे आपापल्या गावावर मन:पूर्वक प्रेम करतात. कुठेही गेले तरी त्यांना आपल्या गावाची आठवण विसरता येत नाही. रखरखीत गावांच्या बाबतीतसुद्धा त्यांच्या मनात ओलावा असतो. कारण त्यांचे स्निग्ध बालपण आणि खळखळते तारुण्य याच गावाच्या ओढ्यातून वाहून गेलेले असते. याच गावात वडीलधाऱ्यांचे आशीर्वाद रेंगाळत राहिलेले असतात. लहान-मोठ्या पराक्रमांनी तेथील माणसांच्या आयुष्याला अर्थ आलेला असतो. रंग गेलेल्या भिंतींना रंग असतो आणि आटून गेलेल्या नद्यांच्या पात्रात गुप्त झरे उरलेले असतात. त्यांना आपल्या गावाचा अधून-मधून राग येतो. आपल्या गावातील मूर्ख लोक, घाणेरडे रस्ते, धूळभरली हवा, नको असणारा गोंगाट यांनी ते कधीमधी क्षुब्ध होतात. पण पहाटेच्या शांततेत कधी नरसोबाच्या तर कधी रवळनाथाच्या देवळात ओळखीच्या गुरवाची सनई ऐकू येते, तर कधी नित्यपरिचित वासुदेवाच्या 'देव पावला'चा स्वर ऐकू येतो. कासंड्या भरून दूध घेऊन जाणारे गवळी झोपमोड करतात आणि मग गावाबद्दलची अप्रीती ताबडतोब पळून जाते. मग म्हाताऱ्या डॉक्टरांची किंवा वाकलेल्या शिक्षकाची अप्रूपता वाटते. आपल्या गावासारखे सुंदर गाव कुठेच नाही व इथल्यासारखी उदार आणि शहाणी माणसे इतरत्र नाहीत– असा ऊरभरला विचार तरळून जातो. मुंबईची गर्दी, पुण्याचा उर्मटपणा, कोल्हापूरची मग्रुरी, दिल्लीचा अस्ताव्यस्तपणा

सारे काही लक्षात येऊन माझे गाव वेगळे आहे, कारण ते माझे आहे, येथपर्यंत येऊन मनुष्य थांबतो.

पुष्कळदा माझेही असे झाले आहे. माझे सारे आयुष्य पुण्यात गेले. चिमुकल्या पुण्यात तर मी सुखी होतोच, पण आत्ताच्या या अस्ताव्यस्त पसरलेल्या पुण्यातही मी सुखी आहे. शुक्रवार, बुधवार, नारायण या पेठांतून मी जसा राहिलो तसा जिमखान्यावरही राहिलो आहे. मुळा-मुठेच्या पाण्यात मी अंतर्बाह्य भिजून चिंब झालोय. गोपाळ हायस्कूल, नूतन मराठी आणि स.प. कॉलेज येथे मी शिकलो. मंडई विद्यापीठाचा मी एक विद्यार्थी आहे. कारण माझे सारे बालपण मंडईजवळच गेले. लकी रेस्टॉरंटमधला चहा, पी.वाय.सी. जिमखान्यावरील भेळ... जोगळेकर, बादशाही किंवा पेशवाईमधली मिसळ... कावरे यांचे आइस्क्रीम, वेस्टएंडमधला सिनेमा ह्या जेव्हा सर्वोच्च चैनीच्या बाबी होत्या; त्या पुण्यात मी मोठा झालो. भालाकार भोपटकर, ग. वि. केतकर, नारळकर, बापूसाहेब माटे आदी माणसांनी मला शिशुपणातून तरुण केले. माधवराव पटवर्धन, अप्पासाहेब फडके, बोकीलमास्तर आणि त्याचबरोबर नॉर्मा शिअरर्, एस्थर विल्यम्स, ग्रेटा गार्बो, गार्डनर, दुर्गाबाई खोटे, रत्नमाला, शांता आपटे या सर्वांनी मला पुरुष केले. असे हे पुणे– टिळक तलावापासून भिकारदास मारुतीपर्यंत आणि नव्या पुलापासून स्वारगेटपर्यंत होते– ते पुणे अजून डोळ्यांत आहे. त्या पुण्यावर प्रेम केले, म्हणून आजच्या पुण्यावरही प्रेम करावे लागते. पूर्वी सगळीच माणसे ओळखीची वाटायची; आज कुणीच ओळखीचे वाटत नाही, तरीही पुणे मनातून हलत नाही. पुण्याला दोन नद्या आहेत. संगम आहे, रेसकोर्स-पर्वती आहे, कात्रज आणि खडकवासला अशी धरणे आहेत– ह्यापेक्षा हे पुणे शिवाजीचे आहे, पेशव्यांचे आहे; टिळक, आगरकर, सावरकर, कर्वे ह्यांचे आहे, असे सारखे मनाला वाटते. गडकरीमास्तर आणि अत्रे ही पुण्याची दैवते वाटतात. म्हणून पुणे मनात गच्च बसून आहे. तरीही पुण्याबद्दल मनात रागही येतो.

मुंबईत गेलो की तिथला चकचकीतपणा, चारी दिशांनी मुंबईला वेढणारा समुद्र, तिथला वेग, तिथली संपत्ती, ह्यांबद्दल एकदम अपूर्वाई वाटते. मुंबईत गेलो की, प्रत्येक भेटणाऱ्याला मुंबईत जागा हवी आहे, असे मी सांगतो. आता ह्यापैकी कुणीही मला जागा दिलेली नाही ही गोष्ट खरी आणि दिली तरी मुंबईत मी राहू शकेन, असे वाटत नाही. कारण सारखे पाण्यातच बसून राहावे असे वाटणारी मुंबईची हवा, मुंबईची धावपळ, मुंबईतील अंतरे ह्या साऱ्यांमुळे मुंबईत राहणे आता अशक्य आहे. एके काळी सायन हॉस्पिटलजवळच्या बराकीत मी

राहिलो होतो. जवळपास झोपडपट्टीच ती. मग दादर स्टेशनजवळच्या चेरी व्ह्यूमध्ये मी सात-आठ वर्षे वास्तव्य केले. गोखले रोडवरच्या 'सीताराम प्रासाद' ह्या इमारतीत मी ब्लॉकही मिळवला आणि गिरगावमधल्या महाराजा ह्या बिल्डिंगमधली एक खोलीही प्राप्त करून घेतली. तरीही मुंबईत माझे कायमचे बस्तान बसू शकले नाही. मुंबईत चार-आठ दिवस राहिलो की, मग मला पुण्याची ओढ लागून राहते. कर्जत सोडून गाडी घाट चढू लागली की, पुण्यात आल्यासारखे वाटू लागते आणि मग पुण्याचा उमाळा दाटून येतो. मुंबईतील मित्रांचा प्रेमळपणा त्या उमाळ्यात बुडून जातो. मुंबईत कर्तृत्वाला खूप संधी आहे... हे जाणवूनसुद्धा मुंबईची दिशा नकोशी वाटते. मुंबई ही मायाविनी आहे आणि ती आपल्यावर चेटूक करते, असे वाटून मुंबईला पुन्हा जायचेच नाही, असे मी ठरवून टाकतो.

असाच मी एकदा वऱ्हाडातल्या छोट्या रेल्वे-स्थानकाच्या गावी गेलो. तेथे माझे छानदार स्वागत झाले आणि माझे भाषणही चांगले झाले. संत्र्यांच्या बागेत असणाऱ्या एका श्रीमंत शेतकऱ्याच्या घरी मी निवासाला होतो. ऐसपैस घर होते. बागेला ओलावा होता. घरात पाळलेले मोर चहूकडे उडत-हिंडत होते. गाव छोटेच, टुमदार आणि चटका लावणारे होते. वाटले होते, मुंबई-पुण्याचा बकालपणा सोडून या वऱ्हाडच्या छोट्या गावात आयुष्याची अखेर करावी. म्हणून मी जागांच्या किमतीची चौकशीसुद्धा केली. येथे वेळ कसा घालवता येईल ह्याचाही हिसाब केला. येथे माणसे फारशी बोलत नाहीत– पाखरेच बोलतात, असे हे संत्र्यांचे गाव. ऐसपैस गप्पांच्या ओघात लक्षात आले, येथे उकाडा फार आहे. एवढेच नव्हे, तर गावात म्हणण्याजोगी सुशिक्षित मंडळीही थोडीच. शहरांचा दुरावा येथील प्रत्येकाला जाणवत होता. परतणाऱ्या गाडीत बसलो. हळूहळू त्या छोट्या खेडेगावात घर बांधून म्हातारपण घालवण्याची फाजील महत्त्वाकांक्षा ओसरत चालली. महाबळेश्वरनेही असेच मला मोहात पाडले होते. पण येथील महाकाळ पावसाळा कळताच माझ्यालेखी ते गाव पाण्यात बुडून गेले. कोठे ऊन फार, कुठे धुराळा फार, कोठे पाण्याची टंचाई, तर कोठे वाहतुकीची अपुरी साधने. असे होत-होत महाराष्ट्रातील सारी गावे आपल्याला राहायला अयोग्य, हे पक्के ठरून गेले. मग माझे गाव पुणे हेच किती छान आहे, असे भडभडून वाटू लागले. पाऊस पडायला लागायच्या आत येथील पावसाळा संपतो. उबदार कपडे काढून घड्या मोडायच्या आत येथील थंडी संपते आणि हिल स्टेशनला जाण्याचे बेत करून पैशांची जमवाजमव करण्याआधीच वळवाचा पाऊस येतो आणि पुण्यात थंड वारे वाहू लागतात.

पुण्याच्या मंडईत ओसंडून जाणारी हिरवी भाजी पाहिली की मन तृप्त होते. मुंबईचा झकपकीतपणा पुण्यात येऊ लागला आहे, पण मुंबईचा वेग मात्र नाही– असे हे पुणे! अधून मधून पुण्याच्या वाढत्या बकालपणाबद्दल चिंता दाखवावी लागते, पण मनात मात्र पुण्याबद्दल अपूर्व उमाळा दाटलेला असतो. अधून-मधून एक-दोन दिवस मुंबईला जाऊन चार पैसे कमवावेत, महिना-पंधरा दिवस महाबळेश्वर, माथेरानला जाऊन थंड हवा खावी, कोकणात कधी बहिणीकडे तर कधी मित्राकडे जाऊन समुद्रात डुंबावे, तर कधी कधी घराघरांत माग असणाऱ्या आणि पैशाच्या तालावर चालणाऱ्या इचलकरंजीत जाऊन उद्योगप्रियतेबद्दल पाठ थोपटावी. बस्स! एवढेच पुरे झाले; एरवी सारे आयुष्य पुण्यात काढावे.

आठ-साडेआठ झाले की पुणे झोपू लागते. निवांत झालेल्या रस्त्यांवरून अजूनही आपल्या एके काळी तरुण असणाऱ्या पण आता कंबरेत वाकलेल्या शाळू सोबत्यांबरोबर हरवलेल्या पुण्याच्या आठवणी काढाव्यात. मोठी मजा असते. पर्वतीवर कधीच जायचे नाही, पण पर्वतीवर रोज जाणे कसे आरोग्यकारक आहे यावर चर्चा करावी, हा पुण्यातील पुष्कळांच्या करमणुकीचा विषय आहे. बेलबॉटम घातलेल्या पाठमोऱ्या मुलीकडे पाहून हा मुलगा की मुलगी, असा अंचबा रोज व्यक्त करावा! खरे सांगायचे तर वेळ कसा जातो हेसुद्धा कळत नाही. आपण म्हातारे झालो आहोत, त्यामुळे आपल्याहून म्हातारी झालेली माणसे मरणारच, हा विवेकसुद्धा राहत नाही. दत्तो वामन पोतदार किंवा अप्पासाहेब फडके अवेळी मेले, असे म्हणण्याची हिंमत पुणेकरच दाखवू शकतात. पुण्यात एके काळी धट्टीकट्टी गरिबी आणि लुळीपांगळी श्रीमंती असे म्हणण्याची प्रथा होती. आता पुणेकरांचा अहंकार तेवढा धट्टाकट्टा आहे आणि त्या बळावर ते जगातल्या लोकांना मूर्ख ठरवीत असतात.

पुणेकराला पुण्याचा अभिमान असतोच; पण त्याच्या हे लक्षात येत नाही की अकोल्याचा, नाशिकचा, नागपूरचा, नांदेडचा अभिमान त्या-त्या गावातील लोकांना असतोच ना! त्या अशा गावंढ्या गावात तेथील माणसे राहतात तरी कशी, असा प्रश्न पुणेकरांच्या मनात उमटू शकतो आणि तो केवळ त्या गावाबद्दल कीव करतो असे नाही; तर बिहार, मध्य प्रदेश आपल्यापेक्षा मागासलेले आहेत, असे ठासून सांगू शकतो. सारे शहाणपण, स्वच्छता आणि संस्कृती ही जणू काही पुण्याची मालमत्ता आहे, याविषयी पुणेकरांच्या मनात मुळीच शंका नसते. दुसऱ्याची कीव करणे, हा पुणेकरांचा जन्मजात हक्क आहे, आणि दुस्वास करण्यासारखे पुण्याजवळ काही नसताना मराठवाडा आणि वऱ्हाडमधली

माणसे पुणेकरांचा दुस्वास करून त्यांचा अहंकार चांगलाच जोपासतात.

अशा पुण्यात मी राहिलो, वाढलो, शिकलो आणि पराभूतसुद्धा झालो. आश्रयासाठी मी मुंबईला गेलो. तेथे बारा वर्षांचा आनंदी काळ काढला आणि मग मी पुण्याला परतलो. परंतु, मनाने मी आता पुणेकर राहिलेलो नाही. माझ्या मनाच्या एका कोपऱ्यात मुंबई, दुसऱ्या कोपऱ्यात आजऱ्यासारखे माझे गाव, तिसऱ्या कोपऱ्यात प्रवासात वेळोवेळी भेटलेली अनेक गावे एकमेकांत गुंतून पडली आहेत. एक कोपरा रिकामा आहे, तेथे जुने छोटे लहानसे पुणे नावाचे एक गाव आहे. त्या पुण्यात एखाद्या गरीब शिक्षकाची मानसुद्धा एखाद्या उद्योगपतीइतकी उंच असायची. तेथेच महाराष्ट्राच्या इतिहासाचे धागेदोरे जमविणारा राजवाडे नामक एक यातायात करणारा माणूस राहत होता. आणखी एक प्रकांडपंडित लोकांची चेष्टा सहन करीत याच पुण्यात ज्ञानाचे कण गोळा करीत करीत निद्रिस्त झाला. टिळकांच्या अडकित्त्याचा धाक इंग्लंडच्या बागनेटांना वाटला, तो या पुण्यातच. मँचेस्टरच्या गिरण्यांत निर्माण झालेला कपडा याच पुण्यात प्रथम जाळला गेला. काल-परवापर्यंत व्रती माणसांची एक फौजच्या फौज येथील धूळभरल्या रस्त्यावरून चालत होती. आज रस्ते झकपकीत झाले आहेत, कपड्यांतून आधुनिकता आली आहे; पण इथल्या माणसांचा दुर्दम्य आशावाद पानशेतच्या पुरात वाहून गेला आहे. आज मुंबईची भ्रष्ट नक्कल पुण्यात होत आहे, पण मुंबईचे मन या पुण्याला कधीच समजणार नाही. बळवंतरावांच्या आठवणी सांगाव्यात आणि नारायणरावांची गाणी गुणगुणावीत, एवढेच पुणे आज शिल्लक आहे. एके काळी ही रत्नांची खाण होती. रस्त्यात जाता-येता धक्का लागला तर होणारा स्पर्श व्यास-वाल्मीकींचा असे. आज गर्दी खूप झाली आहे आणि धक्केही खूप बसतात. 'डोळे फुटलेत का?' असे ऐकत ऐकत पुढे चालावे लागते. आता हे पुणे इतर अनेक शहरांसारखेच झाले आहे आणि असल्या पुण्यात अजूनही उरलेले दिवस काढायचे आहेत– असे हे पुणे!

-०-०-०-

– २५ –
हिरवे हिरवे गार गालिचे

आपली भूमी कशी आहे– सस्य श्यामला– हिरव्या-पिवळ्या वस्त्रांनी नटलेली, पांढरेशुभ्र चकाकणारे जरतारी काठ त्या वस्त्राला असतात अशी. आपण आपल्या भूमिदेवतेचं स्तवन करताना तिचं हेच रूप व्यक्त करतो. मग ते कधी राष्ट्रगीतातून व्यक्त होत असेल, कधी एखाद्या कवीच्या कवनातून जाणवत असेल, कधी एखाद्या चित्रकाराच्या कुंचल्यातून डोळ्यांत ठसत असेल. वेदांत धरित्रीचा गौरव ठायी-ठायी आहे. त्या धरित्रीला पीत वस्त्रे नेसवणाऱ्या सवितेचा उल्लेख आहे. ती वस्त्रे पाण्यात भिजवून धरित्रीला चिंब करणाऱ्या पर्जन्याचा उल्लेख आहे आणि ती ओली सुस्नात धरित्री पदर सावरून कुडकुडत उभी असली तरी तिच्या अंगावर शहारा आणणारा आणि तिच्या जरतारी पदराला उडवू पाहणारा पवनही आपण देवतासमान मानला आहे.

धरित्रीचा गुण-गौरव करण्यासाठी मनुष्याची चढाओढ लागलेली आहे. तिला कोणी माता म्हणो, कान्ता म्हणो, दुहिता म्हणो तर कोणी मित्रा म्हणो; पण तिचे सतत बदलणारे, भुरळ घालणारे रूप सर्वांनाच सुखदायी झालेले आहे. सृष्टी नेहमीच हिरवीगार वस्त्रे पेहरते असे नाही, तर ती पुष्कळदा सुवर्णरंगी पीत-वसनेही वापरते. कधी ती रुसलेली असते, कधी गर्भभाराने तेजाळलेली असते, कधी पोक्त स्त्रीप्रमाणे ती लवलेली असते तर कधी वारे डोक्यात शिरलेल्या कुमारिकेप्रमाणे विभ्रमाभ्रमा होते. हिवाळा, पावसाळा, उन्हाळा हिच्या अंगा-खांद्यांवरून सरपटत जातात; पण त्यांच्या खुणा मागे राहतात. परंतु हे सारं प्रापंचिक

गृहिणीप्रमाणे पचवून, सुखाने न अवघडलेली आणि दुःखाने न लवलेली अशी ही धरित्री सदासर्वकाळ जबाबदारीने वागते.

धरित्रीचा अफाट पसारा डोळ्यांत साठविण्यासाठी आपल्याजवळ वेळ नसतो. दगडा-मातीच्या घरात बसून तिचे दर्शन कसे होणार? तेथून ज्या धरित्रीचे दर्शन होते, ती कुरूप, रंगहीन, दुर्मुखलेली अशी असते. कारण माणसाने तिला चुन्याने-डांबराने-रंगाने माखलेले असते. वास्तविक, मनुष्याचे आणि धरित्रीचे नाते किती जिव्हाळ्याचे असायला हवे! माणूस माणसाला जन्म देतो हे खरे, पण त्याच्या मुखी हिरव्या चाऱ्याचे दूध येऊन पडते, धनधान्यातून अन्न येऊन भिडते आणि वेगवेगळ्या अष्टरस भुका ती भागवते, म्हणूनच मनुष्य वीर्यशाली रूप धारण करू शकतो. माणसाने नवागताला अनुवंशशास्त्राने जे काही दिले असेल ते गुणावगुण उणावतात किंवा दुणावतात, ते धरित्रीच्या स्पर्शाने. माणसे कितीही मोठी झाली, त्यांनी कितीही धनदौलत मिळवली, कर्तृत्व गाजवले, पराक्रम केले, लढाया केल्या, साम्राज्ये मिळविली; तरी अखेरीस त्यांना या धरित्रीतच मिसळून जावे लागते. धरित्रीचे देणे-घेणे चुकविल्याशिवाय मी-मी म्हणणाऱ्या हुकूमशहांचेसुद्धा भागत नाही. माझ्यानंतर काय, असा प्रश्न कोणी गर्विष्ठ किंवा उद्दाम मानवाने विचारला तरी त्याचे उत्तर अखेरीस 'तीन चिमट्या माती' हेच येते. लहान-मोठे, काळे-गोरे, मालक-गुलाम असले नाते धरित्री जाणत नाही.

पहिला पाऊस जेव्हा धरित्री अंगावर घेते, तेव्हा ती प्रियकराच्या मिठीत पहिल्यांदा जाणाऱ्या प्रेयसीपेक्षाही बावरते. त्या पहिल्या स्पर्शाच्या केवळ जाणिवेनेसुद्धा तिच्या सर्वांगाचा मस्त सुगंध अवकाशात उधळला जातो. प्रकृती अजून पुरेशी सुजाण झालेली नाही, नाही तर बीजाचा स्वीकार आपण केला आहे, हे तिला कळलेच पाहिजे. कारण तो संयोग केवळ इंद्रियजन्य नसतो, तर मनोव्यापारांचाही असतो. अतिपरिचयामुळे आणि नैसर्गिक प्रतिकारशक्ती देण्याच्या शक्ती गमावल्यामुळे संयोगक्षणांचे भान माणसाला राहिलेले नाही; पण धरित्रीने हे भान गमावलेले नाही. धरित्रीच्या पोटात जो संभव घडतो, तो हजार डोळ्यांना दिसू लागतो. सारी धरित्री मग एका नव्या तृप्तीच्या जाणिवेने सर्वांगांनी फुलू लागते. तिचा कृष्णवर्णसुद्धा तेजस्वी होतो. तिच्या हरित कांतीलाही वेगवेगळी रूपे फुलू लागतात. एका हिरव्या रंगाच्याच शेकडो छटा धरित्रीच्या अंगावर फुलतात आणि पाहणाऱ्याचे डोळे हरवून बसतात. वारा साद घालतो– मनोदले अंकुरतात– वर्षा चिंब करते– अवकाशात पसरून राहिलेले चैतन्य देह शोधू लागते. बघता-बघता हिरवा समुद्र

डोळ्यांसमोर डोलू लागतो आणि मग दृश्य अन् दृष्टी यांचे वेगळेपण उरतच नाही.

आता मी अशाच हिरव्या समुद्रातून पाखराच्या पंखांवर बसल्यासारखा माझी मोटार घेऊन अलगद निघालो आहे. काळ्याभोर केसांतून अलगदपणे तिरका भांग पाडावा त्याप्रमाणे काळसर रस्त्याची पट्टी या समुद्रात कोठे तरी गुप्त झाली आहे. मधेच कोठे तरी फुगीर केसांचे उंचवटे दिसतात– नखरेल स्त्रीने मुद्दाम योजून काढावेत– असे येथेही उंचवटे दिसत आहेत. वृक्षवल्लरी केसांच्या बटांप्रमाणे हलत आहेत. एखाद्या सुंदर, प्रमत्त कामिनीचा साजशृंगार सर्वत्र पसरल्यासारखा वाटतो आहे. ज्या मोटारीतून मी हा प्रवास करतो आहे, ती एखाद्या फुलपाखरासारखी कसलाही आवाज न करता पाखराप्रमाणेच हरित रंगाशी जमवून घेते आहे. त्यामुळे या यानाची जलद गतीसुद्धा जाणवत नाही. असं वाटतं, हे अनंत काळ असंच चालणार आहे. पण नाही... एकदम प्रचंड जलाशय नजरेत येतो आणि मग लक्षात येते की, हा जलसागर परमेश्वरी कृपेने पसरलेला नसून मानवी प्रयत्नाने हे सारे निर्माण झालेले आहे.

जेव्हा माणसे थोडी होती आणि झाडे विपुल होती, तेव्हा कदाचित धरित्री स्वनिर्मित हिरवी वस्त्रे पेहरून दिमाखाने उभी असेल; पण माणसे वाढत गेली, नगरे वसत गेली, वनसृष्टीचा संहार झाला आणि पर्वतांवरची माती वाहून गेली. झाडेझुडपे तर राहोत, पण गवतसुद्धा तेथे उगवेनासे झाले, हिरव्या रंगाचे राज्य संपले की काय असे वाटण्याइतकी शुष्क काळीबेंद्री अशी धरित्री चहूबाजूंनी दिसू लागली. अतृप्त धरित्री मेघदर्शनाने अन् जलस्पर्शाने एकदम रोमांचित होऊन थोडा वेळ हसतमुख होत असते; पण पाऊस गेला, ओल संपली की, सूर्याच्या तापाने भाजून गेलेली धरित्री आपले पुष्ट रूप आणि यौवन घालवून बसते. अन्न-पाणी न मिळालेल्या भिकारणीप्रमाणे ही दीनवाणी धरित्री पर्जन्यदात्या मेघाची वाट पाहत आसुसलेली राहते. ग्रीष्म ऋतू आला की हिरवा रंग करपून जातो, धरित्रीला भेगा पडतात आणि तिच्याकडे दृष्टी टाकणेसुद्धा शक्य होत नाही. माणसाच्या गरजा वाढत आहेत. धनधान्ये, कंदमुळे, फळे-फुले या साऱ्यांसाठी मनुष्य आक्रोशतो आहे. एके काळी तो पर्जन्यसूक्त गात होता. पण सृष्टीचा क्रम सोडून हवी तेव्हा जलवृष्टी होत नव्हती. माणसाने जरी आपला तोल सोडला तरी निसर्गाला आपला तोल सोडता येत नव्हता, हे माणसाच्या फार उशिरा लक्षात आले. हिरव्या रंगावर केवळ माणसाचेच प्रेम नाही, तर निसर्गाचेही आहे– पर्जन्यदेवतेचेही आहे– वारासुद्धा तेथेच खोळंबतो. सूर्यसुद्धा हिरव्या

रंगासाठीच तेज देतो. मग घालवलेला तोल माणूस सावरू लागला. निसर्गाचा क्रम माणसाने पुन्हा अनुसरला, तर त्यात नवल नाही. पण पाण्याला थोपवता येते. उभा जलवर्षाव अडविता येत नाही; पण आडवा जलप्रवाह थोपविता येतो, हे माणसाच्या लक्षात आले. नदी, नाले, ओहोळ यांतून वाहत जाणारे पाणी धरित्रीच्या पाठीवर पसरविता येते. पर्जन्य जल शिंपडतो– गुलाबपाण्यासारखे. पण जलप्रवाह धरित्रीच्या अंगाला पाणी चोपडतो अत्तरासारखे, आणि मग आसमंत दरवळू लागतो– सुगंधाने.

हरवलेला हिरवा रंग माणसाने धरित्रीला आता पुन्हा आणला आहे. धरित्रीने मलिन काळी वस्त्रे आता टाकून दिलेली आहेत. जलाशयातून भूमीच्या कलाकलाने पाणी वाहत जाते. तिला सर्वांगाने तृप्त करते आणि बघता-बघता मखमाली वस्त्रे पेहरून ती पुन्हा टवटवीत होते आहे. हे सारे नव्याने घडते आहे आणि धरित्रीनेही आपले नवे रूप पुन्हा धारण केले आहे. मूळची ही कृष्णा आता सोन्याप्रमाणे पीतहरित होते आहे आणि केवळ दर्शनानेही असंतुष्ट माणसाला तृप्त करते आहे.

पण हे सारे माणसाने घडविले आहे. माणूस हा आपल्या चुका सारख्या दुरुस्त करीत असतो. त्यानेच अधाशीपणाने वृक्षवल्लरी तोडून टाकल्या, पण तोच त्या आता नव्या अभिनिवेशाने पुन: पुन्हा जोपासत आहे. पाण्यासाठी आक्रोश करणाऱ्या धरित्रीची आजवर त्याने उपेक्षा केली, पण याच जलदेवतेची तो आता पूजा करू लागला आहे. पाण्याच्या थेंबाला तो जपू लागला आहे. जेथे जेथे म्हणून पाण्याला थोपविता येईल तेथे तेथे ते थोपवून तो धरित्रीला प्रसन्न करू पाहत आहे. धरित्रीचा हिरवा, खरं म्हणजे पीत-हरित रंग हाच जगातल्या सर्व तत्त्वज्ञानाचा रंग आहे, साती रंगांना तोच निर्माण करतो. या रंगांच्या अभावी साऱ्या पृथ्वीवर कृष्णवर्णाची छटा उमटेल. रंगवर्णाचे जगातले झगडे अखेरीस याच रंगाच्या प्राप्तीसाठी होतात. निदान, त्यामुळे मिटविता येतात.

पुन्हा डोळ्यांना सुखदायी हिरव्या रंगाचा समुद्र पुन्हा जागोजागी भेटू लागला आहे– घरात तो फुलझाडांच्या रूपाने असो, परड्यात तो भाजीपाल्याच्या रूपाने असो, शेतमळ्यात तो अन्नधान्यांच्या रूपाने असो, वनांत तो वृक्षराजींच्या रूपाने असो आणि डोंगर-पर्वतांच्या उतारांवर मखमाली हिरवळीच्या रूपाने असो.

'हिरवे हिरवे गार गालिचे' असे गुणगुणताना आता एखादी पावसाळी संध्याकाळ कवीला डोळ्यांसमोर आणावी लागणार नाही. फुलराणी किंवा फलराणी

आता तिन्ही ऋतूंत तिन्ही त्रिकाळ नाचू-बागडू शकेल. देवावर आणि दैवावर हवाला ठेवून आता अधोमुख होण्याचे कारण नाही. माणसाच्या शक्तीला मर्यादा जरूर असतील, पण अनेक दुबळ्या एकत्र हातांनी समर्थ निसर्गाशीही सामना देता येतो. पावसालाही साधणार नाही, ते सारे काही करवून घेता येते. उन्हाळ्यात थंडी आणि हिवाळ्यात ऊब निर्माण करता येते. अनुल्लंघ्य डोंगरांना नमवता येते. पर्जन्याच्या मदतीने उद्दामपणे वाहणाऱ्या नद्यांना आवर घालून, त्यांना मायाळू बहिणी करता येते. उन्मत सागराला फरसबंदी अंगणाचे स्वरूप आणून, त्यावर लहान मुलांच्या निरागसपणाने झिम्मा-फुगडी खेळता येते. एक हात दुबळा असतो; पण अनेक दुबळे हात एकत्र आले की, ते देवाशीही मुकाबला करू शकतात. कदाचित असेही असेल की अनेक दुबळ्या हातांच्या ओंजळीतच देवाचे निवासस्थान असेल. फक्त आपल्याला ते देवत्व जाणवत मात्र नसेल.

मी माझ्या मोटारने चाललो असता दोन्ही अंगांच्या हिरव्या समुद्रात चिंब भिजलो होतो. का कुणास ठाऊक, देवाचे अस्तित्व दशदिशांतून शोधण्यासाठी आक्रोश करणाऱ्या साधू-बैराग्यांना इथे कोणी तरी घेऊन यावयास हवे. खरे तर देवाला शोधावे लागत नाही; देवच आपल्याला शोधत आपल्याकडे येतो, हा साधा विचार या मूढ पंडितांना कधी समजला नाही. माणसांच्या स्वप्नात देव असतो. माणसांच्या समूहात देव असतो. या समूहाने गाळलेल्या अश्रूंत देव असतो. त्यांच्या घामात देव असतो, गर्जनेत तर असतोच असतो. हा मी इथे आहे, असे देव सारखा ओरडत असतो. पण आपण मात्र तिकडे काणा डोळा करून दगड-मातीच्या रुक्ष देवळात किंवा निरर्थक मंत्रांच्या उपासनेत त्याला शोधू पाहतो आहोत. भिकाऱ्यांना देव भेटत नाही आणि जे भिकारी आपली दुःखे घेऊन परमेश्वराकडे जाऊ पाहतात, त्यांची गाठ फक्त सैतानाशीच पडते. कारण तो त्यांची वाट अडवून उभाच असतो. आपल्या अंगातील मस्ती, आवेश आणि जिद्द घेऊन जेव्हा माणूस उभा राहतो; तेव्हा देवच ओंजळ पसरून तुमच्याकडे येतो आणि माणसाच्या लवलवत्या चैतन्यात स्वतःला झोकून देतो. त्या हिरव्या समुद्रातून वाहत असताना त्या दिवशी देवच माझ्यासोबत प्रवास करीत होता.

-०-०-०-

- २६ -
इतके छानदार घारे डोळे

घाट ओलांडून आम्ही वर आलो. अकरा वाजण्यापूर्वी घाट ओलांडला म्हणून हुश्श केले. चहा घेण्यासाठी वाटेवरच्या रेस्टॉरन्टमध्ये गेलो. खुर्च्यांवर स्थिरावलो, सिगारेट शिलगावली अन् इकडे-तिकडे वळून पाहिले.

तेवढ्यात ती दिसली–

तिला मी पाहिले आणि एकदम अवाक् झालो.

काही तरी संभाषण रंगात आले होते आणि मी काही तरी बोलत होतो. अन् ती माझ्याकडे रोखून पाहत होती. त्याचबरोबर माझा संभाषणाचा धागाच सुटला. मी तिच्याकडे एकटक पाहत राहिलो. नितळ काया, स्वच्छ पारदर्शक नाचरे घारे डोळे, त्यांतून ओसंडून वाहणारे नवचैतन्य, डोळ्यांतून डोकावणारे लडिवाळ विभ्र... मी खरेच त्या इवल्याशा घाऱ्या डोळ्यांत एकदम बुडून गेलो. मी ज्यांच्याशी बोलत होतो, त्यांना माझ्या एकदम आलेल्या अबोलपणाचा अर्थ कळण्यासारखाच नव्हता. माझे अव्यवहारी वागणे माझ्या लक्षात आले. मी संभाषण चालू ठेवले, पण त्यात माझे लक्ष नव्हते. मी बोलत होतो ते केवळ सवयीने. माझे लक्ष पुन:पुन्हा जात होते ते तिच्या घाऱ्या डोळ्यांकडे.

इतके छानदार घारे डोळे मी फार दिवसांनी पाहिले होते. डोळ्यांतले घारेपण पुष्कळांना आवडत नाही; कारण त्यात कावेबाजपणा असतो, असा पुष्कळांचा समज असतो. पण, तो मुळीच खरा नाही. रागावलेले घारे डोळे माणसाला अस्वस्थ

करतात, हे खरे. पण त्या हिरव्या-घाऱ्या रंगात रागाचा रंग मिसळत नाही; तो काठावरच उभा राहतो. पाहणाऱ्याला तो अंगावरच येतो आहे, असे वाटते. इतर रंगांत एरवी आलेला राग दवडण्याची सोय आहे, म्हणून तो जाणवत नाही, एवढेच.

मला घारे डोळे आवडतात, कारण ते कोणतीच भावना लपवू शकत नाहीत. अनुरागसुद्धा निखळ उघडा पडतो. मत्सर, तिरस्कार, लाचारी यांना तर घारे डोळे पापण्यांच्या कठड्याबाहेर लगोलग फेकून देतात. म्हणून ते सारे ताबडतोब पाहणाऱ्यांच्या लक्षात येतात. काळे, निळे, पारवे डोळे हे पाहणाऱ्याची फसगत करू शकतात; पण घाऱ्या डोळ्यांच्या या अलिप्त प्रकृतिधर्मामुळे तो माणूस अकारण थोडा उग्र वाटतो.

मात्र मी हे पाहत होतो ते घारे डोळे एका वर्षा-दीड वर्षाच्या मुलीचे होते. त्यांतून फक्त कुतूहलच बाहेर पडण्यासारखे होते. पसंती-नापसंतीच्या छटांचा गालिचा क्षणाक्षणाला उलगडत होता. तिच्या चकाकणाऱ्या गौरवर्णाला, कुरळ्या काळ्याभोर केसांना, तांबूस लवेला या डोळ्यांनी जडावाच्या दागिन्यांचे रूप आणले होते. एखाद्या अत्यंत कुशल काम केलेल्या अंगठीवरील नक्षी मधेच लकाकणाऱ्या हिऱ्यामुळेच लक्षातच येत नाही, तसे त्या मुलीच्या अन्य रूपवैशिष्ट्यांचे झाले होते.

चाललेल्या संभाषणातले माझे चाळवलेले लक्ष आमच्याबरोबर असलेल्या एका स्त्रीच्या लक्षात आले, "एवढं निरखून त्या बाईकडे काय पाहताय!"

मग माझे लक्ष त्या मुलीच्या आईकडे गेले आणि मला तेथेही धक्का बसला. तिचे डोळेही तसेच, तितकेच पाणीदार आणि घारे होते. तिचा रूपविशेषही त्या लहान मुलीसारखाच होता, आणि ते बरोबरही होते. एका मुशीतून ओतलेले चित्र मुशीचाच आकार आणि प्रकृतिधर्म घेणार, यात नवल नव्हतेच. ते निसर्गनियमाला धरून होते. मला प्रश्न विचारणाऱ्या शेजारच्या स्त्रीच्या शब्दांची चाहूल त्या रूपगर्वितेला झाली असावी आणि तिने गर्रकन मान वळवून मागे पाहिले. वयाने, अनुभवाने आणि अन्य काही घटकांनी तिच्या डोळ्यांतील घारेपण इतके शुद्ध राहिलेले नव्हते. या दोन घाऱ्या डोळ्यांची तुलना आपोआप मनात झाली आणि मग लोक घाऱ्या डोळ्यांचा कुत्सित अर्थ का लावतात, हेही ध्यानात आले.

वास्तविक, त्या स्त्रीकडे मी मुळीच पाहिलेले नव्हते; मग तिच्याबद्दल कुतूहल किंवा विकार निर्माण होण्याचा प्रश्नच नव्हता. पण तिच्या डोळ्यांतून

कठोर रोष एकदम ओघळून खाली आला. तो सकारण असता, तर त्या रोषानेही ती सुंदर वाटली असती. पण त्या घटकेला तरी तो रोष बटबटीत होता. तिचे सौंदर्य पुन: पुन्हा लक्षात येण्यासारखे होते, हे निश्चित. पण कोणत्याही सौंदर्याकडे आशाळभूतपणे पाहणे हे मूर्खपणाचे आहे, हे मला कळून चुकले आहे. वयामुळे असेल, तृप्तीमुळे असेल किंवा चांगल्या संस्कारांमुळे असेल; जगातली सारी सौंदर्ये आपल्यासाठीच निर्माण झालेली नाहीत, ही गोष्ट कायमची मनात ठसलेली आहे. त्यामुळे असले अद्‌भुत लावण्य दिसले तरी विधात्याच्या कौशल्याची वाहवा मनोमन करावीशी जरूर वाटते. मात्र, हे लावण्य आपल्याला कसे लाभेल असा विचार मनात येत नाही. एक तर मिळवायचे ते सारे योग्य वेळी मिळवून झाले आहे किंवा मिळणार असेल ते अजूनही आपल्या पायाने चालत येणार आहे हे माहीत असल्यामुळे विस्फारित व अधाशी डोळ्यांनी जगाकडे पाहण्याची मला इच्छा उरलेली नाही. पण हे त्या बाईला कसे कळावे? तिच्या तारुण्याला कसे कळावे? अनेक विषारी नजरा तिला पचवाव्या लागलेल्या असल्यामुळे तिला अननुभवी तरी कसे म्हणावे?

चूक तिची नव्हती. समाजात स्त्री-पुरुष संबंधाने काही विचित्र नाते चालू आहे. धड आपण नर आणि मादी या निसर्गनिर्मित नात्यावरही उभे नाही किंवा सुसंस्कृत जगातील निकोप नागरिक म्हणूनही उभे नाही.

पाश्चिमात्य जगातील खोटे रीतिरिवाज स्वीकारले पण आपल्या पत्नीने; कोठल्याही पुरुषाशी बरोबरीने बोललेले आपल्याला आवडत नाही, हस्तांदोलन केलेले आवडत नाही. पुरुषाने स्त्रीच्या वा स्त्रीने पुरुषाच्या रूपाचे, कपड्यांचे, कर्तृत्वाचे कौतुक करायला आपण कचरतो. आपण स्त्रीला आई, बहीण, बायको, वहिनी या नात्याने ओळखायला तयार आहोत; पण मैत्रीण या नात्याने मात्र नव्हे. स्त्री-पुरुषांत शुद्ध मैत्री असते, हे खरे तर आपल्याला कधीच पटलेले नाही. स्त्री-पुरुष एकत्र येतात ते केवळ समागमासाठीच, हे गृहीत धरून आपण वागतो. पण त्यामुळे आपण जीवनातले कित्येक सुखद अनुभव गमावलेले आहेत. एखाद्या लेखिकेला कॉफी पिण्यासाठी कॉफी हाऊसमध्ये बोलावता येत नाही आणि बोलावलेच, तर दोघांना एकत्र पाहणारे लोक लगेच विपर्यास करतातच करतात; पण बरोबर येणारी स्त्री (पुरुषसुद्धा) या भेटीत काही हेतू आहे; असे गृहीत धरते.

हे सारे त्या समोर बसलेल्या स्त्रीला समजावून सांगणे शक्य आहे का? तिच्या कडेवरील ती छोटी मुलगी कदाचित उद्या ते समजू शकेल. पण तिची

आई काही हे समजू शकणार नाही. खरे पाहिले तर ही स्त्री आपल्या पतीबरोबर व नातेवाइकांबरोबर येथे आलेली होती, म्हणजे सुरक्षित होती. आपली मुलगी लोकांचे लक्ष वेधण्याएवढी सुंदर आहे आणि आपल्यापेक्षाही तिच्याकडे कोणी आकृष्ट होणे शक्य आहे याही गोष्टीचा तिला विसर पडावा इतकी ती स्वत:च्या रूपात गढलेली होती. तिच्या डोळ्यांतली नापसंती लक्षात घेतल्यावर मला त्या चिमुरड्या डोळ्यांची गाठभेट घेणेही मुश्किल झाले. ती मुलगी मात्र हात उंच करून मला आमंत्रण देत होती.

समोरचा चहा संपला होता. आम्ही रेस्टॉरंटमधून बाहेर आलो. पान घेत असताना त्या चळवळ्या मुलीला घेऊन तिचा बाप किंवा चुलता आमच्या जवळून जाऊ लागला. मग मात्र मला राहावले नाही. मी त्या मुलीला जवळ जाऊन न्याहाळले आणि तिच्या मखमाली गालावरून हात फिरवला. राहावले नाही म्हणून "फार गोड आहे तुमची मुलगी" असे म्हणून चट्कन जाऊन मी गाडीत बसलो.

आमच्या बरोबरची स्त्री म्हणाली,

"तुम्ही तिचं कौतुक, आई जवळ असताना का नाही केलंत?"

मी म्हणालो, "ते कौतुक तिच्या आईला कदाचित स्वत:चच वाटलं असतं. मला ते तसं वाटू द्यायचं नव्हतं. एक तर तिच्या सौंदर्यावर आकृष्ट होऊन इतर लोक करतात तसं लटकं वात्सल्य मी दाखवलं, असा तिचा गैरसमज झाला असता; तो मला नको होता. आणि दुसरं, तिच्या मुलीच्या डोळ्याला डोळा लावून मला बघायचं होतं; आईच्या कडेवर असताना ते शक्य झालं नसतं."

"समजा, ती लहान मुलगी बाहेर आली नसती तर?"

"आली असती, ती आलीच असती."

"हे काही तरी गूढ बोलणं आहे तुमचं."

"हे गूढ वगैरे काही नाही; हा माझा अनुभव आहे."

प्रेमात नाही का पुष्कळदा असे घडते! माणसे प्रथमदर्शनीच भेटतात आणि हरवून बसतात. याला कुठे कार्यकारण भाव आहे? प्रत्येकाच्या डोळ्यांत आपल्याला हवे ते पाहण्याचे सामर्थ्य असते, आणि हवी ती गोष्ट सापडली की, मग कोणाचीही त्यातून सुटका नसते. त्या मुलीच्या डोळ्यांत एक अज्ञात निमंत्रण होते, ते मला समजले होते आणि तिलाही समजले होते. म्हणूनच तिने कदाचित हट्ट करून बाहेर जायचा धोशा घेतला असला पाहिजे.

ते नितळ घारे डोळे अजून माझा पाठलाग करीत आहेत. केव्हा तरी ते भेटतील, तेव्हा ती इतकी अल्लड लहान मुलगी नसेल. त्या घाऱ्या डोळ्यांचे निमंत्रण मला कदाचित स्वीकारता येणार नाही. पण काही हरकत नाही. माझ्या स्वीकारण्या-नाकारण्याचा प्रश्न आहेच कुठे? ते घारे डोळे पुन्हा केव्हा तरी भेटणारच.

वारे अंगावरून भिरभिरत सुसाट जात होते. निळेकबरे आकाश क्षणाक्षणाला मोठे होतेय, असे वाटत होते. हिरवे, पारवे, काळे डोंगर आलटून-पालटून मागे जात होते. पावसाळा संपल्याच्या खुणा जागोजागच्या नदीच्या पाघळांतून जाणवत होत्या... पक्षी उडत होते. जनावरे वावरत होती...

या सर्वांमधून जाणवणारे चैतन्य मघाशी इवल्याश्या घाऱ्या डोळ्यांत मला दिसले. श्रीकृष्णाच्या मुखात यशोदेला विश्वदर्शन झालं, असं म्हणतात. खरे तर प्रत्येक अस्सल चैतन्यदायी गोष्टीत असेच विश्वदर्शन होते.

–इच्छा असली तर!

- ० - ० - ० -

गवाक्ष

- २७ -

जेव्हा दुपारी संध्या येते

भर दुपारची वेळ होती. दिवस जरी हिवाळ्याचे असले, तरी नऊ-साडेनऊ वाजताच थंडी पळून गेली. ती होती का नव्हती अशी झाली, हळूहळू उन्हाच्या झळा भासू लागल्या. गाडी सुसाट वेगाने पळत होती. वारे बंडखोरपणे खिडक्यांच्या फटीफटींतून घुसत होते; आणि ते तापलेले वारेसुद्धा सुखद होत नव्हते. काही कारणासाठी गाडी थांबविली म्हणजे तर मग तापलेल्या गाडीत बसणे कठीणच होत होते. अशा वेळेला असलेला एखादा डेरेदार वृक्ष म्हणजे परमेश्वरी कृपाप्रसाद वाटायचा.

उन्हातून घामाने निथळत आल्यानंतर मग सावलीला मोल येते. अंग भाजल्यानंतर झुळुकांचे सुख झळाळते. पाण्यासाठी कंठ आक्रोश करू लागतो, तेव्हा एखाद्या जलाशयाचे दुरून होणारे दर्शनसुद्धा तृषा शांत करते; मग प्रत्यक्ष पाण्याचा घोट तर अमृतापेक्षाही श्रेष्ठ ठरतो, यात नवल ते काय?

आयुष्याच्या प्रत्येक अनुभवाचे हे असेच आहे. जेव्हा आम्ही कॉलेजातील मित्र कसेबसे पैसे जमवून एक चहाचा पेला तिघांत वाटून घेत असू, तेव्हा त्या चहाला असणारी गोडी आत्ताच्या चहाला कशी येणार? आता नको असला तरी हवा तितका चहा प्यावा लागतो. आता चहा नको असतो. साखर खायची नसते. आग्रह होत राहतो. चहाचे आता अप्रूप राहिलेले नाही. तसेच भेळीचेही. पूर्वी तोंडाला पाणी सुटत असे. खिशात पैसे नसत किंवा असलेच तर खर्च करण्याची ऐपत नसे. आता पैस आहेत– ऐपतही आहे, पण तोंडातून चव उडून गेली आहे.

जीवनातले किती तरी आनंद त्यांच्या सहजप्राप्यतेमुळे व अतिपरिचयामुळे आता कोमट झाले आहेत.

याचे एक कारण कदाचित वय असू शकेल. पण ते तितकेसे खरे नाही. कारण सर्व इच्छाशक्ती तशा अजून शाबूत आहेत आणि इंद्रियेही सहभागी आहेत. पण सुखाचा अनुभव घेण्यासाठी लागणारी तीव्रता सुखाच्या अभावानेच निर्माण होत राहते आणि तिला एक प्रतीक्षाक्षण यावा लागतो. आज तर आपण वाट पाहायलाच तयार नाही. भूक लागण्यापूर्वीच आपण खातो. पौरुषाने मागणी करण्यापूर्वीच आपण वासनेवर स्वार होतो. मग सुखप्राप्तीचा तो क्षण आपल्याला टिपता कसा येणार? सडकून भूक लागलेली असली, तर साधा कढी-भातसुद्धा ओरपून खावासा वाटतो किंवा बरेच दिवस स्त्रीविरहाने माजलेली गात्रे ते सुख भोगताना सुखाधीन होतात. कोणत्याही सुखाच्या स्वागताचा उकळता क्षण हाच सुखाची उंची वाढवितो. आज मी सुखाच्या स्वागताला आसुसलेलो नाही. सुखाचे झरे झिरपतच आहेत आणि म्हणूनच सुखाचा अमृतानुभवही मी घेऊ शकत नाही.

प्रवास बराच झाला होता. इच्छा असो वा नसो; परंतु प्रवासवृत्तीमुळे आम्ही बरोबर आणलेले पाथेय यथाक्रम संपवीत आणले होते. कधीही चांगली चव लागत नाही, असा थर्मासमधील चहा नाके मुरडीत भरपूर प्यायलो होतो. प्रवासतत्त्वात हे सारे बसत होते. तरीही सूर्य डोक्यावर आला होता. घड्याळात बारा-साडेबारा झाले होते. म्हणजेच जेवणाची वेळ झाली, असे सवयीने जाणवले होते. हल्ली आपण भुकेसाठी जेवत नाही, तर घड्याळाच्या समाधानासाठी जेवतो. घड्याळाच्या तालमेळावर आपण आपली कित्येक सुखं सोईस्कररीत्या बसविलेली आहेत. तेव्हा जेवणे हे क्रमप्राप्तच होते. आता जेवल्यावाचून भागणार नव्हते. मग प्रवासात कोठे जेवता येईल याची शोधाशोध सुरू झाली. एक मोठे गाव नुकतेच येऊन गेले होते आणि दुसरे मोठे गाव यायला बराच अवधी होता. रस्ता सोडून एका इतिहासप्रसिद्ध गावात आम्ही अन्नाच्या शोधार्थ निघालो.

खरोखर चांगले महाराष्ट्रीय अन्न ही गोष्ट आता महाराष्ट्रात दुर्मिळ झाली आहे. उडुपी, पंजाबी, ती फार तर गुजराती अशा जातीचे जेवण कसे तरी मिळू शकते; पण मराठी मुलखास प्रिय असलेले भाकरी, झुणका, थालीपीठ इत्यादी पदार्थ कुठेच मिळत नाहीत. पुण्या-मुंबईसारख्या राजधानीत मिळत नाहीत, तेव्हा मराठवाडा-विदर्भाच्या ग्रामीण भागात ते मिळतील, अशी शक्यता नव्हती. एस.टी. स्टॅन्ड किंवा रेल्वेस्थानक यांच्या आसपास तर एवढी बकाल वस्ती

असते की, तेथे मराठी अन्नाची दाद लागणे कठीण आहे. स्वच्छता, नीटनेटकेपणा तर सोडाच, पण तिथल्या सर्वच पदार्थांमध्ये एकच एक बकाली चव असते. चहा म्हणून तेथे जे पेय मिळते, त्याचे तर रासायनिक पृथक्करण करणे जवळपास अशक्य आहे. नासलेल्या बासुंदीपासून ते कडूचिराईताच्या काढ्यापर्यंत अन् कोथिंबीर, कांदा आणि लसूण यांसकट बनवलेला असा काहीसा हा पदार्थ असतो. हा पदार्थ कसा बनवला जात असेल यासंबंधी अनेक उपपत्ती आणि पाककृती गावागणिक उपलब्ध आहेत. त्यामुळे अशा एखाद्या आडनिड्या गावी अन्नसंशोधन हा एक जिकिरीचा विषय आहे. पहिला बाजीराव प्रवासात मक्याची कणसे हातावर चोळून आपली भूक का भागवीत असेल, ते यामुळे कळणे सहज शक्य आहे. खरे तर महाराष्ट्राची अस्मिता-अस्मिता जी काही म्हणतात, ती टिकवायची असेल तर पोटात रोज जाणारे अन्न महाराष्ट्रीय पद्धतीचे असावे, अशी निदान महाराष्ट्रात तरी अपेक्षा करायला काय हरकत आहे?

मग आम्ही गुजराती समजल्या जाणाऱ्या एका खानावळीपर्यंत पोहोचलो. गावात ही एकमेव खानावळ आहे, असे कळले. बोळकंड्या-बोळकंड्यातून रस्ता कापीत-कापीत दुपारच्या भर प्रहरी आम्ही या क्षुधाशांतिगृहात येऊन उभे राहिलो. या जागेचे दर्शनच इतके भयानक होते की, येथे आपण जेवण घेणार तरी कसे, हा प्रश्न उभा राहिला. कळकट टेबले, इत:स्तत: सांडलेले अन्नोदकांचे कण, घामट मालक आणि निरुत्साही वातावरण यामुळे जेवणाची इच्छाच नष्ट झाली. पण मन मारून तसेच बसलो. काही लोक जेवत होते. त्यांच्या पोटातील भुकेमुळे त्यांची एकाग्रता वाखाणण्यासारखी होती. स्वयंपाकघर आणि जेवणघर यांच्यामध्ये एक पडदा होता. तो जर तानसा तलावात धुतला असता, तर सबंध मुंबईवर कॉलऱ्याचे अरिष्ट कोसळले असते.

खोलीचे दर्शनही महाभयंकर होते. खानावळवाल्याची सारी वंशावळ वेगवेगळ्या आविर्भावाच्या फोटोंतून आमच्याकडे रोखून पाहत होती. शंकराची विविध रूपे आणि विष्णूच्या अवतारांतील सर्व देवादिकांच्या प्रतिमा अत्यंत गुण्यागोविंदाने एकमेकांशेजारी होत्या. त्यावरून शैव आणि वैष्णवांचे भांडण मध्यंतरीच्या काळात मिटले असावे, असे सहज पटण्यासारखे होते. महाराष्ट्रातील अनेक बुवा आपल्या नैसर्गिक अवस्थेत, अन्नग्रहण करणाऱ्यांना माणसाच्या आयुष्याचे निरर्थकत्व पटवत होते. त्यात मधेच कुटुंबीयांनी केलेले कलाकौशल्यही होते. त्यांच्या जोडीला एक-दोन सर्टिफिकिटे आपल्या शालेय शिक्षणाची दुरवस्था लक्षात आणून देत होती. दुर्गामातेचे एक भयंकर चित्र माझ्या समोरच्याच

भिंतीवर होते आणि तिच्या हातातील राक्षसाचे छिन्नविच्छिन्न मस्तक केव्हाही पानात पडेल व शाकाहाराचा मांसाहार होईल, असे वाटत होते. भिंतीवर नवे चित्र लावण्यास आता जागाच नव्हती. कोणा तरी नव्या देवाला जागा करून देण्यासाठी जुन्या देवाला रिटायर होणे भाग होते. तेहतीस कोटी देवांची गरज आपल्याला का आहे, हे मला चट्कन उमगले. कारण या देव-देवतांची चित्रे 'वॉलपेपर'चे काम उत्तम करतात.

खानावळीच्या मालकाच्या मते त्याने ती खोली उत्तम सजविली होती. बहुतेक असा कोणताही धर्मपंथ नव्हता की, ज्याचे एखादे तरी चित्र तिथल्या भिंतीवर चिकटलेले नव्हते. वेळ जाण्यासाठी म्हणून तेथे एक-दोन वृत्तपत्रेही होती, परंतु ती बहुतांशी चार-दोन दिवसांपूर्वीची असावीत. काळाचे भान राहू नये, हाच त्यामागील हेतू असावा. पण जेवण्यासाठी हात धुऊन आल्यावर ती हातात घेण्याचे धारिष्ट्य कोणी करण्यासारखे नव्हते.

तेवढ्यात आमच्यापुढे जेवणाची ताटे आली आणि त्याबरोबरच हातात भाताचे एक ढेकूळ घेऊन तेही शेजाऱ्याला वाढण्यात आले. अन्न हे अन्न असते. त्याचे महत्त्व भूक ठरविते, ही गोष्ट खरी. पण ज्या अन्नदर्शनाने भूक हरपते, त्या अन्नाची थोरवी काय वर्णावी! अन्नाची निंदा करू नये म्हणतात, कारण कोणाला तरी ते जीवनाधार देत असते. पण सवयीने सहनशीलता संपुष्टात आली. कारण एका तिखटपणाशिवाय अन्य कोणतीही चव त्या अन्नाला नव्हती. पाण्याच्या घोटाबरोबर चार घास खाण्याचा प्रयत्न केला. माझे सहकारीही तेच करीत होते. आपल्या परीने खानावळ मालकाने सरबराई करण्याचा प्रयत्न केला. पण जेवावे, असे काही वाटत नव्हते. काहीसे भिडेने, काहीसे लाजेने, काहीसे आपद्धर्म म्हणून आम्ही हे यज्ञकर्म करीत होतो. पण जठराग्नी पेटण्याऐवजी विझत होता. तोंडात अन्न गोळा होत होते. आम्ही एकमेकांकडे पाहत होतो. केविलवाणेपणाने हसत होतो.

तेवढ्यात काय झाले; आपल्या खरकट्या हातानेच खानावळीच्या मालकाने कुठल्या तरी एका जुनाट रेडिओचे बटण फिरविले आणि कुठे तरी परिचित सूर ऐकू आले. प्रथम ते अगदी चमत्कारिक वाटले; पण मग सारी इंद्रिये त्या सुरांच्या नादात एकवटून ते सूर ऐकू लागलो आणि लक्षात आले की रस्त्यात, शेतात, प्रवासात, एकांतात, वाळवंटात किंवा गिरिशिखरांत आजवर भेटत आलेला हाच तो परिचित आवाज. लताचे ते स्वर या अशा मचूळ वातावरणात एकदम आमच्यासमोर येऊन आम्हाला जेवणाचा आग्रह करू लागले. आमच्या रसनेला

जागे करू लागले. मघाशी कळकट वाटणारी ती खोली आम्हाला सुंदर वाटू लागली. निरर्थक वाटणारं सारं आयुष्य एकदम यथार्थ वाटू लागलं. का कुणास ठाऊक; पुढे लोटलेले पदार्थ मी परत मागे घेतले, खाऊ लागलो. पदार्थांची चव बदलल्यासारखी वाटली. हे गाणे कुठले होते, ते मला आठवत नाही. फारसे हिंदी चित्रपट बघत नसल्यामुळे ते कोणत्या चित्रपटातले होते, तेही मला सांगता येत नव्हते. गाण्यातले मला फारसे कळत नसल्यामुळे ते कोणत्या रागातले होते याचेही मला अकारण कुतूहल नव्हते. खरे तर मला काहीच समजून घेण्याची इच्छा नव्हती; तरी सारे काही मला समजत होते.

मला तर मी माझ्याच घरी जेवतो आहे, असे वाटू लागले. साऱ्या रखरखीत, गचाळ, बेरूप भोवतालात काही निराळेच रंग आले. असंतोष आणि संताप आपोआप निवला. खेडेगावात हे असेच चालायचे असा नवा समज आला की, सौंदर्याचाही स्त्रोत सापडतो.

लता गातच होती. ती कशासाठी आणि कुणासाठी गात होती, हे तिचे तिला तरी माहीत होते काय? तिच्यापासून हजारो मैल दूर असणाऱ्या एका अनगड गावात एका पंगतीत एखाद्या अल्लड शाळकरी मुलीला श्लोक म्हणायला सांगावे तसा तर तो श्लोक आमच्या पंगतीत म्हणत नव्हती? सुरांनी माणसाला बधिर करता येते, असे म्हणतात. आम्ही तर त्याही पलीकडे आलो होतो. सुरांनी कडूपणाला गोड केले, मळकटपणाची मखमल केली आणि समोरच्या निर्जीव आणि नि:सत्त्व अन्नाला पंचपक्वान्नांचा सुगंध आणला.

ते गाणे साधी गझलच होती. खरे तर विरहाची, वेदनांची, व्याकुळतेची. पण दु:खाची जाणीवसुद्धा सुख निर्माण करते. दुखान्त नाटके नाही का दहा-दहा रुपयांची तिकिटे काढून केवळ रडण्यासाठी लोक पाहतात. दु:खसुद्धा एका नव्या सुखानुभवाची ऊर्मी आहे. गझल नाराजीची होती. पण त्या साध्यासुध्या शब्दांतील सहजगत्या आलेल्या जागा, सुरांना दिलेले झोकदार वळसे, दिमाखाने यथार्थ उंचीने फेकलेला शब्द आणि अजब लयकारी. नाराजीनेच नाराजीचे हरण केले. आयुष्याच्या सुख-दु:खांचे हिशेब वस्तूच्या अभावाने किंवा अस्तित्वाने उलगडत नाहीत. अन्न चांगले नसेल, पण ते चांगले करणारे जिव्हालौल्य आणि त्यांचे सुंदर रक्त करणारे जठर त्यांच्याजवळ असतेच. बिछाना खडबडीत फरशीचा असला तरी हळूहळू पावलांनी डोळ्यांत येणारी झोप नेहमीच सुंदर असते आणि झोपेनंतर येणारी चैतन्यगंगा तर शय्येची आठवणही होऊ देत नाही. चारचौघांसारख्याच असणाऱ्या सामान्य रूपाच्या स्त्रीशी केलेली रतिक्रिडा कामाग्नीचे तेज लेवून

येते. तेथे साधनांचे महत्त्व नसते, पूर्ततेच्या क्षणसौंदर्याकडेच असते.

कानांतून हृदयापर्यंत पोचणाऱ्या स्वरमालिकांनी आनंदाची दृष्टी दिल्याबरोबर सारे काही सौंदर्यमय झालेले होते आणि मग फक्त प्राथमिक भुकेची आठवण झाली. या भुकेला समोरचे अन्न साजेसे होते. जठराग्नी प्रदीप्त झाल्यानंतर समोरचा कळकटपणा निघून गेला. उन्हाने तापलेला माथा थंड झाला. भर दुपारची संध्याकाळ झाली. कोमट मचूळ पाणीसुद्धा तहान भागवू शकले आणि जेवण होताच मन तृप्तीने भरून आले. समोरच्या अन्नात होते त्याहून अधिक रस निर्माण झाले, आणि त्या रसांत नुकताच शिडकावा झालेल्या लताच्या संगीताचा रस किती आणि अन्नाचा किती, याचा हिशेब चुकायला हवा तेवढाच चुकला.

पण ही चूकभूल झाली, हेच बरे झाले. माझा प्रश्न केवळ एका जेवणापुरताच होता. पण अनेकांच्या वठलेल्या जीवनवेली तशाच सकाळ-संध्याकाळ रोज फुलत असतील. उतरणीला लागलेले निरर्थक आयुष्य किंवा यशाचा रस्ता न सापडल्यामुळे गोते खाणारे उमलते तारुण्य यांनाही या संगीताचा ओला स्पर्श रोज-रोज होत असेलच. त्याशिवाय का कोणी असले गचाळ आयुष्य जगतो?

जेवण झाल्यावर आम्ही तृप्त होऊन त्या खानावळवाल्याचे आभार मानले आणि त्यालाही आपण काही तरी केले, असे उगीचच जाणवले. त्याला काही समजले नव्हते, आणि समजून सांगण्याची आवश्यकता नव्हती. पण त्यालासुद्धा कळत-नकळत त्या स्वरांचे मोल कळले असेलही. आपण का ना म्हणावे?

प्रत्येक गोष्टीची माणसाला जाणीव होतेच, असे नाही. शेतात दिवसभर काबाडकष्ट करणाऱ्या माणसाला कोकिळेचा आवाज नकळत काही सांगत असेलच की नाही? माणसाचा उन्मत्तपणा, बेबंदपणा, धुंदी ही कळत-नकळत कोणी तरी जोपासत असतो. या वृत्ती जर माणसाजवळ नसतील तर आयुष्य किती बेंगरूळ होईल. ते रेताड गाव, तो तापलेला मुलूख, ते गचाळ अन्न हेसुद्धा काही काळ सुंदर झाले, ते कशामुळे? अशा सौंदर्याच्या कणांचे आधार शोधीतच आपण प्रवास करीत असतो. असाच प्रवास मीही करतो आहे, करणार आहे.

- ० - ० - ० -

- २८ -
निसर्ग व माणूस...

आपण डोळे उघडे ठेवले तर आपण किती मनोहर जगात वावरत असतो, हे आपल्या लक्षात येईल. डोळे उघडे ठेवून वावरणे, ही गोष्ट तशी कठीण आहे. कारण या विशाल सृष्टीचे व्यापार पाहाण्यासाठी आपल्याला डोळे दिले आहेत, हे आपण लवकर विसरून जातो. लहानपणी विविधरंगी फुलं, फुलपाखरं, रानपाखरं या साऱ्या गोष्टींबद्दल आपल्याला कुतूहल असतं. पाण्याचं तर लहानपणी विलक्षण आकर्षण असतं. पाऊस पडू लागला की शैशव नुसते नाचू लागते. प्रत्येक नव्या गोष्टीत लहानपणी आपल्याला कुतूहल एवढे असते की, नुसते पाहून समाधान न होता त्याचा स्पर्शसुद्धा हवासा वाटतो.

वेगवेगळी, नवनवीन सुखं घेण्याची ही आपली आस्वादशक्ती लवकर गळून पडते. आहे त्याच त्या गोष्टींचा सहवास अधिक प्रिय होऊ लागतो. कुतूहल बंदिस्त होऊ लागते. इतस्तत: पसरलेल्या सौंदर्याची भांडारे डोळे पाहीनासे होतात. वाहत्या नदीतील पाणी एके काळी खळखळणाऱ्या चैतन्याचा ओघ वाटे, पण तेच पाणी आता थंडी-पडशाचे निमित्त होते. घाणेरड्या पाण्यात डुंबतानासुद्धा फुलून जाणाऱ्या मनाला आरोग्याचे नियम आठवू लागतात. तांबड्या मातीने माखलेले रस्ते आता निमंत्रण देत नाहीत. भोवताली पसरलेल्या वेगवेगळ्या सुखांनी अंत:करण गलबलून जात नाही. बंदिस्त खोली सुरक्षित वाटते. हितगुजे आणि गप्पागोष्टी यांत सार्थकता वाटते. निसर्ग खुणावीत असतो. त्या खुणांचा अर्थ कळेनासा होतो. प्रकाशाच्या भव्य गोलाकार घुमटाखाली हिरव्याकंच

मखमाली गालिच्यावरून अनवाणी चालत असावे, खळाळत वाहत जाणाऱ्या एखाद्या निर्झराचा ॐकाराचा नाद कानी पडत असावा, दवाने पावलांना जिव्हाळा द्यावा, अकारण भिरभिरणारे भन्नाट वारे रंध्रारंध्रांना पुलकित करीत राहावे; म्हणजे निसर्गाचे आणि माणसाचे नाते काय आहे, हे थोडसे लक्षात आल्यासारखे वाटते. नजरेला ठाव लागणार नाही एवढ्या मर्यादेपर्यंत उसळणाऱ्या दर्याच्या लाटेवर एखाद्या होडक्यात पहुडून अकारण चमचमणाऱ्या शततारकांकडे नजर लावावी, म्हणजे जग आपल्याला किती ज्ञात आहे आणि किती अज्ञात आहे त्या गोष्टीचा थोडा परिचय होतो. संध्याकाळच्या कातरवेळी घनदाट जंगलात एखाद्या पायवाटेवरून चालत जाताना चित्तात जो कोलाहल होतो, त्याने माणसाच्या असण्याचा अन् नसण्याचा अर्थ कळतो. जगाचा थरकाप करून सोडणाऱ्या लोकनायकांची या विश्वाच्या पसाऱ्यात काय किंमत आहे, हे कळण्यासाठी मृत्यूच्या सीमेपर्यंत जाऊन यावे लागते. निसर्गातील कोणत्याही चैतन्यापेक्षा मानवी चैतन्याला जे विचारधन लाभलेले आहे, त्यामुळे एरवी क्षुद्र असणारा हा माणूस अन्य चैतन्यावर स्वामित्व का मिळवतो याचाही विचार मनात येऊन जातो. एका अत्यंत सुरक्षित आणि बंदिस्त जीवनाची माणसाने सवय लावून घेतल्याने जगातील क्रूर सौंदर्य आणि क्रौर्य पाहण्याची शक्ती त्याने हरवून टाकली आहे. माणसाने निसर्गाशी असलेले त्याचे नाते झपाट्याने तोडले आहे. आपण निसर्गावर मात केली आहे, असे त्याला वाटते; परंतु निसर्गानेच त्याला बंदिस्त करून ठेवलेले आहे. माणसाने आपल्या बुद्धीने निर्माण केलेल्या बंदुकीशिवाय तो भयनिर्भय जंगलात प्रवेशच करत नाही. समुद्राची उन्मत्तता जाणवू नये, एवढ्यासाठी त्याने अक्राळविक्राळ जलयाने निर्माण केली आहेत.

डोंगरांच्या दऱ्याखोऱ्यांतून वावरण्यासाठी त्याने वैज्ञानिक साधनांचे साह्य घेतले आहे. मनुष्य सहस्र हातांनी आपले बळ वाढवतो आहे. अन्य प्राणिसृष्टीला क:पदार्थ ठरवतो. अग्नी, वायू, पाणी आदी निसर्गतत्त्वांचा पराभव करण्यासाठी तो सदैव सुसज्ज असतो. खरे तर निसर्ग आणि माणूस ह्यांची एक प्रचंड लढाई जुंपलेली आहे. प्रत्येक मानवाला ती कळतेच, असे नाही. पण मानवसमूहाला ती कळली आहे– तत्त्ववेत्त्यांना ती समजली आहे, आणि ह्या लढाईत सदोदित पराभूत होत असतानाही मनुष्य बेभानपणे हजारो वर्षे ही लढाई खेळत आला आहे.

ही लढाई प्रतिक्षणी, प्रतिदिनी लढावी लागते. लढाईचे नियम कोणी पाळत नाहीत. कारण खरे तर ही दोन राक्षसांचीच लढाई आहे. अकस्मात

कोणतीही पूर्वसूचना न देता भूमी फाटते, डोंर गदागदा हलतात, घरे कोसळतात आणि तेवढ्यापुरता तरी माणूस अगतिक होतो. आपले भय आपल्या क्रूर रूपामुळे राहते, हे निसर्गाला ज्ञात आहे; म्हणूनच ही क्रूर जीवघेणी थट्टा निसर्ग करतो. एखाद्या वेळेस अंगाला सुखविणाऱ्या झुळका झंझावात बनतात. मधे येईल त्याला त्या भिरकावत नेतात. कामातुर झालेल्या मिठीतल्या जोडप्याचा, वात्सल्याने भरून आल्यामुळे कवेत घेतलेल्या निरागस बालकाचा किंवा आयुष्यात कधी नव्हे तो शांतपणा लाभल्यामुळे विसावलेल्या वृद्धाचा– ते झंझावाती वादळ अजिबात विचार करीत नाही. मानवाने वर्षानुवर्षे खपून निर्माण केलेली उद्याने, बागा, जलाशय हेसुद्धा एकदम भुईसपाट होतात. एखाद्या वेळेस ह्या सृष्टीवर तेजरूप सूर्यसुद्धा रागावतो आणि तो पृथ्वीवर आग ओकू लागतो. माणसे हतबल होतात, नष्ट पावतात; पण थोडाच काळ. पुन्हा त्यातील चैतन्यतत्त्व अहंकाराने जागे होते आणि रौद्रप्रलयी निसर्गाबरोबर ते झगडा करू लागते. हवेल्या पुन्हा उभ्या राहातात. उद्याने पुन्हा फुलू लागतात. नवे जीव पुन्हा निर्माण होऊ लागतात आणि नव्या अभिनिवेशाने लढाईला पुन्हा आरंभ होतो.

पण ह्या लढाईतील सर्व संहार सुखद असू शकतात. चिमुरडा माणूस पर्वतासारखा ताठ बाण्याचा आहे, हे जाणवू लागते. माणसाच्या इवल्याशा मेंदूत केवढी प्रचंड झुंजारशक्ती आहे, केवढी दूरदृष्टी आहे, किती एकोपा आहे, आपुलकी आहे, हे पाहून ह्या मानवसमूहापुढे आदराने मन लवू लागते. सर्वनाशातून नव्याने फुललेली दुनिया आपल्याला आश्चर्यचकित करू लागते. निसर्गापुढे माणूस पराभूत होत असतो, हे कळत असूनसुद्धा मानवाबद्दलचा आदर वाढत जातो आणि आपण ज्या मानवसमूहात जन्म घेतला त्याचा एक अभिमान बळावू लागतो. मानव भित्रा आहे; तसाच तो अनिवार शूर आहे; मानव क्षुद्र आहे; तसाच तो महाकायही आहे. मानव पराभूत आहे; तसाच तो विजीगीषु आहे. एक-एक माणूस किंवा काही काही माणसांचे गट जरी पराभूत झाले, नष्ट झाले, दुबळे ठरले, तरी ह्या जगातील माणूस टिकून आहे. एवढेच नव्हे तर साऱ्या प्राणिसृष्टीला नतमस्तक करून निसर्गालाही आव्हान देत राहिला आहे. हे आव्हान फार पुरातन आहे आणि ते अनंतही आहे. मनुष्यजात जोपर्यंत आहे– आणि ती अखेरपर्यंत राहणारच आहे– तोपर्यंत ही लढाई अपरिहार्य आहे.

मनुष्याचा देह इतर प्राणिमात्रांच्या मानाने दुबळा आहे. पण मनुष्याचं मन आणि मेंदू ह्याला मात्र ह्या जीवसृष्टीत जोड नाही. या आपल्या मेंदूचे आणि मनाचे सामर्थ्य टिकविण्यासाठीच मनुष्याने संस्कृती नावाचे रसायन तयार केले

आहे. आपल्या गरजेनुसार तो संस्कृतीची व्याख्या बदलतो. दुबळ्यांना फेकून देऊन सबलांना जिवंत ठेवतो. औदार्याचे कितीही गोडवे गायले तरी मनुष्याला आत्मरक्षणासाठी आपली सर्व जमात जास्तीत जास्त सुसज्ज ठेवण्यावाचून गत्यंतर नाही. औदार्यविषयक तत्त्वज्ञानातच मानवसमूहाचा घात आहे. आहे हे पुरवून, वाटून द्यावयाचे ठरविले तरी मानवजात दुबळी होणार आहे. माणसाला ह्या लढाईत टिकून राहायचे असेल, तर आहे त्या साधनांचा निसर्गधर्मानुसारच वापर करणे अपरिहार्य आहे; पण आपली लढाई कोणविरुद्ध आहे याचा कधी कधी विसर पडून माणसे माणसांतच झगडा करतात. संस्कृती-संस्कृतींतच झगडा होतो. एक मानवी समुदाय दुसऱ्या मानवी समुदायाशी झगडा करतो. तो करताना आवश्यकतेपेक्षाही तो अधिक क्रूर बनतो. मानवाला ह्या विश्वातून नष्ट करू पाहाणारी अस्त्रे तो निर्माण करू लागला आहे. अणुविद्या हा खरे तर मानवाने निसर्गावर मिळवलेला विजय आहे. पण त्याचाही वापर मानवसमूह नष्ट करण्यासाठी होईल की काय, अशीच भीती वाटते.

मानवाला विस्कळित ठेवावे म्हणून प्रचंड जलाशय, अभेद्य पर्वतराजी, दुर्लंघ्य वाळूची मैदाने, अफाट बर्फाळ प्रदेश निसर्गानेच पृथ्वीवर योजले आहेत. त्यांवर आपण मात केली आहे. पर्वतातून आपण बोगदे काढतो आणि भूभाग जोडतो. जलाशयातून अजस्त्र जलयाने वापरून आपण मानवा-मानवांतील अंतर कमी केले आहे. एवढेच नव्हे तर वाळवंटे, बर्फाळ प्रदेश ह्यांची क्षिती न वाटावी ह्यासाठी आकाशयानेही निर्माण केली आहेत. निसर्गाने माणसा-माणसांत दुरावा निर्माण करण्यासाठी निर्माण केलेले सर्व अडसर आपण अल्पावधीत दूर करून मानवाला जवळ केले, प्रचंड अंतरे लहान केली. दुस्तर प्रवास सुसह्य केला. थोडक्यात, पृथ्वीवरील मानवसमूहाच्या एकत्वाची कल्पना आपण परिपूर्ण केली. पण हे सारे आपण मानवसमूहाची कृत्रिम वाटणी करून वाया घालविले आहे. आपण निरर्थक अशा मानवा-मानवांतील युद्धासाठी व राष्ट्रसीमा रक्षणासाठी मौल्यवान साधनसंपत्ती फुकट घालवितो आहोत! एकीकडून मानवाला अधिक नवनवी भूमी उपलब्ध व्हावी म्हणून आपण अधिक नवनव्या ग्रहताऱ्यांवर पाऊल ठेवले. आज सूर्यमालिकेतील अनेक ग्रह आपल्या हाताच्या टप्प्यात आले आहेत. मानवाने चंद्र, मंगळ, शुक्र व आणखीन किती तरी ग्रह जिंकून घेतले आहेत. पण हे करत असताना ह्या इवल्याशा पृथ्वीच्या पाठीवर आपण किती लहान-मोठे कप्पे केले, तटबंद्या घातल्या, माणसाला प्रवेश नाकारले; ह्याचा विचार केला की खंत वाटते. मानवाने शुक्रावर जाण्यासाठी ह्या पृथ्वीवरील सर्व

मानवसमूह एकत्रितपणे प्रयत्न करतात; पण ह्या पृथ्वीवरील मानवसमूहांना एकत्र येण्याची संधी नाकारतात, हे दृश्य विपरीत आहे.

सृष्टीतील नानाविध सौंदर्य पाहण्यासाठी आपल्याला डोळे दिले आहेत ते काही केवळ त्या वस्तूचे बाह्य सौंदर्य पाहण्यासाठी नव्हेत. चांगले-वाईट, इष्ट-अनिष्ट ठरविण्यासाठी माणसाजवळ जी विवेचक बुद्धी आहे– तीही केवळ स्वतःपुरते, परिवारापुरतेच किंवा एखाद्या मानवसमूहापुरतेच पाहण्यासाठी नाही. हे जग अनेक तऱ्हेने सुंदर आहे आणि ह्यातील प्रत्येक सौंदर्य जतन केले पाहिजे, ही आपली उपजत प्रेरणा आहे. तिलाच खोट्या धर्मवेडाने किंवा काही नव्या विचारसरणीच्या वेडाने छेद जातो आहे.

हा विचार पुरातन आहे. माणूस ह्या गोष्टीचा विचार सदैव करतो आहे; पण त्यात त्याला म्हणावे तसे यश आलेले नाही. कारण औदार्य आणि संकुचितपणा, डोळसपणा आणि आंधळेपणा, व्यापकपणा आणि थिटेपणा ह्या साऱ्या विसंगतीनेच माणूस बनला आहे. कदाचित त्यामुळेही आजचा माणूस अपुरा असला तरी सुखी असेल. मानवजातीच्या उत्पत्तीपासून ते संकल्पित विनाशापर्यंत माणूस ह्या सर्व गोष्टींचा विचार करीत राहिला, हीही गोष्ट काही कमी नाही. निरर्थक गोष्टीतही कलह करण्यात मानवाला अर्थ सापडत असेल. असुंदर गोष्टीत क्रौर्य शोधण्यात आपल्या अस्तित्वाचे रहस्य सापडते, असाही भ्रम त्याला झाला असेल.

परंतु अखेरीस ही लढाई माणसा-माणसांतील नाही, तर माणूस आणि निसर्ग ह्यांची आहे ह्याचे भान सुटता कामा नये. हे सुटेल, तर मानवाचा संकल्पित विनाश लवकर ओढवल्यावाचून राहणार नाही.

-०-०-०-

- २९ -

यश आणि अपयश

रात्री साडेबाराची वेळ होती. एका पार्टीहून निघून मी दादरला माझ्या मुक्कामाच्या घरी परतत होतो.

माझ्या एका मित्राच्या नाट्यसंस्थेचा त्या दिवशी एक शुभारंभाचा प्रयोग होता. हे नाटक दोन दिवसांनी पुण्यातही होणार असल्याने मी त्या शुभारंभाच्या प्रयोगाला गेलो नाही. त्याऐवजी पार्ल्यात असणाऱ्या एका हौशी नाट्यसंस्थेच्या कल्पक प्रमुखाला भेटण्यात मला अधिक रस होता. पण साडेबाराच वाजले होते. नाटक नुकतेच संपलेले असणार, म्हणून मी त्या निर्मात्याला भेटण्यासाठी थिएटरमध्ये गेलो. सर्वसामान्यत: नाटकाच्या प्रयोगानंतर काही ओळखीचे निमंत्रित समीक्षक, नट थोडा वेळ मागे थांबतात. त्यांनाही भेटता यावे, हाही माझा तेथे जाण्याचा हेतू होता. म्हणून थोडी अवेळ झालेली असतानाही मी रंगमंदिरात जाऊन पोहोचलो.

सारे प्रेक्षक निघून गेल्यामुळे थिएटरला एक भकास कळा आलेली होती. मी आतमध्ये जाईतोपर्यंत सारे कसे सामसूम झालेले होते. विंगा वगैरे उतरविण्याचे एवढेच काय ते काम तेथे सुरू होते. सर्वसामान्यत: मेकअप संपवून नट पहिल्या प्रयोगानंतर कुणाशी तरी बोलत गटागटाने उभे असतात, तेही कुठे दिसत नव्हते. नाटकात काम करणारा प्रमुख नट माझ्यासमोर नुसते अभिवादन करून निघून गेला. त्याचे हसणेही मला खोटे वाटले. वास्तविक, त्याची-माझी चांगली ओळख. एवढेच कशाला, कॉलेजच्या काळात त्याच्याबरोबर नाटकात फार पूर्वी मी कामसुद्धा

केले आहे. पण तो बोलण्याच्या मूडमध्ये नव्हता; तेव्हा मला थोडे आश्चर्य वाटले. नाटक त्याच्यासाठी लिहिले होते. म्हणजे निदान काही बरे-वाईट बोलावे, अशी माझ्याकडून अपेक्षा असायला हवी. पण ते घडले नाही. मला काय घडले असेल याचा थोडासा अंदाज आला. जरा पुढे पाहतो तो नाटकाचे दिग्दर्शक व निर्माते कशाची तरी वाट पाहत अगदी अवघडून नाइलाजाने एकमेकांशी न बोलता अंधारलेल्या भिंतीशेजारी बसलेले होते. दोघेही आपापल्या क्षेत्रात मशहूर आहेत. यश आणि अपयश पचवून निब्बर झालेले आहेत. दोघांशीही माझे अत्यंत घरोब्याचे संबंध आहेत.

का कुणास ठाऊक, काय घडले असेल याचे थोडेसे भान मला आल्यामुळे मी नाटकासंबंधी काही बोललोच नाही. काही जुजबी प्रश्नोत्तरे केली. संभाषण त्यांनाही वाढवायचे नव्हते. हेही मला नवीनच होते. मग मी त्यांचा निरोप घेतला. माझ्याबरोबर तेही उठले. मला वाटले, कदाचित या कोंदट वातावरणातून बाहेर पडल्यावर संभाषणाचा धागा पकडता येईल. पण तसेही घडले नाही. नाट्यगृहाच्या बाहेर आल्यावर ते आपल्या टॅक्सीकडे वळले व मी माझ्या गाडीत जाऊन बसलो. ही सारीच घटना मला इतकी आश्चर्यकारक वाटली आणि थोडी दु:खाचीही वाटली की, एका चांगल्या रंगलेल्या पार्टीतून इथे येण्याचा मूर्खपणा मी करावाच का, असा मला प्रश्न पडला. मग मी माझ्या निवासस्थानी आलो आणि अंथरुणावरच पडणार इतक्यात मला परिचित आवाज ऐकू आले, म्हणून मी तसाच बाहेर आलो. तो पाच-सात नाटकवेड्या मंडळींच्या गप्पा चालू होत्या आणि त्यात ज्याच्या घरी मी मुक्कामाला आलो, ते यजमानही होते. ते नुकतेच नाटक पाहून आले होते आणि त्या नाटकावरच संभाषण चालू असावे. मी त्यांना मला नुकताच आलेला अनुभव सांगितला आणि तेही सारे जण खळखळून हसले. नाट्यगृहात माझ्या झालेल्या उदास स्वागताचे रहस्य अगदी साधे होते. कारण ते नाटक पहिल्या प्रयोगातच नव्हे, तर पहिल्या अंकातच कोसळले होते. इतके कोसळले होते की, शिष्टाचार म्हणूनसुद्धा कोणी रंगकक्षात जाण्याचे साधे औचित्यही पाळले नव्हते. कौतुक तर राहोच, पण साधे भले म्हणावे असे त्या नाटकात काही म्हणजे काही नव्हते.

या नाटकाचा निर्माता आपल्याला नाटकांतला दर्दी समजतो. अनेक नानाविध नाटकांतील गणिते तो झटपट सोडवितो, असा त्याचा दावा आहे. पण असे असूनही हे नाटक इतके सपाटून आपटेल, अशी त्याने बहुधा अपेक्षा केली नसावी. पण असे तर पुष्कळदा होते. कारण नाटक ही मुळातच एक चमत्कारिक

व संमिश्र अशी कला आहे. डॉ. लागूंसारख्या सर्वश्रेष्ठ नट-दिग्दर्शकानेही 'राजा जटदेव' या नाटकाचे अपयश नाही पाहिले? हे अपयश अजाणता कोसळले; पण नाटक काय किंवा सिनेमा काय, लोक समजतात तितके जुगारी व्यवसाय नाहीत. जाणकारांची अजाणता चूक झालेली समजण्यासारखी आहे, पण व्यवहारपटू म्हणून टेंभा मिरवणाऱ्यांनी जाणीवपूर्वक अपयश ओढून घेतल्यावर त्याचे दुराग्रह, फॅड्स व नाजूक कारणे समोर येतात.

आता ओघानेच आले म्हणून सांगतो– राजाराम शिंदे यांनी जेव्हा 'भल्या काका' आणि 'माता द्रौपदी' ही दोन नाटके स्वीकारली आणि मला मुहूर्ताचे निमंत्रण दिले, तेव्हाच मी (त्यांना सांगू नये, असे असतानाही) "हे दोन नाटककार तुमचे नाहीत. तुम्ही ही नाटके करू नका. हे दोन नाटककार स्वतंत्रपणे मोठे आहेत, पण त्यांचे निर्मातेही निराळे आहेत. तुमचे नाटककार कालेलकर, विद्याधर गोखले, फार तर रणजित देसाई असे आहेत", असे सांगितले. शिंद्यांनी तेव्हा दोन्ही नाटकांचे शंभर-शंभर प्रयोग करणार, असे छातीवर हात मारून सांगितले. मी नुसताच हसलो. कारण शिंद्यांशी सवाल-जबाब करण्यात अर्थ नव्हता. पुढे मी सांगितल्याप्रमाणेच घडले, तेव्हा शिंदे म्हणाले, "तुमचा फोटो ऑफिसमध्ये लावतो." त्यातला विनोद सोडून द्या, पण जगात कोणी काय करावे याचे निसर्गसिद्ध नियम आहेत. आपल्या ताकदीबाहेर कोणी यत्नच करू नये, असा याचा अर्थ नाही; पण नव्या प्रवासाचे पाथेय निराळे असते याचे तरी स्मरण ठेवावे, एवढेच.

पण परवाच्या अनुभवानंतर एक गोष्ट माझ्या ध्यानात आली ती अशी की, कलेच्या क्षेत्रात भोगावी लागणारी अपयशे भयंकर केविलवाणी असतात. ज्या डॉ. लागूंनी मराठी रंगभूमीचे दशक खिळवून ठेवलेले आहे; त्यांना मध्यंतरीच्या व्यावसायिक नाटकातील अपयश किती बरे टोचले असेल! कलावंताच्या यशाचे व आनंदाचे चार-चौघांत वाटप करता येते, पण अपयशाचा मात्र तो एकटाच धनी असतो आणि हे एकटेपण महाभयंकर असते. या अवस्थेतच त्याचा पुष्कळदा तोल जाऊ शकतो; नव्हे, जातोच. तेथेच त्याची संस्कारक्षमता आणि संस्कृती या दोन्हींचीही परीक्षा होते.

मी अनेक लेखकांची व नटांची अशी अपयशे पाहिली आहेत. (आणि त्यांच्यापेक्षाही विव्हळ झालेलो आहे.) कलावंत जेव्हा यशाची वाटचाल करीत असतो, तेव्हा तो त्या भूमिकेसाठी लावलेला रंग घेऊन जगभर वावरत असतो. जो मुखवटा त्याने त्या भूमिकेसाठी स्वीकारलेला असेल, तो त्याला हवा तिथे

बाळगता येतो. रंगमंचावरील प्रकाश आणि त्याने साकारलेले व्यक्तिमत्त्व सतत त्याच्या दिमतीला उभे असते. अपयशाच्या रस्त्यावर मात्र हे सारे त्याचे वैभव हजार-दोन हजार डोळ्यांनी ओरबाडून घेतलेले असते. कलावंताची अहंता, रंगभूमीने देऊ केलेली महावस्त्रे तेव्हा तरी त्याच्या अंगावरून कट्यारीसारख्या तीक्ष्ण शस्त्रांनी कोणी तरी फाडलेली असतात. मग उरतो तो एक साधा माणूस, तुमच्या-आमच्यासारखा– पंख तुटलेला, शक्ती हरवलेला, बलात्काराने सीताहरण करून नेणाऱ्या रावणाच्या पायांखाली तुडवलेल्या जटायूसारखा. तेथे त्याचा तो एकटा असतो. त्याची बायको, मित्र, काल-परवा त्याची आरती गाणारे चाहते– कोणीही नसतात. त्याला संगत असते त्याच्यातील जागवलेल्या कलातत्त्वाची. ती पुरेशी असली की मग अपयशांना लाथाडूनही एकाकी रस्त्यावरून तो तेवढ्याच ताठ मानेने चालू लागतो. आणि तो वळण ओलांडले की, मग दिसतात दिवे– मग प्रकाश. असतात सगे-सोयरे, असतो टाळ्यांचा कडकडाट आणि दुभंगणारा एक मखमाली पडदा.

- ० - ० - ० -

- ३० -
नदीकिनारी माझा गाव

माणूस पोटासाठी वणवण करीत दशदिशांना भ्रमंती करीत हिंडत असतो. पोट भरण्याची निश्चिती असेल तेथे तो स्थायिक होतो, पण ते गाव त्याला आपलेसे वाटत नाही. आपण या गावात उपरे आहोत, म्हणून तो सदैव अस्वस्थ असतो,आणि उगीचच आपल्या जन्मगावच्या आठवणी काढत हुरहुरत राहातो. ज्या ठिकाणी आपल्या शैशवाला प्रौढत्वाची फुले फुलली, त्या गावात त्याच्या आनंदाच्या वृक्षाचे एक बीज तरारू लागत असते. 'पोटासाठी भटकत जरी दूरदेशी फिरेन', अशी उदासीनता तो काही काळ बरोबर बाळगीत असतो. हळूहळू नोकरी-व्यवसायानिमित्त स्थायिक झालेल्या गावात त्याचे पाय रुजू लागतात. शेजार-पाजार ओळखीचा होतो. त्या गावात त्याच्या मुलांचाही जन्म होतो. परिचयाने त्या गावातील काही वास्तू, काही माणसे किंवा काही संस्था त्याच्या आयुष्याचा अपरिहार्य भाग बनतात. तरीही अधून-मधून गावाकडच्या गोष्टी आठवतच असतात.

ज्यांच्या जन्मगावात कोणी वडीलधारे मागे असते अगर जुनेपुराणे घर, शेतीवाडी असते; तेथे त्यानिमित्ताने त्यांचे गावाशी संबंध चालूच राहतात. सणासाठी, जन्म-मृत्यूसाठी, कोर्ट-कचेऱ्यासाठी किंवा वडीलधाऱ्यांच्या दर्शनासाठी गावाकडे जाणे-येणे होत असते- एकट्याने किंवा सहकुटुंब. बायको परगावातली असली, तर तिला आपल्या गावाबद्दल मुळीच ओढ निर्माण होत नाही. शहरातल्या गर्दीतून खेड्यातल्या वातावरणात मुले आली, म्हणून काही काळ ती मोकळ्या वातावरणात रमतात. तरीही

त्यांना शहराची ओढ लागत राहते. त्यांचे बालपण तेथे खोळंबून राहिलेले असते. पत्नीचे गृहिणीपद शहरातच आकाराला आलेले असते. शिवाय शहरातली ती एवढीशी का होईना, पण चिमूटभर जागा तिच्या हक्काची असते.

ज्यांच्या आयुष्यात नशिबाने फिरतीची नोकरी दिलेली आहे, त्यांना कुठल्याच गावाची ओढ लागत नाही आणि त्यांच्या मुलांनाही कोणत्याच गावाचे संस्कार होत नाहीत. ही एक भटकी जमात आज इथे तर उद्या तिथे अशी भिरभिरत असते. निवृत्तीच्या शेवटच्या गावी ही मंडळी स्थायिक होतात. खेड्यात जन्मूनसुद्धा ज्यांना शेती किंवा घर नसते, त्यांचीही पाळेमुळे खऱ्या अर्थाने त्या खेडेगावात रुजत नाहीत.

आता हजारो माणसे शहरात येऊन कायमची स्थिर झाली आहेत. त्यांच्या मुलाबाळांना वेगळे असे जन्मग्राम नसतेच. गावाच्या म्हणून काही कोवळ्या हकिगती त्यांच्या मनात कधी निर्माणच होत नाहीत. घरातील म्हातारी माणसे त्यांना नकोशी होतात. संसारासाठी माणसाला घर हे लागतेच. पण या घरात अगोदरच एक संसार सुरू असतो. दुसऱ्या संसाराला फुलायला तिथे जागाच नसते. शरीर-व्यवहार होतो, त्यातून मुलेही होतात; पण मुले जन्माला येतात ती प्रौढ बनूनच. या कुटुंबाला जर गावाकडचे एखादे घर असेल; तर प्रत्यक्षात जरी त्या कुग्रामात कोणी जाऊन राहणार नसले, तरी त्या घराचा त्यांना मोठा आधार असतो. अंधारलेल्या त्या पडक्या-मोडक्या घरात त्यांना एकांत लाभतो. त्या घरात एखादा जराजर्जर आजोबा किंवा आजी नांदत असेल, तर त्यांची अडचण न वाटता उलट सोय वाटते. माणसाचा माणसाला दुस्वास वाटावा अशी मुळी खेड्यात परिस्थितीच नसते. संध्याकाळ झाली की एकदम तो वृद्ध माणूस गृहप्रमुख होतो आणि त्याचा घराला आधार वाटू लागतो.

खेडेगावातील घर टिकवणे आता फारसे परवडत नाही. घराची देखभाल महागडी होत चालली आहे. तेथे कुणीच कायमचे राहायला तयार नसते. शहारातील चकचकीतपणा तेथे नसतो. पाणी-वीज किंवा सॅनिटेशन हेसुद्धा समाधानकारक नसते. म्हणून गेल्या पाच-पन्नास वर्षांत आपल्या खेडेगावाचे संबंध अनेक कुटुंबांनी कायमचे तोडून टाकले आहेत. मुंबई, पुणे, कोलकता अशा बकाल गावांत जन्म गेल्यामुळे माणसाचा हळुवारपणा वा स्वप्नाळूपणा ओसरत चालला आहे. परवडत नसल्या तरी काही गोष्टी जपायला पाहिजेत, असे आता वाटेनासेच होते. केव्हा एकदा म्हातारी माणसे मरतील, असे वाटण्याइतका क्रूरपणा या शहरांनी निर्माण केला आहे. शहरात माणसे जगतात, संपत्तीही

मिळवतात; पण स्वप्न नावाचा अलंकार ते कायमचा गमावून बसतात.

कधी कधी वाटते की, माणसाला कुठले तरी जन्मग्राम असावे. त्या गावात माणसाने निवृत्तीचे आयुष्य घालवावे. नातवंडा-पंतवंडांना सुट्टीसाठी का होईना घरी बोलवावे. घराला गोठा असावा, जमले तर दुभती गाय असावी, परडे असावे, परड्यात फुलझाडे असावीत, सांडपाण्यावर माजणाऱ्या केळी असाव्यात. झाकलेली का होईना– विहीर असावी, तिच्या रहाटाचा कुरकुर आवाज येत असावा, पहाटे-पहाटे आजोबांच्या एखाद्या संस्कृत स्तोत्राने मुलांना जाग यावी. स्वच्छ अशा त्या सकाळी देवाला नमस्कार करून मुलांनी बशीतून भुर्र् भुर्र् करीत चहा प्यावा. आजीच्या अंगचटीला जावे. आंघोळीची घाई नसली तरी आंघोळीचे तगादे लावून घ्यावेत. आजोबा पूजेला बसले की मुलांनी नैवेद्याकडे डोळे लावून वाट पाहावी. मग बापाने कोणत्या शाळेत मार खाल्ला, ती शाळा पाहण्यासाठी आजोबांबरोबर बाहेर पडावे. वाटेत ओळखीच्या माळिणी, परीट, व्यापारी यांच्याशी रमतगमत, गोष्टी करीत गावातील रवळनाथाच्या देवळात जाऊन चिमूटभर अंगारा न लाजता कपाळाला लावून खोबरे खाऊन परत घरी यावे. आजीने रांधलेले अन्न खाताना श्लोकांच्या स्पर्धा लावाव्यात. आजोबा-आजींच्या आग्रहाचा एक-एक घास मुखात घ्यावा. चमक गेलेल्या त्यांच्या डोळ्यांतून पाणी गळत असावे. कारण मुलाला वेळ नाही, सुनेची यायची इच्छा नाही– असे काही तरी त्यांच्या मनात आलेले असणार.

जेवण झाल्यावर आजोबा-आजींना विश्रांती घ्यायला एकांत देऊन या पोरांनी शेजारील मुलांच्या साह्याने नदीकाठावर जावे, नदीत डुंबावे, रानात हुंदडावे, करवंदे खावीत, कैऱ्या पाडाव्यात, लाल-लाल झालेले गाल फुगवीत आंबलेल्या दातांनी, दमलेल्या गात्रांनी भुकेजून घरी परतावे. तोपर्यंत चिंताग्रस्त झालेले आजोबा व आजी मुलांना दटावण्यासाठी वाटच पाहत असतात. दटावण्याचे ते सारे नाटक असते. पेंगुळलेल्या डोळ्यांनी 'शुभं करोति' प्रार्थना किंवा परवचा म्हटल्यासारखे दाखवून पाटावर बसावे. झोप डोळ्यांवर आलेली असते, पण आजोबांच्या गोष्टी ऐकायच्या असतात. 'एका राजाला दोन बायका असतात. एक आवडती, एक नावडती...' पण ही गोष्ट मुले कधीच पूर्ण ऐकू शकत नाहीत. तोपर्यंत मुले पार झोपेजून गेलेली असतात. पऱ्यांचे नाच त्यांच्या डोळ्यांसमोर चालू झालेले असतात. जुन्या आठवणींनी व्यथित झालेल्या आजोबा-आजींचे अश्रू त्यांच्या गालांवर ओघळत असतात, पण त्यांच्या ते लक्षातही येत नाही. मग ते म्हातारा-म्हातारी एक दिवस नातवंडांना एखादी सोबत देऊन एस. टी.

स्टॅण्डवर पोचवायला येतात. आजीने रात्रभर जागून रवा भाजलेला असतो. लाडू वळलेले असतात. तेही ओझे आणि नातवंडे जाणार हेही ओझेच. मग उन्हाळ्याच्या सुट्टीची वाट पुन्हा पाहायची. गणपतीला किंवा शिमग्याला कदाचित मुलगा येईल, अशी आशा करायची.

पण ही जी मुले चंद्रमौळी घरांतून शहरात परततात, ती एक छोटेसे स्वप्न मनात ठसवूनच. जगाच्या पाठीवर कुठेही गेली तरी त्यांना गाईचे हंबरणे आठवतेच. त्यांच्या मनावर प्राजक्ताचा सडा पडलेला असतो. थरथरलेल्या हातांनी मारलेली आजीची मिठी सुटलेली नसते. गुळगुळीत टाइल्सच्या घरात वावरूनसुद्धा हिरव्यागार शेणाने सारवलेले माजघर त्यांना आठवत राहते आणि रेडिओवर जेव्हा एखादे गाणे लागते–

'नदी किनारे मेरा गाँव'

तेव्हा भोवतालची सारी श्रीमंती तुच्छ वाटते. वाटते– एस.टी. पकडावी धूळभरल्या रस्त्यावरून चालावे, त्या अंधाऱ्या माजघरात जावे, आजीची नजर चुकवून हळूच पळ काढावा आणि नदीकाठी जावे.

खरे सांगा– 'नदीकिनारी माझा गाव' असे गाणे म्हणता येणे, यातसुद्धा मौज आहे की नाही?

-०-०-०-

- ३१ -
कलावंताची अपेक्षा आणि पूर्ती

प्रत्येकाला अपेक्षा केल्यावाचून जगताच येत नाही. काही अपेक्षा स्वप्नरंजनात्मक असतील; म्हणजे त्या प्रत्यक्षात येण्याची शक्यता फारशी नसेलही. परंतु लहानमोठ्या अपेक्षांनीच मनुष्य आशवादी असतो, प्रयत्नशील असतो, आणि हे तेचतेचपणाने भरलेले व पुष्कळसे कंटाळवाणे असलेले आयुष्य तो जगत राहतो. लहानमोठ्या अपेक्षांची मालिका म्हणजेच आयुष्य! सगळ्याच अपेक्षा पुऱ्या होण्याची शक्यता नसते; तर अधूनमधून काही अपेक्षांची पूर्ती होते आणि त्यानेच सारे जीवन सुसह्य होते.

माणसाच्या अपेक्षा तरी किती लहानसहान असतात! बरीशी नोकरी मिळणे, नोकरीत बढती मिळणे, पुत्रलाभ होणे, कसलेतरी लहानमोठे पारितोषिक मिळणे, स्वत:चे घर असणे, चांगली (निदान तेव्हातरी) बायको मिळणे. खरेतर या अपेक्षा तशा किती लहान आणि क्षुल्लक असतात! कधी कधी काही दुर्दैवी माणसांना मात्र सतत अपेक्षाभंग सहन करावा लागतो. पुष्कळशी माणसे चिडचिडी होतात, तर काही माणसे त्यामुळे हताश होतात. काही माणसे ऐहिकापासून पळ काढून कुठल्यातरी आध्यात्मिक शांतीत मश्गूल होऊ पाहतात. परंतु लहानमोठ्या अपेक्षांची तृप्ती ही मानवी व्यवहाराला सौंदर्य आणि सौष्ठव आणणारी गोष्ट आहे. अपेक्षा आणि पूर्ती म्हणूनच हातात हात घालून वावरायला हवीत!

हे झाले सर्वसामान्य व्यवहारी लोकांचे! पण निर्मितिक्षमता असणारे कलावंत विशेषत: साहित्यिक, नाटककार या अपेक्षापूर्तीच्या खेळात पुष्कळदा भरडले जातात. एकतर त्यांचे मन अतिशय

तरल असते, संवेदनाक्षम असते. लहानमोठ्या अपेक्षाभंगाचे त्यांचे दुःख दारुण असते. अपेक्षापूर्तीची त्यांची गणितेही तितकीच विचित्र असतात. सर्वसामान्य माणसाला कलावंतांच्या मानसिक आंदोलनाची कल्पना नसते. कारण आतून खळखळाट असलेला कलावंत त्याचे कलाक्षेत्र सोडून अन्य वेळेला सर्वसामान्य माणसांचेच जीवन जगत असतो. म्हणून त्याच्या आत पेटत असलेल्या ज्वालामुखीचा पत्ता फारसा कुणालाच लागत नाही. काहीही निर्मिती करणे ही मुळात अतिरिक्त वेदनेची आणि नंतर कदाचित थोडी सुखाची बाब असते. मग ती अपत्यनिर्मिती असो, एखादी चांगली चित्रकृती असो किंवा असामान्य अशी साहित्यकृती असो. निर्मितीची ही सारीच क्रिया प्रसूतीसारखी आहे. एखादे बीज प्रथम रुजायला हवे. रुजल्यानंतर त्याची अंतर्यामात कुठेतरी वाढ होऊ द्यायला हवी. स्वतःच्या रक्तामांसाने ते बीज वाढवायला हवे. ते वाढत असणारे बीज योग्य त्या प्रमाणात वाढून योग्य त्या वेळेस बाहेर यायला हवे. वेदनेशिवाय असे नवागत बीज प्रकाशात येतच नाही. त्याच्या जन्मोत्सवानेच आनंद होत असेल; पण त्याचा जननकाळ वेदनाकारकच असतो. बाळगलेल्या अपेक्षा आणि प्रत्यक्षात अस्तित्वात आलेली निर्मिती यांचा मेळ बसला म्हणजे समाधान वाटते, नाही असे नाही. निदान काही काळ समाधान मानून घेतले जाते! परंतु थोड्याच अवधीत अपेक्षा आणि पूर्ती यांत कुठेतरी विसंवाद निर्माण होतो.

एकतर मनात जे जे आले आणि साकारले, ते शब्द प्रत्यक्षात एवढे सुंदर वाटतच नाहीत, आणि वाटले तरी पाहणाऱ्याला ते तितके सुंदर वाटत नाहीत. निर्मितिक्षमता असणाऱ्या कलावंताला ते सुंदर वाटणे शक्य आहे, त्यात गुंतल्यामुळे. पण त्याचे कारण त्याच्या मनात अजूनही उरलेली अनेक कल्पनांची पिसे त्या कलावस्तूला लगडलेली असतात, जी इतरांना दिसत नाहीत, आणि मग कौतुकाचा प्रतिसाद मिळाला नाही, की कुठेतरी अस्वस्थता निर्माण होते. निर्मितीच्या कालखंडात कलावंताचे सैराट मन अवकाशाच्या पोकळीत हिंडून जे जे खूप काही गोळा करते, त्यातले सगळेच काही प्रत्यक्षात आलेले नसते. मन जेवढे विशाल असते तेवढा कलारूप बाहेर आणणारा रस्ता विशाल नसतो. सांगायचे पुष्कळच राहून जाते. बरे, निर्मिती झाल्यानंतर ज्याप्रमाणे अपत्याचे नकटे नाक सुंदर करता येत नाही, डोळ्यांचे विभ्रम बदलता येत नाहीत, तसेच साहित्यकृतीचेही असते. नंतर काहीच करता येत नाही. करायचे ते सारे निर्मितीप्रक्रियेतच अत्यावश्यक असते.

बाहेरून केलेली कोणतीही सांधेजोड किंवा दुरुस्ती ती कलाकृती अधिकच

बेंगरूळ बनवते. एखाद्या नाटकाचा प्रयोग प्रत्यक्ष झाला की संपले. त्यात कितीही दुरुस्त्या केल्या, तरी त्याचा काही उपयोग नसतो. चित्र काय, संगीत काय, कथा-कादंबऱ्या काय, नाटके काय, सगळ्याच बाबतींत हे असे आहे. खूप काहीतरी भव्य-दिव्य निर्माण करण्याच्या आकांक्षा मनात येणे आणि प्रत्यक्षात मात्र भलतेच काहीतरी निर्माण होणे, असे पुष्कळदा घडते. हा अपेक्षाभंग पुष्कळ कलावंतांना सहन करता येत नाही.

अगोदरच निर्मितिप्रक्रियेत कलावंत खर्ची पडत असतो. मनाने तर तो खर्ची पडतोच, पण शरीरानेही पडतो. सर्वसामान्य माणसाला वाटते, की चार शब्द एकापुढे एक ठेवले, त्यांत अधूनमधून उभ्या रेषा मारल्या म्हणजे कविता होते. यात कसले कपाळाचे शारीरिक कष्ट? माडगूळकरांसारखा कवी बसल्याबसल्या सहजगत्या सुंदर कविता रचत असे! त्या कविता सहज होत असत; नाही असे नाही. पण आपण समजतो तितके ते काम सोपे आणि सरळ नसायचे. काही भव्य, दिव्य, सुंदर, दाहक असे जे जे निर्माण होते, त्यामध्ये परमेश्वरी अंश जरूर असतो. खूप काही साधनाही त्यात असते. दिसायला अगदी सहज आणि सोपी वाटते, ती अत्यंत कष्टदायक यात्रा असते, आणि हे कष्ट जसे मनाचे तसेच शरीराचेही असतात. चांगलं काही निर्माण झालं, की काही काळ तरी कलावंताचे मन रिते पडते. शरीरसुद्धा त्राण हरवते. हे रितेपण त्याला अस्वस्थ करते. कृतकृत्यतेचं समाधान या रितेपणाला पुरेसं सामर्थ्य देऊ शकत नाही. स्तुतिपाठकांचा मेळावा, मद्याचा पेला किंवा स्त्रीसौंदर्याचा आस्वाद हाही हा रितेपणा भरून काढतोच असं नाही.

शरीराला आणि मनाला सुखवण्याचे अनेक प्रकार कलावंत करून पाहतो. नवे त्राण मिळण्यासाठी हे परिचित मार्ग वापरताना कधीतरी आपला कलावंताचा मूळ धर्मही तो विसरतो. चारित्र्यसंपन्न आणि विवेकी कलाकार नसतातच असे नाही! असतात. त्यांचे देव रक्षण करो. परंतु कलावंतांच्या स्वच्छंदी आणि अतिरेकी वागण्यात कधी कधी एक एकाकी कारुण्य लपलेलं असतं. प्रसूतीनंतर जशी स्त्रीची आपण काळजी घेतो, जशी झाडावरच्या मोहोराची आपण काळजी घेतो, तशी कलावंतांची काळजी घेण्याची काही सोय नाही. त्यातही अपेक्षाभंगाचं दुःख त्याच्या वाट्याला आलं, म्हणजे तर आणखीन एका शोकांतिकेची सुरुवात होते. आपली कलाकृती समजण्याची लोकांची पात्रता नाही, हळूहळू माझ्या कवितेतील मर्म लोकांना कळेल, काळ अनंत आहे वगैरे समर्थनांचा तो आश्रय शोधू लागतो. कधी तो उद्दाम होतो. कधी तो उदास होतो. त्याला हवा असतो

एक कौतुकाचा हात, रसिक कौतुकाचा हात. कधीकधी काही जाणती माणसे कलावंताला असा हात देतात आणि नव्या उमेदीने कलावंत उभा राहू शकतो. कधीकधी त्याची पत्नी त्याला समजून घेते. त्याला शक्ती देऊ शकते. पण असं क्वचित घडतं; कारण नवरा म्हणून तिने या कलावंताला अगदी सामान्य पुरुषाच्या स्वरूपात पाहिलेले असते. शिवाय स्वामित्वाचाही प्रश्न असतो. सुरक्षिततेचा असतोच असतो! सांसारिक जबाबदारीच्या विळख्यात सापडलेली ती स्त्री आधार शोधणाऱ्या नवऱ्याची मन:स्थिती समजून घेऊ शकत नाही. ती त्याची प्रेयसी होऊच शकत नाही. धडपडणारा कलावंत मग अशा वेळेला मिळेल तो हात हातात घेतो. अनेक चित्रकार, लेखक, नाटककार यांची प्रेमप्रकरणे आपण वाचली असतील. त्यांच्या आयुष्यात आलेल्या स्त्रिया बुद्धिमान असतात किंवा रूपसंपन्न असतात असे नाही. खरंतर कोण कुणाला आवडतं, असले हिशेब मुळातच मूर्खपणाचे असतात. जिची कौतुकाची शक्ती अफाट आहे तिचं रूप किंवा बुद्धी विचारात न घेता कलावंत तिचा आश्रय घेऊ शकतो. कित्येक वेळा बदनामी हीसुद्धा उपकारक गोष्ट ठरते. ज्या समाजानं आपली कलाकृती स्वीकारलेली नाही, त्या समाजाचे नीतिनियम आपण मोडले व ठोकरले हेसुद्धा समाधान कलावंतांना जगायला निमित्त देते.

कलावंताची-अर्थात आपण चांगल्या कलावंताबद्दलच बोलतो आहोत-मानसिक आंदोलने ही मुळातच अतिशय गुंतागुंतीची प्रक्रिया आहे. त्यावर अनेकांनी अनेक तऱ्हेची चिकित्सा करूनसुद्धा त्या मन:स्थितीचे निश्चित रूप ठरवता आलेले नाही. लेखकाला लिहावेसे का वाटते? लेखनात आलेली माणसे त्याला कुठे भेटतात? ही सारी माणसे, त्यांचे मनोधर्म, हे सारे लेखकाच्या मुशीत कसे एकरूप होतात, यासंबंधी निश्चित आराखडा सांगता येणार नाही.

सर्वसामान्य माणसांसारखं आयुष्य जगत असताना कलावंतही जगाचे सौंदर्य किंवा कुरूपता टिपत राहतच असतो. कळत नकळत त्याच्या कोषात अनेक चिजा जमा होत असतात. त्यांतली कोणती चीज कोणत्या वेळेला प्रकट होईल, हे सांगता येत नाही. लहानपणी दैन्य पाहिलेले असते. दुर्मुखलेल्या स्त्रिया पाहाव्या लागलेल्या असतात. कधी कुणा परिचिताच्या मनातील विकृती आघात करून गेलेली असते. शाळा, मित्र, नातेवाईक, गावचा परिसर, आपोआप मनात वसलेल्या ग्रंथातील बरीवाईट व्यक्तिचित्रे ही सारी शिदोरी जमा होत असते. त्या वेळेला या साऱ्या बऱ्यावाईट असलेल्या म्युझियममधून हव्या तेव्हा योग्य वस्तू निवडून घ्यायच्या असतात. कधीच न अनुभवलेल्या, न पाहिलेल्या

अशा अनेक अदभुत स्थळांचा, व्यक्तींचा, घटनांचा जेव्हा त्याच्या साहित्यात अचानक प्रवेश होतो, तेव्हा त्याचा तोसुद्धा भांबावतो. हे सारं आलं कुठून, हे त्याचं त्यालाच कळत नाही. लेखकाला प्रतिभा नावाची एक दिव्य देणगी आहे. एक निराळेच डोळे ज्याच्यासाठी जगभर हिंडत असतात. कदाचित हेही खरं असेल, त्याच्या इच्छेविरूद्ध आणि नकळत कितीतरी गोष्टी त्याच्या मन:कोषात जमा झालेल्या असतात. हे अनाहूत पाहुणे त्याच्या घरी कुणीतरी अचानक आणून सोडतात. त्यांचं स्वागत करताना जसे त्याचे रसिक वाचक किंवा प्रेक्षक चकित होतात, तसाच तो कलावंत चकित होत असेल. या पाहुण्यांचं स्वागत करताना त्याची तारांबळ उडते, पण त्याचबरोबर हे पाहुणे फक्त माझ्याच घरी आहेत असा एक सार्थ अभिमान त्याच्या ठायी व्यक्त होऊ लागतो. हे ज्या क्षणी त्याला उमगते, त्या वेळेसच त्याच्यासाठी निराळं जग निर्माण होतं. आत्मविश्वास म्हणा, अहंकार म्हणा, वाटल्यास उद्दामपणाही म्हणा; त्याचा जन्म त्याच दिवशी, त्याच्या ठायी होतो, लहानमोठ्या प्रशंसेच्या पलीकडे जाण्याचा रस्ता त्याला सापडतो. या सृष्टीच्या गूढ स्वरूपातील तो एक विद्युत्‌भाराने लगडलेला कण बनून जातो. कलावंताचे वेगळेपण असेच केव्हातरी त्याला जाणवायला लागते.

कलेच्या क्षेत्रात असणारा प्रत्येकजण कलावंत नसतो. कुणी बडवे असतात तर कुणी गुरव असतात, कुणी टाळकरी असतात तर कुणी मोर्चेल फिरवणारे असतात. त्या देवळात असणाऱ्या एका दगडाला देवत्वाचं रूप का आलं, हे यांपैकी कुणालाही माहीत नसतं. कारण एकतर त्या देवत्वाचा व्यापार करणं हा त्यांचा धंदा असतो आणि शिवाय हे सारे शरणार्थी असतात. या दगडात जे अलौकिक सामर्थ्य असतं, ते समजून घेण्याची क्षमता यांपैकी कुणाजवळच नसते. एखादाच तुकाराम देवाशीही झुंज घालू शकतो. एखादाच ज्ञानेश्वर कृष्णानेही सांगितलेल्या गीतेपेक्षा मी निराळं सांगतो, अशा अहंकारात वावरू शकतो. असे कलावंत थोडे. माणसे तर सोडाच, पण पशूसुद्धा माझ्या शब्दांवर तल्लीन होतील या अहंतेत वावरणारा एखादाच गुणाढ्य असतो. एखाद्याच कबीराचे शेले राम विणतो. एखाद्याच जनाईचे दळण विठ्ठल दळू लागतो. देवालाही दास बनवण्याची शक्ती असामान्य परतत्त्वाचा शोध लावणाऱ्या कलावंताला लाभू शकते. कुणी चांगले किंवा वाईट म्हटले, तरी या कलावंतांची मस्ती कमी होत नाही.

परंतु कलावंत हा संतुष्ट अवस्थेत राहूही शकत नाही. कारण संतोष प्रतिभेला विषासारखा आहे. काहीतरी अद्‌भुत असं आपल्याला सापडलंय असं

वाटायच्या आधीच नव्या अद्भुताचे त्याला वेध लागले पाहिजेत! अपेक्षा आणि पूर्ती या लौकिक अर्थानं आवश्यक असणाऱ्या पुलावरून यांचा प्रवास कधी होतच नाही. यांचा रस्ता हवेतूनच असतो. यांचे पंख नेहमीच फडफडत असतात.

मी कलावंत नाही. पण कलावंतांच्या दुनियेत वावरणारी काही माणसे माझ्या परिचयाची आहेत. बोलूनचालून प्रसिद्धीच्या वृत्तपत्रीय व्यवसायात मी पोट भरतो आहे. लहानमोठ्या प्रसिद्धीच्या लोभाने माणसे माझी खुशामत करतात. या खुशामतीमुळे चांगले आणि वाईट यांतला फरक ओळखण्याची माझी क्षमतासुद्धा हळूहळू नष्ट होते आहे. वाटते की या खुशामतखोरीच्या जगात किती लहानसहान गोष्टींना महत्त्व येते! ज्यांच्याकडून प्रशंसा हवी, ते तर माझ्याकडे ढुंकून पाहायला तयार नाहीत आणि ज्यांच्या प्रशंसेने माझे पाय गाळात अधिकच रुततात, त्यांची प्रशंसा किंवा निंदा ही तर माझ्याभोवती फेर धरून राहिली आहे. अशा एका तोंडपुज्या आणि तोंडदेखल्या जगाचे नियम आता मला कळू लागले आहेत. कधी कधी त्या साऱ्या जगाचा कंटाळा येतो; पण आपण कलावंत नाही, आपण एक व्यापारी आहोत, एक भारवाही हमाल आहोत याची जाणीव झाली, की मग दु:ख आटोपते. मग जे कुणी प्रतिभेच्या पंखावर सुखरूपपणे वावरत राहतात, त्यांच्याकडे पाहून दिलासा मिळतो. कवी, चित्रकार, नाटककार आणि गायक यांच्या दुनियेशी पोचू शकेल असा एक लहानसा रस्ता आपल्याला सापडला आहे, हे भाग्य तरी काय कमी महत्त्वाचे आहे? आपण कलावंत नसलो, तरी कलावंताच्या सावलीत उभे राहायला काय हरकत आहे? अर्थात सावलीसुद्धा पुष्कळदा उन्हापेक्षा जाळणारी असते, हे सोडून द्या.

-०-०-०-

- ३२ -
गुलामांचा शृंगार म्हणजेच या ठुमरी-गझला

पिया मिलनको जाना....
कां करूँ, सजनी, आये न बालम...
पिया बिन नहीं आवत चैन...
याद पियाकी आय....

भारतीय संगीतात ठुमऱ्या, गझल-कजरी आदी प्रकारांत स्त्रीच्या विरहासाठी एकच एक कल्पना राबवली जाते. खरेतर हे सारे भावगीताचे प्रकार आहेत. म्हणजे वेगवेगळ्या भावनांचे कल्लोळ ह्या गीतप्रकारांतून उठायला हवेत. परदेशी गेलेल्या प्रियकराचा विरह, रात्र टळून गेली तरीसुद्धा वायदा देऊन न येणारा प्रियकर, थंडगार रात्री उबदार शरीरस्पर्शाची ओढ लागलेली विरहिणी, एकदाच भेट घेऊन चटका लावून गेलेला व परत न भेटणारा प्रियकर अशा तऱ्हेची ही विरहगीते आपल्याला वारंवार भेटतात. ऐकणारा सुरांबरोबर त्या शब्दांच्याही अधीन होतो. जर गायिकेची भावमुद्रा अनुरूप असेल, तर तो त्या विरहात प्रत्यक्ष सामीलही होतो. जेव्हा खरोखरीच दूरदूरची अंतरे तोडणे शक्य नव्हते, तेव्हा त्या विरहाची आर्तता अधिक वाढत होती. त्या कालानुसार जेव्हा वारंवार युद्धावर जाणे हे अपरिहार्य होते, तेव्हाही दीर्घकाल विरह भोगावा लागत होता. स्त्रीपुरुष संबंधाचे स्वरूपसुद्धा मध्यंतरीच्या काही कालखंडात फार कोमटलेले होते. कुलवती स्त्रियांना आपल्या प्रियकराशी संभाषण करणेसुद्धा अवघड होते. सारी सुखे तेव्हाही माणसाला आजच्याइतकीच हवीशी वाटत; परंतु त्या सुखांची वाच्यता करणे त्या काळात अशिष्टपणाचे

होते.

इथे मुसलमान आले आणि स्त्रियांचे सारे स्वातंत्र्य धोक्यात आले. म्हणजे पूर्वी स्त्रियांना फार मोठी प्रतिष्ठा होती, अशातला भाग नाही. देवता, जगन्माता वगैरे शब्दांनी स्त्रीची भलावण केली, तरी अखेर ती एक देवघेवीचीच वस्तू होती. स्त्रीच्या आयुष्यात एकच पुरुष यायचा- कुरूप, म्हातारा, दरिद्री, रुग्ण असेल तो - त्यालाच सर्व निष्ठा वाहायच्या आणि तो म्हणेल त्यानुसार त्याची शरीरसेवा करायची. कामसखी, स्वयंपाकीण आणि दाई अशी तिहेरी भूमिका जन्मभर वठवायची, असाच तेव्हाचा शिरस्ता होता. हत्ती, घोडे, उंट, दागिने यांप्रमाणे स्त्रीसुद्धा, धर्म जाणणाऱ्या या देशातील श्रेष्ठ सम्राटालाही जुगारात पणाला लावण्याची वस्तू वाटली. पण तरीसुद्धा स्त्रीला मुक्तपणे हिंडताफिरता येत होते. तिला कोणी अंधारात कोंडून ठेवत नव्हते. शिष्टसंमत मार्ग सोडून अन्य वेळेला विवाहित स्त्रीला पळवून नेता येत नव्हते. परंतु मुसलमानी आक्रमण येथे झाले आणि स्त्रीची उरलीसुरली प्रतिष्ठाही नष्ट झाली. मोकळी हवा आणि प्रकाश यांनाही ती पारखी झाली. ती गोशातच गेली. ती स्वत:चे संरक्षण करू शकत नव्हती.

संसारासाठी स्त्री आणि मौजमजेसाठी किंवा आमोदप्रमोदासाठी कंचनी किंवा दासी अशी विभागणी ही एके काळची रीत झाली. पूर्वीही पुरुषांची अंत:पुरे होती. एका पुरुषाला एकापेक्षा अनेक स्त्रिया बंधनात ठेवता येत असत. स्त्रियांच्या गरजेचा आणि आनंदाचा विचार करण्याची कुणालाही आवश्यकता वाटली नाही. स्त्री हे पुरुषांचे खेळणेच होते. तरीही त्या काळात अंत:पुरावर पहारे नव्हते. सुरक्षितता म्हणून स्त्रीने एकनिष्ठा पतकरली होती. स्त्रीच्या चारित्र्यरक्षणासाठी खड्गधारी पहाऱ्याची गरज नव्हती.

परंतु मुसलमानांच्या राजवटीत मात्र स्त्रियांचे हे उर्वरित स्वातंत्र्यही लयाला गेले. कुणाचीही देखणी स्त्री ओढून आपल्या जनान्यात आणण्यात मुसलमानांनी पुरुषार्थ मानला. शांतता आणि सुबत्ता विकत घेण्यासाठी प्रतिष्ठित राजामहाराजांनीही आपल्या मुलीबाळी सत्ताधीशांच्या स्वाधीन केल्या. मुसलमानी संस्कृतीने हिंदू समाजातील पुरुषांची स्त्रियांबद्दलची दृष्टी अशीच आपल्यासारखी विकृत केली. केवळ पुरुषांपासूनच नव्हे, तर प्रकाशापासूनसुद्धा आपले रूप लपविण्यावाचून स्त्रियांना गत्यंतर उरले नाही. श्रीमंतांच्या आणि सत्ताधीशांच्या महालांत असणाऱ्या स्त्रियांना आपापल्या भव्य प्राकारात का होईना, पण आमोदप्रामोद करता येत; पण अन्य उर्वरित समाजात स्त्रियांना तेवढेही स्वातंत्र्य उरले नाही.

स्त्रियांनी सुंदर दिसायचे ते पुरुषांसाठी. संगीत, नृत्य आदी कला शिकायच्या त्याही आपल्या धन्याच्या मनोरंजनासाठी. व्रतवैकल्ये करायची, ती ज्याने दावणीला बांधले त्या मालकाच्या सुरक्षिततेसाठी. कारण कोणत्याही कारणाने नशिबात आलेला एखादा पुरुष दुरावला किंवा दगावला, तर हिंमत असेल तर जळून जाणे आणि नसेल तर जळत राहणे याशिवाय स्त्रीला अन्य पर्याय नव्हता. आयुष्यात एकदाच आणि एकच पुरुष प्रवेश करू शकायचा. म्हणून त्याच्यासाठीच जगायचे आणि त्याच्या नावानेच मरायचे.

त्याचा परिणाम इतकाच झाला, की मुक्त शृंगाराची शक्यताच संपली. खुरटलेल्या स्त्रीला अवचित लाभणाऱ्या पुरुषसहवासाशिवाय अन्य चिंतनाचा विषयच उरला नाही. ही गुलामगिरीची जाण अंगोपांगी इतकी मुरून गेली की, स्त्रीच्या शरीरग्रंथीसुद्धा गोठून गेल्या. सुख देण्याची आणि सुख घेण्याची निसर्गाने दिलेली तिची शक्तीसुद्धा गारठून गेली. स्त्रीचे सारे विश्व कुठल्यातरी एका माणसाच्या भवितव्याशी इतके जखडले गेले, की फक्त त्याच्या डोळ्यांतूनच तिला जग पाहता येऊ लागले. तेवढ्याच पुरुषाचा आवाज ती ऐकू लागली, आणि यातच जीवनाचे सार्थक आहे, असे ती मानू लागली. त्या पुरुषाचा विरह, शृंगार, पराक्रम एवढेच तिच्या कौतुकाचे विषय उरले. जर चुकून परपुरुषाचा विचार आलाच किंवा नियमित असणाऱ्या आनंदाव्यतिरिक्त नवा आनंद तिला मोह घालू लागला, तर ती कुलटा ठरू लागली. अन्य जग तिला कुलटा ठरवेच; पण ती स्वतःलाही पतित समजू लागली.

जगातील एवढ्या प्रचंड शक्तीचा, सौंदर्याचा त्या कालखंडात अपव्यय झाला. अशा तऱ्हेने सावलीसारखे जीवन जगणारी स्त्री जी वंशवृद्धी करी, ती मुले तरी कोणते स्वतंत्र विचार ग्रहण करणार? आपण पुराणांतरीच्या नुसत्या गोष्टी वाचत राहिलो. रुक्मिणीने प्रेमपत्र पाठवून श्रीकृष्णाला बोलावून घेतले आणि आपल्याला हवा तो प्रियकर मिळवला, ही मग भाकडकथाच ठरली असे मानले पाहिजे. प्रेमपत्र लिहिणे, संकेतस्थळी भेटणे, आवडत्या पुरुषाची आकांक्षा करणे, प्रसंगी घर सोडून पळून जाणे, पाच-पन्नास पुरुषांतून हवा तो समर्थ पुरुष निवडणे, ही सारी केवळ रंजनात्मक कल्पिते ठरली. तशा अर्थाने वैदिक काळातील स्त्रीची समर्थ व्यक्तिरेखा केव्हाच संपुष्टात आली. गार्गी, मैत्रेयी, लीलावती आदी स्त्रियांचा जमाना संपला. पळवून नेले जाण्याच्या भीतीने जोहार करणारी पद्मिनी तेवढी मागे उरली. आपखुशीने किंवा जबरदस्तीने नको त्या पुरुषाची शय्यासोबत करणाऱ्या जोधाबाईच मागे उरल्या.

मग अशा कालखंडात स्त्रियांच्या विरहाचा टाहो हाच एक शृंगाराचा विषय बनला. खरेतर ह्या यावनी संस्कृतीच्या वर्चस्वाखाली निर्माण झालेल्या संगीतप्रकारात शृंगाराच्या नावाखाली स्त्रियांनी काढलेल्या या विलापिका आहेत. प्रेमविव्हल स्त्रियांची ही विरहगाणी नव्हेत, तर अगतिक झालेल्या स्त्रियांची-गुलामांची ही रडगाणी आहेत. आतून ओढ लागलेल्या शरीराचा दाह ज्याच्यावाचून शमणार नाही, अशा पुरुषाची केलेली ही व्याकूळ विनवणी आहे. तुझ्याशिवाय मला कोणी त्राता नाही, या म्हणण्यात त्या पुरुषावरील प्रेम आणि निष्ठा व्यक्त होण्याऐवजी तिची अगतिकताच व्यक्त होते.

त्या गरीब, दुर्दैवी स्त्रिया तरी दुसरं काय करू शकणार? आपल्या अगतिकतेला त्यांनी एकनिष्ठ दिव्य प्रेमाचं स्वरूप दिलंय खरं; पण ही सारी निष्ठा त्यांच्यावर लादलेलीच नाही काय? एकांतातसुद्धा त्या स्वतःच्या वेदना बोलू शकत नाहीत. क्षणिक तर क्षणिक - शरीरसुख तर शरीरसुख, दर्शन तर दर्शन, काय मिळेल तेवढेच माझ्या झोळीत टाक, अशी ही प्रेमाची भीक मागण्यावाचून त्या तरी काय करणार? आपण मात्र त्यातून दोन जीवांची अभेद्य आणि काव्यकोमल एकरूपता अपेक्षिलेली आहे. पण त्या हळव्या, दुबळ्या, अतृप्त स्त्रियांना या विरहगीतांतूनच आपली याचना व्यक्त करणे शक्य होते. खरोखरच ह्या सर्व विरहिणी स्त्रिया आपल्याला कैदखान्यात टाकणाऱ्या मालकाची मनोभावे वाट पाहत असतील काय? का त्याच्या नावाने व्याकूळ विरहगीते गातागाता एखादा कल्पित प्रियकर त्यांच्या डोळ्यांसमोर असेल? ज्या पियाची याद त्यांना आजन्म सतावते आहे, तो पिया त्यांच्यासारखाच या स्त्रीच्या सर्वार्थाने प्रेमात पडला आहे काय? तो रूपसुंदर आहे, पराक्रमी आहे, उदारही आहे, शिवाय वर्षांनुवर्ष त्या स्त्रीची कामतृष्णा भागवण्याची त्याची क्षमता आहे. तो केव्हाही येऊ शकतो. गवाक्षातून, सौधावरून, झरोक्यामधून संगिनींचा पहारा असला तरीही बंदिस्त महालात त्याला येता येते. कारण तो दुसऱ्या कोणाला दिसतच नाही. दिसतो फक्त त्या विरहिणीलाच. रक्षक स्त्रियांचा पहारा असला तरीही आपल्या प्रियसखीचे तो वस्त्रहरण करू शकतो, शरीर कुरवाळू शकतो, तिला सुख वाटेल त्या ठिकाणी स्पर्श करू शकतो. वेळ नाही, अवेळ नाही, रात्र नाही, दिवस नाही, वसंत नाही, ग्रीष्म नाही; त्याला स्थळकाळाचे बंधनच नाही. ती ओलेती असली तरी तो अवचितपणे येऊन तिला न्याहाळू शकतो. पहाटेच्या थंड आणि उत्साहवर्धक समयी हलकेच तो तिच्या पांघरुणात शिरू शकतो आणि तापलेल्या तिच्या गात्रांना केव्हाही शांत करू शकतो. तो तिला छळतो,

गुलामांचा शृंगार म्हणजेच या ठुमरी-गझला/ १७१

पण तो छळसुद्धा किती सुंदर असतो. तो तिला वाट पाहायला लावतो. पण शरीर तापवण्यासाठीच तो हा वेळ काढत नाही काय?

अशा त्या अनामिक आणि अशारीरिक प्रियकराच्या आठवणीने त्या काळातील साऱ्या स्त्रिया रोमांचित होत असल्या पाहिजेत.

ही सारी विरहगीते म्हणजे एक प्रकारची व्यभिचारगीतेच नाहीत काय? संयमाचा आणि विरक्तीचा उपदेश केला म्हणून शरीराची मागणी काही थंड होत नाही. मनापेक्षा शरीर अधिक वेडेचार करायला लावते. शरीरधर्माला जो जो चुकवायला जावे, तो तो शरीर अधिकच अनावर होते. सदाचार हासुद्धा शरीरतृप्तीतूनच जन्म पावायला हवा. शरीराची अतृप्ती म्हणजे व्यभिचाराला निमंत्रण. पण या स्त्रियांनी तरी काय करावे? तृप्तीची कसलीही शक्यता नाही. शरीरधर्म पुरवणारा एकमेव धनी युद्धावर गेलेला आहे. परस्त्रियांच्या विळख्यात पडलेला आहे. वारुणीने झिंगलेला आहे. त्याला घराची आठवणसुद्धा होत नाही. घरात कोंडून ठेवलेल्या अनेक विरहिणींच्या अश्रूंच्या नद्यांच्या पलीकडच्या तीरावर तो उभा आहे. मग त्या अनेकांपैकी एक असणाऱ्या अतृप्त स्त्रीने त्याची वाट पाहण्यात अर्थ तरी काय आहे? हळूहळू ती त्याची प्रतीक्षा करण्याचे सोडून देते. जे कधीच मिळणार नाही, त्याचा लोभ धरण्यात काय अर्थ? मग ती अशा एका प्रियकराची प्रतीक्षा करते, की जो हाक मारल्यावर ओ देतो. सहजगत्या त्याचा लाभ होतो. तो कल्पित राजकुमार फक्त त्या स्त्रीच्या एकटीच्याच मालकीचा असतो. अशा प्रियकराला ती केव्हाही हाक मारू शकते. फुलांचे बहरलेले ताटवे तिच्या रसिकतेला चेव आणतात. मऊ व उबदार शय्यासुद्धा तिला टोचू लागतात. मग तिला तिच्या प्रियाची याद येते आणि आपोआपच ती पियाला साद घालते -

'याद पियाकी आये....'

- ० - ० - ० -

- ३३ -

रामदास

सतरा फेब्रुवारी एकोणीसशे ब्याऐंशी या दिवशी श्री समर्थ रामदास स्वामी यांच्या निधनाला तीनशे वर्षे पूर्ण झाली. या त्रिशताब्दी पुण्यतिथीच्या निमित्ताने रामदासांच्या कार्यावर अनेक ग्रंथ, पुरवण्या, लेख, व्याख्याने यांचा पाऊस पडला. परंतु यांतील बहुतेक सारे विचार चिकित्सेपेक्षा श्रद्धेवर आधारले आहेत आणि श्रद्धेतून परंपरेने चालत आलेली मते उचलून धरण्याची क्रिया आपोआप उत्पन्न होत असते. चिकित्सेच्या नावाखाली त्याच त्या पारंपरिक अन्वयार्थाची पुन्हा फेरमांडणीही करण्यात आली.

आपल्या साहित्यात संशोधन, चिकित्सा, समकालीन संदर्भान्वये पतकरावा लागणारा दृष्टिकोन यांचा एकूणच अभाव आहे. एकतर सर्वमान्य असलेल्या व्यक्तीच्या सिद्धांतांचे किंवा कल्पनांचे जाणीवपूर्वक चारित्र्यहनन करावयाचे किंवा आपला धर्म, संस्कृती, परंपरा यांचे अतिरिक्त अभिमानाने अतिरेकी कौतुक करीत राहावयाचे, ह्या दोन पद्धतींमुळे कोणत्याही गोष्टींचे वास्तव दर्शन दुर्लभ होऊन बसते. मूर्तिभंजनसुद्धा केव्हा केव्हा अपरिहार्य असते किंवा काही मूल्ये परंपरेचा इतिहास म्हणून सांभाळावीही लागतात. मराठी साहित्यावर पडलेले एकांतिकतेचे सावट दूर करण्याचा प्रयत्न आता आपण केला पाहिजे.

ज्यांना पारंपरिक समर्थसंप्रदाय समजून घ्यायचा असेल, त्यांना श्री. गोसावी यांचे पुस्तक उपयोगी पडेल. परंतु इतर संतांहून समर्थ काही वेगळे आहेत, याची खास जाणीव या

पुस्तकात नाही. समर्थांचे जीवनचरित्र आणि ग्रंथरचना पाहिल्यावर गोसावींना फारसे गंभीर प्रश्नही पडत नाहीत. श्री समर्थ हे मूळचे भगवद्भक्त आणि आध्यात्मिक प्रवृत्तीचे आहेत हे खरे; परंतु त्यांच्या जीवितप्रवासात ऐहिकाचा प्रवाह केव्हा मिसळला आणि इतर संतांपासून ते वेगळे कसे पडले, हे दाखविण्याचा सुजाण प्रयत्न कोठेही नाही. उत्तम परमार्थ साधण्यासाठी प्रपंचाची कास सोडता येत नाही किंवा नेटका प्रपंच केल्याशिवाय परमार्थापर्यंत पोचताही येत नाही, अशी इतर संतांपेक्षा वेगळी अशी रामदासांची स्वच्छ भूमिका आहे. देवाचे आणि धर्माचे रक्षण मानवालाच करावे लागते. म्हणून तर मानवाने बलोपासना केली पाहिजे, संघटना केली पाहिजे आणि समाजाचे एकत्रीकरण करून त्यांना दक्षतेने सांभाळणारी वर्णव्यवस्था हवी, निश्चयाचा महामेरू राजा हवा असे समर्थांनी अनेक ठिकाणी सांगितले आहे.

नियतीपुढे अखेरी माणूस शरण जाणार हे खरे, आणि माणसाचा देहव्यवहार किळसवाणा आहे हेही खरे; परंतु हा किळसवाणा देह घेऊन-बाळगून परमार्थापर्यंत प्रवास करणाऱ्या प्रत्येकाला अनेक बंधने पाळावी लागतील. अन्न, शयन, लेखन, पूजन ह्या अशा सर्व गोष्टी नेकीने आणि नीटपणे केल्या, तरच परमार्थाकडे वळण्याचा माणसाला अधिकार आहे. अन्य साऱ्या संतांनी ह्या क्षुद्र जीवनात फारसे अडकून न राहता, शक्य तितक्या त्वरेने आणि सर्वार्थाने परमेश्वराचा ध्यास धरावा असा उपदेश केलेला असताना रामदासस्वामी मात्र मानवी व्यवहार उत्तम प्रकारे केल्याशिवाय सद्गती नाही, असे का सांगत राहिले? मला तर वाटते, की रामदास हा खऱ्याखुऱ्या अर्थाने पाहिला इहवादी संत आहे आणि त्याचा इहवाद वास्तवातून जन्म पावला आहे.

इतर संतांना त्या त्या काळातील राजसत्ता, धर्मावरील आक्रमण, समाजाचा भेकडपणा आणि लाचारी यांची फारशी खंत वाटताना दिसत नाही. आपल्या दीर्घकालीन परिभ्रमणात आणि चिंतनात रामदासांना भग्न समाजपुरुषाचे चित्र दिसले. सर्वसंगपरित्याग करून परमार्थाच्या दिशेने वाटचाल करायला निघालेले रामदास समाजाची परिस्थिती पाहून अस्वस्थ होतात आणि परमार्थाकडून पुन्हा एकदा प्रपंचविज्ञानाकडे वळतात. त्यांचे सर्व जीवनकार्य मठस्थापना, बलोपासना आणि त्यांनी केलेला उपदेश पाहिल्यावर असे वाटते, की स्वामी होण्यापूर्वी त्यांना हे समाजाचे चित्र दिसले असते, तर कदाचित त्यांनी क्षत्रिय धर्माचा अंगीकार करून स्वत:ची परिस्थिती बदलण्याचा प्रयत्न केला असता. स्वामी म्हणून प्राप्त झालेल्या श्रेष्ठपणाचा उपयोग जो कोणी या देशाचा उद्धारकर्ता

होईल, त्याला अनुकूल परिस्थिती निर्माण करण्याकडे करावा असे स्वामींना वाटते. रामदासांना राजगुरू ठरविण्याची परंपराही ही जशी अतिरेकी आहे, तशीच शिवकार्याचा आणि रामदासकार्याचा अन्योन्यसंबंध काहीही नाही हे ठरविणेही अडाणीपणाचे आहे. शिवाजीची आणि रामदासांची प्रत्यक्ष भेट केव्हा झाली आणि शिवाजीच्या स्वराज्यसंपादनकार्यात रामदासांचा सहभाग किती, ह्या गोष्टी अभिनिवेशाने मांडण्यात अर्थ नाही. एका सर्वसंगपरित्याग केलेल्या संताला धर्माचे संरक्षण करणारा राजा हवा होता आणि त्याला अनुरूप असा राजा शिवाजीच्या रूपाने मिळाला.

जेव्हा कधी रामदासांबद्दलच्या वार्ता शिवाजीच्या कानी गेल्या असतील, तेव्हा शिवाजीलाही एक समानधर्मी सापडल्याचा आनंद झाला असेल. दोघांचीही वाटचाल स्वतंत्रपणे झालेली आहे आणि हे दोन कर्तृत्ववान प्रज्ञापुरुष उत्तरकाळात एकत्र आलेले आहेत. विठ्ठलाच्या नामस्मरणाने सर्व प्रश्न सुटतील असे सांगणारा वारकरीसंप्रदाय रामदासांचे नावसुद्धा घेत नाही. कारण त्यांच्या लेखी रामदास सर्वार्थाने अध्यात्ममार्गी नाही. 'जोडोनिया धन उत्तम वेव्हारे' असं तुकारामबुवा म्हणाले असले, तरी प्रत्यक्षात त्यांनी तसे केलेले नाही. किंवा जीवनव्यवहारावर भक्तिसंप्रदायाचा कोणताही ठसा उमटलेला नाही. रामदास हा असा एकच संत आहे, की ज्याला परमार्थाइतकीच ऐहिकाची आवश्यकता वाटते. शिवाजीमहाराजांच्या मृत्यूनंतर एक उत्तम शासनकर्ता राजा गेला, अशी जाणीव फक्त रामदासांनाच दिसते. समाज सुरक्षित ठेवणारा आणि त्यामुळेच परमेश्वरभक्ती करण्यासाठी अनुकूलता निर्माण करणारा राजा अशी रामदासांची शिवाजींबद्दल भूमिका आपण समजून घेतली पाहिजे. म्हणून रामदासांची रचनासुद्धा आलंकारिक किंवा फाफटपसाऱ्याची नाही. ती टिळकांसारखीच रोखठोक, रेखीव आणि अनलंकृत आहे.

समाजाला शिकवून शहाणे केले पाहिजे आणि त्याला प्रपंचविज्ञान समजून घेण्यास मदत केली पाहिजे, असे सांगणारा रामदास हा पहिलाच संत आहे. रामदासांजवळ प्रचारकी आवेश आहे. समाजरचनेचे स्पष्ट चित्र आहे. तो इतर संतांप्रमाणे भाबडा किंवा भावनावश होत नाही. मधूनमधून त्याला त्याच्या मूळ पिंडानुसार परमेश्वरभक्तीचा उमाळा येतो आणि तो अनंत प्रकारे रामाची करुणा भाकतो; परंतु हे करत असताना त्याला प्रपंचाचा विसर पडत नाही. तुकारामाने प्रपंच केला, त्याला मुलेबाळेही झाली, एवढेच नव्हे तर त्याच्या मृत्युसमयीसुद्धा उतारवयात त्याची बायको पोटुशी होती. तरीही त्याला कोणीही प्रापंचिक म्हणणार

नाही. बायकोने निर्माण केलेल्या प्रपंचात तो उदासीनपणे जगत होता.

रामदासाने स्वत: प्रपंच केला नाही, किंवा त्याला मुलेबाळेही झाली नाहीत; पण त्याने आपली कुटुंबकल्पना विस्तारली आणि साऱ्यांनाच आपली लेकरे मानले. रामदासाच्या मनात परमेश्वर भरून राहिलेला आहे; पण त्याच्या मनाच्या गाभ्यात मानवी प्रपंच ठाण मांडून बसलेला आहे. संसारातून मुक्त झालेला एखादा वृद्ध माणूससुद्धा नातवाच्या प्रपंचात लुडबुडत असतो, तसा. रामदासाने एका हातात वैराग्याची छाटी घेतलेली आहे; पण दुसऱ्या हातात तो चिरडल्या गेलेल्या मराठी माणसाला आधार देण्यासाठी काठी घेऊन उभा आहे.

रामदासाचे जीवनचरित्र पाहिल्यानंतर काही प्राथमिक शंका कुणालाही उद्भवल्या पाहिजेत. मराठवाड्याच्या मोगली मुलखात राहणारा रामदास, सह्याद्रीच्या कुशीला उंब्रजच्या आसपास येऊन का स्थिरावला? आपल्या लोकशिक्षणाचे आणि संघटनेचे मैदानी प्रदेशात संरक्षण करता येणार नाही, असे तर त्याला वाटले नसेल? मोगलांच्या राज्यात भरडल्या गेलेल्या मराठी माणसाला आशेचा किरण देणारा महापुरुष आज ना उद्या सह्याद्रीच्या दुर्गम भागात जन्म पावेल, असे तर त्याला वाटले नसेल? रामदास हा शिवाजीचा गुरू नसेल; पण रामदासाचे शिवाजी हे स्वप्न निश्चितच असू शकेल. उद्या निर्माण होणारा मराठ्यांचा त्राता बलवान करण्यासाठी आपण प्रयत्न केला पाहिजे, अशी अस्फुटशी प्रेरणा रामदासाजवळ असली पाहिजे. एरवी चाफळसारख्या दुर्गम भागात रामदासाला आपले उत्तर आयुष्य काढण्याचे काय कारण? आपली मठपरंपराच जर त्याला वाढवायची असती आणि शिष्यवर्गाची दाटीच जर त्याला हवी असती, तर संतांचे माहेरघर असणारा मराठवाडा सोडून तो ह्या डोंगरी प्रदेशात कशासाठी आला असता?

महाराष्ट्रात विठ्ठलभक्ती पूर्णपणे रुजलेली होती. ज्ञानेश्वरांनी लावलेला भक्तिमार्गाचा वेलू गगनावरी गेलेला होता. राम-कृष्ण ही जरी भारतीय परंपरेत सर्वत्र दैवते मानली गेलेली असली, तरी महाराष्ट्रात शैव संप्रदायांची परंपरा आहे. महाराष्ट्राचे लोकदैवत खंडोबा होय. शैव-वैष्णवांत झगडा मिटून नंतर निर्माण झालेले विठ्ठलासारखे शांत दैवत सोडून रामदासांनी रामचंद्राचे माहात्म्य कशासाठी गायले? हनुमंताची पूजा का अंगीकारली? याचे कारण खोलात जाऊन कोणी शोधलेले नाही. रामचंद्राचे रामदासांना आकर्षण का वाटावे याचा खोलवर जाऊन तपास केला, तर त्याचे उत्तर ठोसरांचे कुलदैवत राम होते ह्यात सापडणार नाही. महाराष्ट्रातील देशस्थ ब्राह्मणांचे कुलदैवत कर्नाटकातील तिरुपती

हे आहे. पैठण क्षेत्राच्या आसपास असणाऱ्या जांब ह्या गावी रामभक्तीचा मोठा उमाळा दाटला होता असाही भाग नाही. मग श्री रामचंद्राचे भूत रामदासाच्या मानगुटीवर का बसले?

मला तरी याचे उघड उघड कारण असे वाटते की, रामदासाला भयमुक्त राज्याची धुरा वाहणारा सदाचारी राजा महाराष्ट्राला लाभावा, असे वाटत होते, आणि रामचंद्राच्या रूपाने एक शस्त्रसज्ज, राक्षसांचे निर्दालन करणारा सदाचारी राजा त्यांना सापडला. आपल्या सर्व देवदेवता नेहमी शस्त्रसज्ज असतात. कारण ज्या काळात देवदेवतांची निर्मिती झाली, त्या काळात स्वसंरक्षणासाठी धनुष्य, गदा, चक्र अशा कोणत्या ना कोणत्या हत्याराची सोबत माणसाने सोडलेली नव्हती. विठ्ठल हे दैवत कनवाळू आहे, भक्तांच्या भेटीसाठी आसुसलेले आहे. महाराष्ट्राच्या प्रकृतिधर्माशी सुसंगत आहे; पण ते शस्त्रसज्ज नाही. अतएव परमार्थासाठी जरी त्या दैवताचा उपयोग असला, तरी लोकांना दिलासा वाटावा असे आकर्षण त्या दैवतात नाही. रामचंद्राला देवत्व लाभले ती काही सिद्ध अशी देवकल्पना नव्हती. मनुष्यजन्माला येऊन पराक्रमाच्या बळावर त्याने देवत्व मिळविले होते.

असाच देव महाराष्ट्राच्या त्या काळच्या परिस्थितीत रामदासांना हवासा वाटला. तसे पाहिले गेले तर सर्व ठिकाणी देवत्व एकच आहे. मग पुरुषोत्तम रामाची रामदासांनी आराधना का केली? महाराष्ट्राच्या भूमीत म्लेंछ राक्षस माजलेले आहेत आणि त्यांनी इथल्या प्रजेला छळून हैराण केलेले आहे. ह्या अवस्थेतून या समाजाची सोडवणूक फक्त पुरुषार्थी दैवतच करू शकेल, असे रामदासांना वाटेल असेल काय? शिवाजीच्या रूपाने रामचंद्राचा अवतार झाला असे रामदासांना वाटले, म्हणून हा सर्वसंगपरित्यागी यती राजदंडाच्या स्वागतासाठी उत्सुक झाला. 'आनंदवनभुवनी' ह्या शब्दप्रयोगातसुद्धा केवळ पारमार्थिक आनंद नाही, तर भयमुक्तीतून इथल्या माणसाला झालेला आनंद व्यक्त होतो. रामदासांनी आपल्या मर्यादित शक्तीने शिवकार्याचाच प्रसार आणि प्रचार केला. परमार्थ आणि प्रपंच हातांत हात घालून चालल्याचे अन्य उदाहरण नाही. राजदंड आणि कमंडलू जेव्हा हातांत हात घालून चालतात, तेव्हा आनंदवनभुवन निर्माण होते. रामदास आणि शिवाजी यांपैकी कोण श्रेष्ठ आणि कोणी कुणापासून प्रेरणा घेतली, या वादात जाण्यापेक्षा ते दोघेही समानधर्मी होते आणि परस्परांनी एकमेकांच्या अंतरीची कळा जाणली होती, यावर आपण संतोष मानला पाहिजे. धर्माचा राजसत्तेला केवळ आशीर्वाद असून भागत नाही, तर आधारही असावा

लागतो.

समर्थांच्या वाङ्मयात ब्राह्मणी अहंकार आहे, असा आक्षेप घेतला जातो आणि तो खराही आहे. रामदासांना वर्णव्यवस्था तर मान्य आहेच; पण ब्राह्मण श्रेष्ठ आहे असाही त्यांचा दावा आहे. पण याच रामदासांनी भ्रष्ट झालेल्या ब्राह्मणाला किती झोडपले आहे, याचा विसर पडू देता कामा नये. ब्राह्मणांनी समाजशिक्षणाचे आपले कार्य सोडून दिले याची खंत रामदासांना जेवढी आहे, तेवढी अन्य कितीशा संतांना आहे? साराच समाज प्रवाहपतित होऊन मुसलमानी सत्ता, वैभव यांना भुलून कर्तव्यच्युत होतो आहे, हे रामदासांनी ओळखले होते. उत्तर हिंदुस्थानात भ्रमंती करताना क्षुद्र स्वार्थापायी आपल्या आयाबहिणी मुसलमानांना विकणारे रजपूत राजेही त्यांनी पाहिले होते. गंगाकिनारी लाचार झालेला ब्राह्मणवर्गही त्यांनी पाहिला. त्यांना ब्राह्मण अभिप्रेत होते, ते काही उत्तर पेशवाईत निर्माण झालेले ब्राह्मण नव्हते. धनसंचय न करणारा आणि मिळेल त्या भिक्षेवर गुजराण करून समाजाला सदाचाराची शिकवण देणारा ब्राह्मण त्यांना अभिप्रेत होता. धर्माचा व्यापार करून समाजाला लुबाडणारा ब्राह्मण त्यांनी त्याज्यच मानलेला आहे. रामदासांचा काळ विचारात घेऊनच रामदासांच्या ब्राह्मणविषयक कल्पनांचा अन्वयार्थ लावता येईल. जगन्नाथ पंडितांसारखा कविश्रेष्ठ 'दिल्लीश्वरो वा जगदीश्वरो वा' हे म्हणण्याइतका भ्रष्ट झालेला होता. सामाजिक लुटीत तो राज्यकर्त्यांना साहाय्यही करत होता. अशा ब्राह्मणांचा निषेध करून पुन्हा एकदा खऱ्याखुऱ्या अर्थाने ब्राह्मणधर्माची पताका फडकवावी, एवढीच समर्थांची भूमिका आहे.

रामदासांच्या सांगण्यावरून काही शिवाजीने 'गोब्राह्मणप्रतिपालक' अशी बिरुदावली घेतलेली नाही. गाईंची खिल्लारे वाढवावीत आणि समाजाने शेणचारा काढण्यात वेळ घालवावा, असे काही महाराजांना वाटत नव्हते. महाराजांनी ब्राह्मणांना जेवणावळी घातल्या आणि दक्षिणा वाटल्या, असेही फारसे काही घडले नाही. तत्कालीन परिस्थितीत हिंदू-धर्मरक्षणार्थ उभ्या राहिलेल्या राजाला विद्येचे आणि सदाचाराचे प्रतीक म्हणून ब्राह्मण अभिप्रेत होते आणि तशाच ब्राह्मणांची त्याने कदर केली. चिंचवडच्या मोरया गोसावींना लिहिलेले त्यांचे पत्र हा आगाऊ ब्राह्मणांना दिलेला टोला आहे. महाराष्ट्राच्या कृषिप्रधान भूमीत बैलांना, म्हणून गाईंनाही काही महत्त्व होते. पेशवाईच्या उत्तर काळात ब्राह्मण्याला अवकळा आली, ती शिवाजी आणि रामदासांच्या काळात नव्हती. खऱ्याखुऱ्या व्रतस्थ ब्राह्मणांची आजसुद्धा कुचेष्टा होत नाही आणि त्या काळात तर व्रती ब्राह्मणांची समाजाला गरज होती.

आजच्या काळातील विलासी जीवन जगणाऱ्या आणि नोकरीपेशात रममाण झालेल्या ब्राह्मणांनी रामदासांचे नाते सांगता कामा नये. आज जेव्हा रामदासांचा दुरुपयोग करून ब्राह्मणी अहंकार जोपासला जातो, तेव्हा रामदासांशीच शत्रुत्व निर्माण होते. कोणताही ऐतिहासिक पुरावा नसताना रामदासांना जेव्हा शिवाजीच्या कार्याचे प्रेरणास्थान ठरविण्यात येते, तेव्हाच रामदासावर टीका होऊ लागते. पण यात रामदासांची काही चूक नाही. जो तो आपल्या जातीत जन्मलेल्या महापुरुषावर चुकीचे हक्क सांगतो आणि त्या महापुरुषाला बदनाम करतो. रामदासांची कुचेष्टा खरेतर रामदासभक्तांनीच केली आहे, आणि प्रयत्नवादी रामदासांचा पराभवही पारमार्थिक रामदासभक्तांनीच केला आहे.

त्रिशताब्दीच्या निमित्ताने रामदासांचे खरेखुरे दर्शन घडविण्याची आवश्यकता आहे. नव्या पारमार्थिक लोकशाहीत जसा संतांचा वाटा आहे, तसाच आजच्या राष्ट्रवादी कल्पनेत रामदासांचाही थोडा वाटा आहे. इतका प्रयत्नवादी व समाजपरिस्थितीचे भान असणारा एक निरिच्छ यती आपण हकनाक बदनाम करतो आहोत. देवाची आराधना करून स्वतःचा उद्धार करून घेणारे अनंत संत आहेत; पण लोकांची आराधना करून त्यांच्यात देवत्व निर्माण करणारा आणि प्रपंचातून परमार्थाकडे जाणारा रामदास हा एकमेव संत आहे. आजच्या काळाच्या हिशेबात कोणत्याही गतकालीन महापुरुषाचे मूल्यमापन केले, तर तो महापुरुष उघडानागडा पडेल. काळाने नेसवलेली वस्त्रे फेडण्याचा आपल्याला अधिकार नाही. मानवाच्या दीर्घकाळ चाललेल्या एका प्रचंड महायात्रेत उंच मानेने उभ्या असणाऱ्या काही पुराणवृक्षांत रामदासांची गणना करता येईल.

- ० - ० - ० -

- ३४ -

लोकमान्य टिळक

दरवर्षी आपण लोकमान्य टिळकांची पुण्यतिथी साजरी करतो. शिवाजीनंतर लोकमान्य टिळक ही अशी एक उदात्त व्यक्ती होऊन गेली, की जिने महाराष्ट्राचे नाव उजळ केले. इंग्रज साम्राज्याविरुद्ध त्यांनी असंतोषाचा वन्ही पेटवला, पण त्या व्यक्तीचे गुणगान करताना सर्वसामान्य ढोबळमानानं त्यांच्या देशभक्तीचे, असामान्य चारित्र्याचे व सर्वस्व देऊन टाकून फकिरी बाण्याने जीवन जगण्याचे आपण कौतुक करतो. वस्तुत: एवढ्यावर त्यांचे थोरपण संपत नाही. पण ते समजावून घेण्याची आपल्याला गरजही भासत नाही.

लोकमान्यांनी भारतीय काँग्रेसची सरकारधार्जिण्या प्रवृत्तीतून सुटका केली. ते करत असताना मवाळ पुढाऱ्यांवर त्यांना कठोर हल्ले करावे लागले. टिळकांनंतर गांधीजींनी राजकारणात प्रवेश केला व सरकारशी सहकार्य करीत करीत अधिकाधिक लोकांचा सहभाग घेत राजकारण करण्याचे नवे तंत्र अस्तित्वात आणले. कदाचित संमोहनशास्त्र म्हणून असेल, कदाचित त्यांच्या जीवनाची ती तात्त्विक बैठकही असेल; पण राजकारणात त्यांनी अतिरिक्त अशी अनेक खुळे आणली. अतिरिक्त अहिंसा, आतला आवाज, यंत्रयुगाशी बेबनाव, उपास-तापास, प्रार्थना, अविवेकी मतपरिवर्तन!

खरेतर त्यांतली अनेक खुळे काळाबरोबर वाहून गेली. महत्त्वाची एकच गोष्ट मागे उरली ती ही, की त्यांनी सर्वसामान्य नागरिकालाही देशसेवेची संधी दिली. गांधींच्या राजकारणाचा जो पुढे वृक्ष झाला त्यामुळे सर्व लोक गांधींच्या व्यतिरिक्त या देशात

पूर्वी स्वातंत्र्यलढेच झाले नाहीत, असे सांगण्याचे धारिष्ट्य करू लागले आहेत. स्वातंत्र्य आले ते गांधींच्यामुळे, अहिंसेमुळे, असलेही चुकीचे राजकीय निष्कर्ष आपोआपच निघाले. परंतु ज्या ज्या गोष्टी गांधींनी प्रत्यक्षात राजकारणात आणल्या, त्यांतील परदेशी मालावरील बहिष्कार, स्वदेशीची चळवळ अशा अनेक चळवळींना गांधींच्या कालखंडापूर्वीच प्रारंभ झाला होता.

गांधीजींनी त्या सर्व गोष्टींना नैतिक अधिष्ठान दिले. हळूहळू निरुपद्रवी वाटणारा हा महात्मा टिळकांच्याच पंथातला आहे, हे बेचाळीसच्या चळवळीत लक्षात आले. गांधीजींच्याच शिष्यांनी स्वातंत्र्यग्रहण केले आणि गांधीजींच्या तत्त्वज्ञानाचाच जय होऊन स्वातंत्र्यप्राप्ती झाली, असे सांगणारे इतिहास निर्माण केले गेले.

गांधीजींचा मोठेपणा कुणी नाकारलेला नाही. त्यांच्या सर्व गुणदोषांसकट त्यांचे कर्तृत्व मान्य केले, तरीही एका मॅरेथॉन रेसमध्ये गांधीजी हे एक शेवटचे रनर होते, एवढेच त्यातून सिद्ध होते. मानवतेच्या न्यायासाठी, दीर्घकालीन मोठेपणासाठी समकालीनांवर अन्याय करताना, हिंदू समाजाची ससेहोलपट होत असताना त्यांना आपले चुकले असे कोठेही वाटले नाही. मुसलमानांच्या वाढत्या आकांक्षा, त्यामुळे त्यांना आलेला मुजोरपणा हा तर इस्लाम धर्माचाच एक अविभाज्य भाग आहे. गांधीजींच्या कालखंडातील हिंदूंचा व गांधींचा दुबळेपणा हेही त्याला एक कारण आहे.

जेव्हा कधी शंभर वर्षांनंतर इतिहासाची साक्ष काढली जाईल, तेव्हा हिंदू-मुसलमानांच्या अवास्तव ऐक्यकल्पनेतून या देशात प्रचंड नरसंहार घडला आणि या देशाचे तुकडे झाले, ही गोष्ट दृष्टोत्पत्तीस येईल. गांधीजींच्या जयजयकारात रममाण झालेले इतिहासकार मागील कालखंडाकडे दूषित दृष्टीने पाहतात. गांधीपूर्व कालखंडात या देशात काय घडले, याची नोंद ते कृपण हातांनी करतात.

गांधीजींना मोठे ठरविण्याबद्दल कोणाचाही आक्षेप नाही. गांधीजींना मोठे ठरविताना गोखल्यांनाही मोठे ठरविले पाहिजे. यासाठी ज्यांनी गोखल्यांना विरोध केला त्या सर्वांना क्षुद्र ठरविले पाहिजे, असे थोडेच होते? गोखले आणि टिळक यांच्यांत वाद तरी कोणते कोणते होते, याचा फारसा विचार न करता गोखल्यांच्या पदरात झुकते माप टाकण्यात येत आहे. गोखल्यांचे त्या वेळचे टीकाकार टिळक यांनी ज्यांना ज्यांना दुखवले, त्या सर्वांना मग आपोआप पुरस्कार मिळतो. मग लोकहितवादी, फुले यांचेही चुकीचे मूल्यमापन होऊ लागते. आजतरी अशी परिस्थिती आहे, की टिळक आणि त्यांचा संप्रदाय हा प्रतिगामी, बुरसटलेला व

बहुजन समाजाचा शत्रू आहे, असे दाखविण्याची अहमहमिका चालू आहे. राष्ट्रवादाचे कट्टर शत्रू कम्युनिस्ट, रॉयिस्ट व तथाकथित समाजवादी टिळकांच्या चारित्र्यहननात सहभागी आहेत. ते टिळकांचे समग्र वाङ्मय वाचून त्यांच्या मतांशी युक्तिवाद करण्यापेक्षा त्यांना ब्राह्मणांचे पुढारी म्हणून हिणवणे हे सर्वांना सोईचे वाटते. वास्तविक हीही गोष्ट खरी नाही. या देशात बहुजन समाजाचा खरा कळवळा कुणाला आहे, याचा दावा आपल्या सोईनुसार मांडून चालणार नाही. आज प्रतिवाद करण्यासाठी लोकमान्य हयात नाहीत, म्हणून आपली बहकलेची लेखणी आणि वाणी वापरून गांधी व त्यांचे गुरू गोखले यांच्या संप्रदायाचा बडेजाव माजवताना टिळकांचे अवमूल्यन करण्याचे कारण नव्हते.

टिळक काही केवळ राजकारणी पुढारी नव्हते. ते एक हिंदू समाजाचे चिंतक, धर्मव्यवस्थेचे अभ्यासक आणि विलक्षण ग्रहणशक्ती असलेले पंडित होते. त्यामुळे त्यांनी लिहिलेले कितीतरी विचार आजही टवटवीत वाटतात. मागे एकदा हिंदू-मुसलमानांच्या संबंधात लोकमान्यांनी लिहिलेला एक लेख फक्त 'इंग्रजी राज्यात' या शब्दाऐवजी 'काँग्रेस राज्यात' एवढा बदल करून मी छापला होता. तो लेख माझाच समजून त्यातील प्रौढ भाषा व सखोल मुद्दे याचे कौतुक करणारी अनेक अभिनंदनपर पत्रे मला आली. अनेक पत्रकारांचे लेखन कालाच्या उदरात वाहून जाते. कित्येकदा त्यांची भाषा जुनाट वाटते व आशय तेव्हाच्या स्थितीला अनुरूप असल्यामुळे कालांतराने निरर्थक वाटतो. शिवरामपंत परांजपे, अच्युतराव कोल्हटकर हे त्या काळात अत्यंत लोकप्रिय असणारे पत्रकार आज लोकमानसात जुनाट वाटतात. त्यांचा उपहास आणि काव्यात्मकता आजच्या पिढीला समजायला अडचणीची वाटते.

महाराष्ट्रात लोकमान्य हे असे एकच पत्रकार आहेत, की ज्यांच्या लेखनात चिरंतनत्व आहे. आज त्यांचे लेख वाचताना त्यांची रोखठोक भाषा, ऐटदार सोपेपणा, मूलतत्त्व समजून घेण्याचा त्यांचा प्रयत्न या साऱ्या गोष्टींमुळे त्यांचे लेखन अजूनही ताजे आणि टवटवीत वाटते. त्यांनी 'ब्राह्मण व ब्राह्मणेतर (१८ सप्टेंबर १९१७), 'निकराने एकमुखाने मागणी करा' (९ ऑक्टोबर १९१७), 'हे आमचे गुरूच नव्हते.' (१७ ऑक्टोबर १९०५), 'स्वदेशीवरील आक्षेप' (२२ ऑगस्ट १९०५) हे व असे अनेक लेख लिहिलेले आहेत. त्यांतील कित्येक विधाने द्रष्टेपणाची साक्ष देणारी आहेत.

केसरीकार टिळकांना या जगातील वेगवेगळ्या देशांत होणाऱ्या राज्यक्रांत्या, नवा अर्थविचार यांविषयी जिज्ञासा होती, हे दिसते. रशियन राज्यक्रांतीबाबतसुद्धा

टिळकांनी जे विचार प्रदर्शित केले, ते रशियन सरकारनेही अभिमानाने उद्‌धृत करून या देशातील असंतोषाच्या जनकाशी आपले नाते जोडण्याचा प्रयत्न केला. तेल्यातांबोळ्यांचे पुढारी ही पदवी टिळकांना काही अकारण लाभली नाही. भारतीय असंतोषाचा जनक हा त्यांचा कुचेष्टेने केलेला उल्लेख पुढे गौरवाचा शब्द झाला. बंडाचा झेंडा प्रथम घेणाऱ्याला आपली शक्ती आणि सभोवतालचा काळ याचा विचार करीतच रस्ता काटावा लागतो. अविवेकी उत्साह दाखविण्यापेक्षा ज्यायोगे बंडाची लागण सर्व देशात कशी होईल, हेच बघावे लागते. टिळकांनी हे का केले नाही किंवा ते का केले नाही, असे आक्षेप घेणारे बालबुद्धी टीकाकार टिळकांचा काळ लक्षात न घेता असहिष्णुपणे त्यांच्यावर टीका करतात. दळणवळणाची अपुरी साधने, निरक्षर समाज आणि नव्या विज्ञाननिष्ठ इंग्रजी राज्याच्या अमलाखाली सर्वसामान्य माणसाला उत्पन्न झालेली स्वास्थ्याची आणि सुखाची ओढ या साऱ्या परिस्थितीतून टिळकांना मार्ग काढावयाचा होता. आपल्या मागे कोण लोक येतील, याचा विचार न करता पुढे पाऊल टाकणारे पुढारी अयशस्वी होतात. काही मूठभर उच्चभ्रू लोकांच्या हातांत तेव्हाच्या समाजाचे दायित्व असणारा तो कालखंड विसरून कसे चालेल?

परकीय राजवटीतील अन्याय, अंदाधुंदी व त्यामुळे उद्‌भवलेले दारिद्र्य यांयोगे थंडगार झालेल्या समाजाला चेतना कशी मिळेल, हा टिळकांच्या पुढचा गहन प्रश्न होता. आजोबांच्या खांद्यावर बसून आजोबांपेक्षा मी उंच झालो असे सांगणाऱ्या नातवाचा उत्साह टिळकांनंतरच्या कालखंडातील पुढारी दाखवू लागले आहेत. समाजाला चुचकारण्यासाठी बेबनाव वाढू न देण्यासाठी इंग्रजी साहचर्यामुळे निर्माण होत असलेल्या उत्साही सुधारणांचा, टिळक अवलंब करू शकले नाहीत, म्हणून ते प्रतिगामी होते की काय? त्या सुधारणांना त्यांचा विरोध होता की काय? याउलट, ही बोलघेवडी सुधारणा करू नका, एवढेच ते सांगत होते. आपले सगळेच वाईट आणि इंग्रजांचे सगळेच चांगले, असे म्हणणाऱ्या अतिरेकी सुधारकांना ते झोडपून काढीत. एकतर अशा तऱ्हेने दुसऱ्याच्या संस्कृतीचे फाजील गुणगान करण्यात या देशातील स्वातंत्र्यलालसा मोडून जाईल, या भीतीपोटीच त्यांचा सुधारकांना विरोध होता. आपला धर्म, समाज व संस्कृती यांत सगळे काही ठीक आहे, असे समजण्याचा आत्मघातकीपणा त्यांनी कधी दाखवला नाही. उलटपक्षी, आपला समाज विघटित झालेला आहे, तो कोणत्याही उपायांनी सर्व अन्याय दूर करून एकसंध केला पाहिजे, यावर त्यांचा कटाक्ष होता.

हे करत असताना इंग्रज सरकारला साहाय्यभूत होणाऱ्यांवर, मिशनऱ्यांचे

हात घट्ट करणाऱ्यांवर, या समाजाची अस्मिता खच्ची करणाऱ्यांवर त्यांना कठोर टीका करावी लागली. सुधारक त्यांचे वैरी नव्हते. त्यांच्या अविवेकी दास्यवृत्तीबद्दल लोकांना सावध करणे, हे त्यांचे काम होते. महादेव गो. रानडे व गोपाळराव गोखले या दोघांवरील मृत्युलेखांत लोकमान्यांनी उदारपणाने त्यांचे कौतुक केलेले आपल्याला सापडेल. राग होता तो इंग्रजी दास्याबाबत, सुधारणांबाबत नाही. म्हणून सुधारणावादी त्यांच्या लेखातील एखादे रागीट वाक्य उचलून फुले, आगरकर किंवा नेमस्त पुढारी गोखले यांच्याबाबत टिळकांच्या मनात आकस होता हे विधान करतात, तेच नि:संशय पक्षपातीपणाचे आहे.

टिळकांनीही समजा आगरकरांप्रमाणे सुधारकांचा झेंडा घेतला असता, तर ते लोकमान्य झालेच नसते. ही लोकमान्यता त्यांना स्वत:च्या अहंकाराच्या तृप्तीसाठी नको होती, तर इंग्रज साम्राज्यशाहीशी झुंज देण्यासाठी हवी होती. देहदंड सामाजिक सुधारकांनी भोगले नाहीत. उलट, सरकारचे त्यांना संरक्षण होते. जर केवळ ब्राह्मण्यवादाचे लोकमान्य पुरस्कर्ते असते, तर त्यांच्या अटकेनिमित्त मुंबईतील कामगारांनी प्रचंड संप केलाच नसता आणि त्यांच्या चळवळीत सर्वधर्मीय व सर्व जातीय लोक सामील झालेच नसते.

'आधी राजकीय की आधी सामाजिक', या लेखात त्यांनी आपल्या मर्यादा स्पष्ट केल्या आहेत. सामाजिक आणि राजकीय चळवळींचा वेग वेगवेगळा असतो; त्यामुळे त्या एकत्र करू पाहणाऱ्याला अयशस्वी व्हावे लागते. त्यापेक्षा आपापली कामे वाटून घेऊन त्या दोन्हीही उद्दिष्टांची परिपूर्ती करणे हीच पुढाऱ्यांची जबाबदारी असते. महर्षी कर्वे यांनी राजकारणात अजिबात लक्ष घातले नाही म्हणून स्त्रीमुक्ती चळवळीचा वटवृक्ष ते उभा करू शकले; याउलट, सावरकरांना नाइलाजाने स्थानबद्धतेच्या काळात सामाजिक सुधारणांचा अंगीकार करावा लागला व पुढे राजकारणात प्रवेश केल्यानंतर ही सारी सामाजिक सुधारणा त्यांना अडसर होऊन बसली. वास्तविक ते हिंदुत्ववाद पुरस्कर्ते, हिंदुराष्ट्राचे जनक; पण त्यांच्यामागे काही हिंदू समाज गेला नाही. याउलट, महात्मा गांधी मात्र हिंदू समाजाचे खऱ्याखुऱ्या अर्थाने पुढारी झाले. म्हणूनच त्यांनी आपल्या प्रत्येक संकल्पनेला धर्माचा आधार शोधला. त्यांच्या साऱ्या सुधारणा न्यायावर निर्माण झालेल्या नाहीत; तर धर्माचे मूळ जी दया त्या दयेवर अवलंबून आहेत. म्हणून खरा सुधारणावाद गांधींनाही प्रतिगामी मानतो. गांधींना धर्म हे साधन म्हणून वापरायचे होते.

टिळक आणि गांधी यांच्या कालखंडांतील फरक लक्षात घेतला तर

टिळकांचे खरे शिष्य सावरकर नसून गांधीच आहेत, असा अर्थ काढावा लागतो.

परंतु हे सारे विवेचन आजच्या गांधीजींच्या चरित्रकारांना माहीत नाही, असे नाही. तरीही जाणीवपूर्वक गांधीपूर्व कालातील इतिहास विकृत पद्धतीने लिहिण्याचा अट्टाहास केला जातो आहे. न. र. फाटक किंवा त्यानंतरचे सारे चरित्रकार याच भूमिकेवर तटून बसलेले आहेत. एका विलक्षण गंडाने पछाडलेला कालखंड उलटल्यानंतर परत मागे जाऊन तेव्हाच्या घटनांना न्याय देणे हे इतिहासकाराचे खरे काम आहे, कोणाचीही भाटगिरी करावी किंवा हुजरेगिरी करावी हा इतिहासकारांचा धर्म नाही. कुणाचीतरी कड घेऊन कुणावरतरी अन्याय करावा, हाही इतिहासकारांचा धर्म नाही.

टिळक आणि गोखले यांची खरेतर तुलनादेखील होऊ शकत नाही. परंतु गोखले हे गांधींचे राजकीय गुरू असल्यामुळे त्यांना मोठे ठरविणे हाच पुष्कळांचा धंदा होऊन बसला आहे. विद्वज्जड भाषा, आक्रमक युक्तिवाद, सरकारी आश्रय यांमुळे चुकीचा इतिहाससुद्धा मान्यता पावतो. म्हणूनच या इतिहासकारांच्या हातातून खरे सत्य मिळणार नाही, हे जाणून घेऊन पुन्हा एकदा गेल्या शतकातील इतिहास लिहिला गेला पाहिजे.

खुद्द गांधीजींनाही आपल्या चढतीच्या काळात केलेली सोईस्कर विधाने पुढे पुढे अडचणीची होत चालली आणि ते तसेही होणेही स्वाभाविक आहे. मुळातच गांधीजींच्या अनेक भूमिका अतिरेकी होत्या. त्यामुळे जसजशी राजकारणाची व्याप्ती होत चालली, तसतसा त्यातील अतिरेकीपणा लक्षात येऊ लागला. त्यांच्या डोळ्यांदेखतच या देशात उद्योगीकरण झाले. यंत्रांचा त्यांना न आवडण्याइतका वापर होऊ लागला. हिंदू-मुसलमान प्रश्नासंबंधी त्यांचे डोळे उघडले. जीनासारख्या उर्मट माणसाने त्यांचा बघता बघता पराभव केला. त्यांच्या डोळ्यांदेखत रक्ताच्या नद्या वाहिल्या. इस्लामी राष्ट्र उभे राहिले. गांधींच्या हट्टापायी शास्त्रशुद्ध अशी माणसांची आणि मालमत्तेची देवघेव होऊ शकली नाही.

जे पाकिस्तान निर्माण होण्याची खात्री सावरकरांना ३९ साली पटली, ते पाकिस्तान प्रत्यक्षात येईल असे गांधीजींना पंचेचाळीस सालापर्यंत वाटत नव्हते. बेचाळीसच्या दंगलीत जसा लागेल तसा अर्थ लावून 'करेंगे या मरेंगे' या घोषणांतून हिंसाचार झाले. त्याचेही दायित्व गांधीजींवर पडते. गांधीजींचा मोठेपणा हा त्यांच्या अतिरेकी संतत्वात नव्हता किंवा त्यांना राजकीय दृष्टीचे फारसे भान होते अशातही नव्हता. त्यांच्या तत्त्वज्ञानातील सर्व त्रुटीसुद्धा पुढे गौरवाचे विषय करून गांधीचरित्रे लिहिली गेली. नेहरूंनी पुढे जो देशाचा कारभार केला, तो

गांधी-तत्त्वज्ञानाशी सर्वथा विसंगत आहे. सत्तेचे केंद्रीकरण झाले. खेड्यांतून शहरांकडे लोक येऊन त्यांची महानगरे झाली. खेड्यांतील आर्थिक व्यवस्था ढासळून गेली. संन्यस्तवृत्ती देशातून संपूर्णपणे नष्ट झाली. जातीयवाद अधिक वाढीस लागला. हे काय गांधीवादाच्या यशाचे फल? तत्त्वज्ञान एक सांगायचे आणि कृती वेगळी करायची, यामुळे फक्त ढोंग वाढले. लोकशाहीचा सांगाडा तेवढा उरला. त्याऐवजी टिळकांचे व्यवहारी व गूढ न वाटणारे राजकारण जास्त वास्तव होते. शेतकरी, ग्रामीण अर्थव्यवस्था, जातिव्यवस्था या सर्वांवर त्यांनी घेतलेल्या भूमिका जास्त व्यवहार्य वाटतात.

ज्याला राजकारणात उतरायचे नसते, तो कोणत्याही एकांतिक भूमिका घेऊ शकतो. कामगारांना कर्तव्यहीन बनवणारे कामगारपुढारी, दलितांच्या प्रश्नांचे भांडवल करणारे राजकीय पक्ष हे फक्त सत्तेवर नसतानाच त्या गोष्टीचा बकवा करू शकतात. सत्ता ही एका दिवसात काही चमत्कार करू शकत नाही. उग्र कामगार पुढारी फर्नांडिस मंत्रिपदावर आले आणि स्वत: संयमी होऊन लोकांनाही संयमाचे धडे देऊ लागले. माफक दंडशक्तीच्या आधारे समाजाच्या गळ्यात चांगल्या गोष्टी उतराव्या लागतात. हृदयपरिवर्तनाने काहीही होत नाही. भूदानात लक्षावधी एकर जमीन मिळाली, तिचे पुढे काय झाले? जमीनवाटपाचा प्रश्न सुटला काय? त्यापेक्षा सीलिंगचे कायदे कार्यक्षम करून हा प्रश्न सुटण्याची शक्यता जास्त आहे. गेल्या पन्नास वर्षांच्या राजकारणात आपण मृगजळाच्या मागे गेलो. म्हणून गांधीजींची अखेर दु:खद झाली. पंडितजींची अखेर खेदजनक झाली आणि दोन्हीही अपरिहार्य अपयशी अखेरींमुळेच इंदिराजींचीही केविलवाणी अखेर घडलेली आपण पाहिली. जे करता येण्यासारखे आहे, ते त्वरित करावे. जे करायला हवे आहे, ते थोडे जबरदस्तीने, थोडे समजुतीने लोकांच्या गळी उतरवत पुढे ढकलीत राहावे आणि जे प्रत्यक्षात कधीही येऊ शकणार नाही, त्याचा उगीचच लोकांना भुलविण्यासाठी उपयोग करण्याचे सोडून द्यावे, तरच आपले राजकारण शुद्ध होईल.

अखेरीस माणसाचा अपुरेपणा, त्याचा तमोधर्म हा विचारात घेऊनच शासनाला वाटचाल करावी लागते. तो राक्षस होऊ नये, दुसऱ्याच्या हक्कांवर त्याने आक्रमण करू नये, यासाठी साऱ्या शक्तिनिशी त्याला थोपविले पाहिजे. परंतु तो देवच आहे, असला भाबडा विचार मनात ठेवून सत्याचे प्रयोग करण्यात अर्थ नाही. शुद्ध सोने ज्याप्रमाणे मानवी उपयोगाचे नसते, त्याचप्रमाणे पुस्तकी सत्यसुद्धा माणसाच्या उपयोगाचे नसते. सत्याची वाटचाल ही एक अखंड

साधना आहे. त्या साधनेतील अडसर व्यवहारी मार्गानेच दूर केले पाहिजेत. यामुळेच लोकमान्यांचा पुनर्विचार करायला पाहिजे. एवढा काळ गेला; परंतु त्या शब्दांचे तेज कोठेही कमी झालेले नाही आणि होणारही नाही. बोलूनचालून लोकमान्य हे जमिनीवरून चालणारे माणूस होते. काळाच्या उदरात काय टिकायचे असेल ते टिको; परंतु चालू जमान्याला टिळकांचे राजकारण हा एक दिलासा आहे. मात्र तेथेही शब्दप्रामाण्य टाकून दिले पाहिजे. काळामुळे आलेली शब्दांवरची बंधने लक्षात घेतली पाहिजेत. वाक्यावाक्यांत न लिहिला गेलेला अर्थही समजावून घेतला पाहिजे. मग लोकमान्य हे केवळ ऐतिहासिक पुरुष राहणार नाहीत; तर ते तुमचे-आमचे नित्याचे सोबती होतील.

-०-०-०-

३५
मराठी चित्रपटांच्या कथा

करपरतीच्या योजनेमुळे मराठी चित्रपटांना पुन्हा एकदा बहर आला आहे. ओस पडलेले कोल्हापूरचे स्टुडिओ आता गजबजू लागले आहेत.

नवनवे निर्माते चित्रपटव्यवसायात येऊ लागले आहेत. या लाटेचा फायदा मराठी चित्रपटसृष्टीला मिळण्याची शक्यता आहे. अशा वेळेला व्यापारी वृत्तीचे अमराठी निर्मातेही यात फायदा घेण्याची शक्यता आहे.

महाराष्ट्र ही चित्रपटांची जननी आहे. परंतु ३-४ वर्षांपूर्वीपर्यंत मराठी चित्रपटांची फारच पीछेहाट झाली होती. याचे कारण मराठी चित्रपटव्यवसाय, व्यावसायिक तंत्र माहीत असलेल्या, परंतु कलेची बूज नसणाऱ्या, सामान्य वकुबाच्या क्षुद्र माणसांच्या हातांत जाऊन पोचला आहे. तमाशा, एकत्र कुटुंब, विनोदी समजले जाणारे परंतु अतिशय थिल्लर वाटणारे चित्रपण, एवढ्यापुरतेच चित्रपट-क्षेत्र मर्यादित होते. अपवादात्मक ऐतिहासिक आणि पौराणिक चित्रपटही निर्माण झाले. परंतु त्यांना आवश्यक असणारी भव्यता आणि काव्यात्मकता त्या चित्रपटांत शोधूनही सापडली नाही. हिंदी चित्रपटांच्या नकला मात्र मराठी चित्रपटात येऊन पोचल्या. हिंदी चित्रपट कसेही असोत, ते पाहताना आणि त्यांतील संवाद व गाणी ऐकताना काही किमान सुख प्रेक्षकांना लाभत असते; पण मराठी चित्रपटांतील तोचतोचपणा आणि दारिद्र्य यांमुळे चित्रपट पाहणे ही एक शिक्षा बनली होती. शिवाय तो एक जुगार झाला आणि म्हणूनच चित्रपट हा जसा

व्यवसाय आहे, तशीच ती एक नाजूकशी दृश्यकला आहे, याचे भान हरवले. वास्तविक अन्य भाषांतील प्रादेशिक चित्रपट आपापले प्रेक्षक टिकवून धरीत असताना मराठी चित्रपटांचा प्रेक्षक मात्र मराठी नाटकाकडे आणि हिंदी चित्रपटांकडे वळला, याचे कारण आपण शोधले पाहिजे.

आता गेल्या चार-पाच वर्षांत मराठी चित्रपटांत पुष्कळ नवीन चेहरे दिसू लागले आहेत. परंतु नाटकांत यशस्वी झालेले कलावंत चित्रपटात घेताना ते चांगलेच निब्बर झालेले असतात, हे विसरता कामा नये. अशोक सराफ, निळू फुले, सतीश दुभाषी, मधुकर तोरडमल यांसारखे नट आता तरुणांच्या भूमिका कशा करू शकतील? एखादा नट लोकप्रिय होतो, एखाद्या बंडखोर तरुणाची प्रतिमा प्रेक्षकांच्या मनात पक्की ठसवतो, अशा नटाला तो तरुण भूमिकेत शोभत नसतानासुद्धा लोक स्वीकारतात. देव आनंद हे त्याचे उदाहरण आहेच. शिवाय नटाचे प्रौढत्व लपवण्यासाठी हिंदी चित्रपटदिग्दर्शक जेवढी काळजी घेतात, तेवढी काळजीही मराठी चित्रपटात घेतली जात नाही. आज मराठी चित्रपटांत चांगला नायक आणि चांगली नायिका अभावानेच आहेत. 'बॉबी' हा चित्रपट चालला याचे अगदी सहज लक्षात येण्यासारखे कारण म्हणजे त्यातील तारुण्याने मुसमुसणाऱ्या प्रेमिकांची जोडी. आमच्या नायिका बनेल वाटतात आणि नायक चटोर वाटतात. तरुण नायक-नायिकेचे लोभस अस्तित्व प्रेक्षकांना हवे असते; कारण त्यांच्या ठायी त्यांना स्वतःला पाहावयाचे असते. मराठी चित्रपटांत लग्न होऊन प्रथमच सासरी जाणारी मुलगी ही मुळातच चार-पाच मुलांची आई वाटते. सुरतसुखाने तृप्त झालेल्या तिच्या उत्तम अंगांचे चित्रण जरी सुखवीत असले, तरी तिच्या गृहीत वयाशी आणि भूमिकेशी ते अजिबात सुसंगत नसते. आमचे चित्रपटदिग्दर्शक कॉलेजांतून जरा फेरफटका का मारीत नाहीत? कलेतील वास्तव चित्रपट-नाटकासारख्या माध्यमातून प्रेमप्रसंग चालू असताना प्रेक्षकालाच आपण प्रेमिक आहोत असे वाटले पाहिजे. अमिताभ आणि हेमामालिनी ही पुष्कळ तरुण-तरुणींच्या अंतःकरणात जाऊन बसली आहेत आणि म्हणून हिंदी चित्रपट प्रेक्षकांच्या अपुऱ्या स्वप्नांची पूर्तता करण्यास समर्थ असतो.

मराठी प्रेक्षक हा अन्य भाषक प्रेक्षकापेक्षा संपूर्ण वेगळा नाही. तरीपण त्याच्या काही थोड्या वेगळ्या अपेक्षा आहेत. मराठी चित्रपट जेव्हा वैभवकाळात होता, तेव्हा कथा हा चित्रपटाचा प्राण होता. अत्रे, खांडेकर, ना. ह. आपटे यांसारख्या लेखकांनी लिहिलेल्या गोष्टींवर चित्रपट निघत असत. तेव्हा चित्रपटासाठी गोष्टी लिहिल्या जात नसत. तर गोष्टींवर चित्रपट काढले जात. आजचे अग्रभागीचे

लेखक दुर्बोध, कंटाळवाणे आणि एकसुरी लेखन करतात. परंतु मराठीतही असे अनेक लेखक आहेत, की ज्यांची कथावस्तू नाट्यमय असते. शं. ना. नवरे, वसंत काळे, अनिल बर्वे, आनंद यादव, चिं. त्र्यं. खानोलकर व असे अनेक कथाकार लोकप्रिय झाले, ते त्यांना लोकमानसाचे ज्ञान आहे, म्हणूनच. चित्रपटाला लोकप्रियता हवी असते, आणि कथा आणि कादंबऱ्यांना नको असते असे थोडेच आहे? लोकप्रियतेचे तत्त्व एकच. लोकांना काय आवडते, हे चित्रपटात वावरणाऱ्या तंत्राधीन माणसांपेक्षा लेखकाला अधिक समजते. बाबा कदम, चंद्रकांत काकोडकर, मधुसूदन कालेलकर यांच्या तशा अर्थाने साध्या आणि भाबड्या कथांतही प्रेक्षकांना पकडून ठेवण्याचे सामर्थ्य असतेच. कवठेकर, महादेवशास्त्री जोशी, ग. दि. माडगूळकर यांच्या कथांत अधिक विवेक आणि संयत भावनिक प्रेमाविष्कार सापडत होताच. परंतु अलीकडे मराठी चित्रपटांत अशी एक लाट निघाली आहे, की निर्माता किंवा निर्माती काहीतरी अर्धीकच्ची कल्पना घेऊन चित्रपटनिर्मितीला लागतात. पटकथाकार तिला आणखी काही कलम करतो. दिग्दर्शक तीत काही धंदेवाईक सुधारणा करतो, आणि मग एक चित्रकथेची गोधडी तयार होते. कधी कधी चित्रपट चालतो; नाही असे नाही. अनंत माने, वसंतराव जोगळेकर यांसारख्या चाळीस वर्षांहून अधिक काळ मराठी चित्रपटांत वावरलेल्या निर्मात्यांनाही कथेचे महत्त्व वाटू नये, याचे खरोखरीच आश्चर्य वाटते. मग चित्रपटात कच्चे दुवे राहतात. 'सुखाच्या सावल्या' मध्ये नायिकेच्या मनात गिल्ट कॉम्प्लेक्स निर्माण होतो आणि चित्रपट संपला तरीही त्याचे निराकरण होत नाही. 'दुनिया करी सलाम' ही खरीतर एक बेकाराची कथा. बेकारांच्या मनोव्यथा मागेच पडतात आणि चित्रपट कोठेतरी भरकटत जातो. वास्तविक ही कथा ज्या मूळ कल्पनेवरून सुचली ती 'रायक्लब अथवा सोनेरी टोळी' ही कादंबरी आजही वाचनीय आहे. त्यात रहस्य आहे, चातुर्य आहे आणि चित्रपटाला आवश्यक असणारी गतिमानताही आहे.

चित्रपटायोग्य कथा मिळत नाहीत, असे अधूनमधून सांगितले जाते; पण तेही फारसे खरे नसते. तंत्राच्या जोरावर एखादी बारीकशी कल्पना आपण फुलवून नेऊ; चार दोन लावण्या, एखादी कव्वाली, काही मारामाऱ्या, एखाद् दुसरा प्रेमप्रसंग किंवा डोळ्यांत पाणी आणणारा त्यागाचा प्रसंग घातला, की चित्रपट यशस्वी होतो, अशी गोड गैरसमजूत निर्मात्यांनी करून घेतली आहे. एक तर निर्माते आणि दिग्दर्शक यांना साहित्याचा गंध नाही. इंग्रजी तर राहोच, पण मराठीचेही त्यांचे वाचन नाही. ताज्या दमाच्या लेखकांशी गप्पा मारताना

त्यांना आत्मविश्वास वाटत नाही. मग ते आम्हीच कथा निर्माण केली आणि ती लोकांना आवडली, असे काहीतरी बोलू लागतात. चित्रपट चालणे किंवा न चालणे यात अनेक गुंतागुंतीचे प्रश्न विचारात घ्यायला हवेत. पण चित्रपटाने धंदा करूनही तो दर्जेदार असावा, यासाठी कोणी प्रयत्न करीत नाही. अनंत माने आणि धर्माधिकारी यांनी शेकडो चित्रपट काढले असतील. मग अशा अनुभवी दिग्दर्शकांचे चाललेले चित्रपट आणि पडलेले चित्रपट यांचा विचार करता यशस्वी चित्रपटांची गुरुकिल्ली यांनाही सापडली आहे, असे दिसत नाही. चित्रपटासारखा खर्चिक व सामुदायिक स्वरूपाचा व्यवसाय हा यशस्वी झालाच पाहिजे. त्याने पैसेही मिळवले पाहिजेत. परंतु याचा अर्थ असा नसतो, की त्यात नवीन प्रयोगाला वाव नाही. किंबहुना काळवेळ लक्षात घेऊन ज्यांनी चित्रपटात नावीन्य आणण्याचा प्रयोग केला ते चित्रपट तुलनेने अधिक यशस्वी झाले. 'जशास तसे', 'पाठलाग', 'आम्ही जातो आमच्या गावा', 'पेडगावचे शहाणे' हे चित्रपट काय यशस्वी झाले नाहीत? अनंत मान्यांशी बोलताना ते म्हणाले, "'सुशीला' हा एक प्रयोग केला." याला मी काय उत्तर देणार? तो चित्रपट अधिक चांगल्या तऱ्हेने निर्माण करता आला असता. पण त्या चित्रपटाला शुद्ध बांधीव कथाच नाही. तो चित्रपट चालला असल्याकारणाने त्यांनी आमच्यासारख्यांचे आक्षेप विचारात घेण्याचे कारण नाही. चित्रपट चालला तर तो आपल्या टेकिंगमुळे आणि पडला तर तो आपला प्रयोग लोकांना न समजल्यामुळे, ही यशापयशाची वाटणी चुकीची आहे.

चित्रपट ही एक सामुदायिक कला आहे. सर्वांनी आपापले स्थान ओळखून एक सुसंवादी कथा निर्माण करायची असते. हृदयनाथ मंगेशकर यासारखा जाणकार कलावंतसुद्धा हे रहस्य ओळखत नाही. चित्रपटाला आवश्यक असेल तेवढेच कलावंतांनी द्यायचे असते. त्यापेक्षा अधिक काही केले, तर कलेचा तोल बिघडतो. चित्रपटात, संगीताच्या, संवादांच्या दृश्यांच्या साहाय्याने सांगितलेली कथा हे चित्रपटाचे स्वरूप असते. याचाच अर्थ सांगण्यासारखे पाहिजे आणि सांगण्याची पद्धत त्या सांगण्याला पूरक असली पाहिजे. म्हणजेच जे जे दोन-अडीच तासांत घडते, त्या त्या सर्व घटनांचा इम्पॅक्ट प्रेक्षकांवर पडतो. वाचण्यासाठी लिहिलेली कथा आणि चित्रपटकथा यांमध्ये तसा मौलिक फरक काही नाही. कथाकाराने एखादी नायिका विरहाने विव्हल झाली असेल त्यासाठी हजार शब्द वापरले असते, तेच काम नायिकेचा मुद्राभिनय आणि डोळे कॅमेऱ्याने पकडले तर होऊन जाते. कित्येकदा गुंतागुंतीचा मनोव्यापार लेखक लिहितो, तो मात्र

चित्रपटाला थोडा बटबटीत आणि सोपा करावा लागतो व सर्वसामान्य माणसाची अभिरुची आणि ग्रहणशक्ती लक्षात घेऊन कथालेखकाची सूक्ष्मता सुस्पष्ट आणि ठाशीव करावी लागत असेल; पण यापेक्षा या माध्यमाने अधिक काही करायचे नसते. कथेची रंगत वाढावी म्हणून केलेले बदल हे माध्यमाचे बदल असतात. पण कथेतच वाटेल तसे फेरबदल करून टाकणे हे मात्र दिग्दर्शकाच्या फाजील अहंकाराचे किंवा मूर्खपणाचे लक्षण होय. या ठिकाणी एक उदाहरण देणे अप्रस्तुत होणार नाही. माझे मित्र सी. रामचंद्र यांनी माझ्याच 'अंकुर' कादंबरीवरून 'घरकुल' हा चित्रपट केला. याचे पटकथालेखन शं. ना. नवरे यांच्याकडून करून घेतले. मूळ कथेत असामान्य असे काही नव्हते. एक घरंदाज पुरुष क्षणिक मोहात सापडतो व त्याला एका धंदेवाईक स्त्रीकडून मूल होते. बाप आणि आई दोघेही असून वेगवेगळ्या कारणांमुळे दोघांनाही त्या मुलाला वाढवणे शक्य नसते. ते मूल एकाकी अवस्थेत वाढते. हा एकाकीपणाच त्या कादंबरीचा प्रमुख विषय होता. दिग्दर्शक राजा ठाकूर यांनी शरद तळवलकरांना एक रोल द्यावा, म्हणून त्या मुलाचा एक मामा म्हणून पात्र निर्माण केले. त्या मुलाचा सांभाळ करण्यासाठी कोणी जिव्हाळ्याचा नातेवाईक निर्माण झाल्यानंतर या कथेचे वैशिष्ट्यच संपले. असले बदल चित्रमाध्यमासाठी करावे लागतात, हे म्हणणे शुद्ध मूर्खपणाचे आहे. चित्रपट चालला तर तो या बदलामुळेच चालला, असे म्हणायलाही कै. राजा ठाकूरांनी कमी केले नसते.

मराठी चित्रपटांची शोकांतिका मुख्यत्वेकरून विसंगत कथा आणि विषयाचे आकलन न होणारे दिग्दर्शक हेच होत. 'मुंबई दिनांक' आणि 'सिंहासन' या दोन कादंबऱ्यांवर निर्माण केलेला 'सिंहासन' हा चित्रपट हे उलट्या बाजूचे उदाहरण आहे. कथाकाराला न्याय देण्याच्या नादात त्यात अनावश्यक प्रसंग घेतले गेले आहेत, पण मुळातच ती कथा इतकी प्रभावी आणि वैचित्र्यपूर्ण आहे, की प्रेक्षक त्या चित्रपटाला दाद देतील. मराठी चित्रपटनिर्मितीत अनेक प्रश्न उत्पन्न होताहेत. त्या सर्वांचाच नव्याने विचार करायला हवा आणि मग सुरुवात करायची असेल, तर मग कथेपासून का करू नये?

-०-०-०-

www.ingramcontent.com/pod-product-compliance
Lightning Source LLC
Chambersburg PA
CBHW030547030726
47495CB00004B/1160
9789382988151